பகவான்

யுவகிருஷ்ணா

சூரியன்
பதிப்பகம்

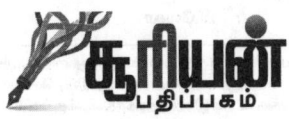

ISBN: 978-81-951679-2-0

Title :
Bhagavan
© Yuvakrishna

சூரியன் பதிப்பகம்
வெளியீடு: 174

நூல் தலைப்பு:
பகவான்

நூல் ஆசிரியர்:
© **யுவகிருஷ்ணா**

அட்டைப் படம்:
அரஸ்

முதற்பதிப்பு:
செப்டம்பர் 2021

விலை:
ரூ.200

சூரியன் பதிப்பகம்

229, கச்சேரி ரோடு, மயிலாப்பூர்,
சென்னை–600004.
விற்பனைப் பிரிவு தொலைபேசி :
044–4220 9191 **Extn:** 21125
மொபைல்: 72990 27361
இமெயில் : **kalbooks@dinakaran.com**

பதிப்பாளர் மற்றும் ஆசிரியர் : **ஆர்.எம்.ஆர்.ரமேஷ்**
சீஃப் டிசைனர் : **பி.வேதா**

இந்தப் புத்தகத்தின் எந்த ஒரு பகுதியையும் பதிப்பாளரிடமிருந்து எழுத்துபூர்வமான முன் அனுமதி பெறாமல் மறுபிரசுரம் செய்வதோ, அச்சு மற்றும் மின்னணு ஊடகங்களில் மறுபதிப்பு செய்வதோ காப்புரிமைச் சட்டப்படி தடை செய்யப்பட்டதாகும். புத்தக விமர்சனத்துக்கு மட்டும் இந்தப் புத்தகத்திலிருந்து மேற்கோள் காட்ட அனுமதிக்கப்படுகிறது.

ஏன் எழுதினேன்?

நாற்பதைக் கடந்தவர்களுக்கு ரஜ்னீஷ் என்பவர் செக்ஸ் சாமியார். ஆம்.

அப்படிதான் எங்களுக்கு அந்தக் கால ஊடகங்கள் சொல்லிக் கொடுத்தன.

எனவே ரஜ்னீஷ் என்றாலே எப்போதும் பெண்கள் புடைசூழ, கையில் மது பாட்டில்களோடு உல்லாசமாக வாழ்ந்த சாமியார் என்றுதான் நினைத்துக் கொண்டிருந்தோம்.

அவருடைய ரோல்ஸ்ராய்ஸ் கார் அணிவகுப்பும், தனி விமான ஆடம்பரங்களும் சாமானிய மக்களிடமிருந்து அவரை தள்ளி வைத்தன.

ஓஷோவின் பக்தர்களாக இருந்தவர்களும் பெரும்பாலும் பணக் காரர்களாகவே இருந்தார்கள்.

உண்மையில் ஓஷோ என்பவர், அவரது மரணத்துக்குப் பிறகே வெகுஜனமானார்.

அதன் பிறகே அவரது சிந்தனைகளையும், கருத்துகளையும் வாசிக்க வேண்டும் என்கிற எண்ணம் அலை அலையாக மக்களிடம் பரவியது.

உலகம் கொந்தளிப்பாக இருந்த ஒரு காலக்கட்டத்தில்தான் ஓஷோ என்கிற மனிதர், இந்தியாவின் வெற்றிகரமான முதல் கார்ப்பரேட் சாமியாராக உயர முடிந்தது.

கிட்டத்தட்ட முப்பதாண்டுகள் கழித்து அதே மாதிரியான அமைதி யின்மையை மக்கள் உணர்ந்தபோது, ஓஷோ உயிரோடு இல்லை.

ஆனால்

அவர் வகுத்துத் தந்த வாழ்வியல் கருத்துகள் அவர்களை வழிந டத்தின.

என்னை மாதிரி விபத்தாக ஓஷோவை வாசித்தவர்கள் ஏராளமா னோர் அவரது ரகசிய அபிமானிகளாகிப் போனார்கள்.

ஓஷோவின் சில நூல்களை வாசித்தபிறகே ஓஷோ யாரென்கிற தேடல் எங்களுக்கெல்லாம் ஏற்பட்டது.

அவர் குறித்து நூற்றுக்கணக்கான நூல்கள் எழுதப்பட்டிருந்தாலும், அவரை பறவைப் பார்வையில் புரிந்துக் கொள்வதற்கு வசதியான எளிமையான எழுத்துகள் அரிதாகவே கிடைக்கின்றன.

ஓஷோ, ஆழமான விஷயங்களை அனைவருக்குமான மொழியில் பேசியவர்.

2K கிட்ஸ் என்றழைக்கப்படும் மில்லெனியம் குழந்தைகளுக்கு ஓஷோவைப் பற்றி என்ன மாதிரியான அபிப்ராயம் இருக்கிறது என்று தெரியவில்லை.

ஓஷோவைப் பற்றி வெப்சீரிஸ் ஒன்று வந்தபோது அவரை உலகை அச்சுறுத்திய டான் என்பதைப் போல அவர்கள் தவறாகப் புரிந்துக் கொண்டார்களோ என்கிற சந்தேகமும் தோன்றியது.

இச்சூழலில்தான் 'குங்குமம்' இதழில் அவர் குறித்த தொடர் எழுதும் வாய்ப்பை எனக்கு தினகரன் நிர்வாக இயக்குநர் ஆர்.எம்.ஆர். ரமேஷ் வழங்கினார்.

கிட்டத்தட்ட ஓராண்டுகளுக்கு இத்தொடரை சிறப்பான முறையில் வெளியிட 'குங்குமம்' இதழ் ஆசிரியர் கே.என்.சிவராமன் ஊக்கம் தந்தார்.

தொடருக்கு மிகச்சிறப்பான படங்களை வரைந்து ஓஷோவை வாசகர்களின் கண்முன்பாகவே மீண்டும் உயிரோடு உலவ விட்டார் ஓவியர் அரஸ்.

பல்லாயிரம் வாசகர்களை இத்தொடர் சென்றடைந்து சிலிர்ப்பூட்டியதற்கு முதன்மைக் காரணமாக இருந்த இந்த மூவருக்கும் நன்றி.

இத்தொடருக்காக நான் வாசித்த நூல்கள், மேய்ந்த இணையத் தளங்கள், பார்த்த வீடியோ காட்சிகள் ஆகியவை தனிப்பட்ட முறையில் எனக்குக் கிடைத்த அறிவுக்கொடை.

கம்பன் வீட்டுத் தறியும் கவிபாடும் என்பது மாதிரி ஓஷோவை எழுத முனைபவனும் ஒரு வகையில் ஓஷோவாகிறான்.

வாசிப்பவன்?

அவனும் ஓஷோதான்!

அன்புடன்
யுவகிருஷ்ணா

நமோ அரிஹந்தானம் நமோ நமோ
நமோ சித்தானம் நமோ நமோ
நமோ உவஜ்ஜயனம் நமோ நமோ
நமோ லோயே சர்வ சகுனம் நமோ நமோ
ஏசோ பாஞ்ச் நம்முகரோ
சவ்வ பாவப்பநனோ
மங்களம் ச சவ்வேசம்
பதம் ஹவய் மங்களம்
அரிஹந்தே சரணம் பவஜ்ஜாமி
நமோ அரிஹந்தனம் நமோ நமோ
நமோ சித்தானம் நமோ நமோ
நமோ உவஜ்ஜயனம் நமோ நமோ
ஓம் ஷாந்தி, ஷாந்தி, ஷாந்தி...

சமர்ப்பணம்
அன்புடன்
'ஆனந்த விகடன்' முன்னாள் ஆசிரியர்
அண்ணன் ரா.கண்ணன் அவர்களுக்கு

1

சாம்ராஜ்யம் சரிந்தது..?

நவம்பர் 17, 1985.

ஒன்பது இருக்கைகள்கொண்ட லியர்ஜெட் விமானம், தில்லி பாலம் விமான நிலையத்தைச் சோர்வாக வந்தடைந்தது.

அதிகாலை பனிமூட்டத்தில் பாலம் விமான நிலையமே குளிரில் கிடுகிடுத்துக்கொண்டிருந்தது.

ஆனால், அங்கே, ஐந்நூறுக்கும் மேற்பட்டோர் கடவுளைக் காணும் பரவசத்தோடு 'பகவான்... பகவான்...' என்று குரல் எழுப்பிக்கொண்டிருந் தார்கள்.

பாலிவுட்டின் உச்சநட்சத்திரமாக இருந்த வினோத்கன்னா வின் மெர்சிடிஸ் பென்ஸ் கார், அந்த விமானத்தில் பயணித்த விஐபிக்காகத் தயாராகக் காத்திருந்தது.

விமானத்தின் கதவு திறந்தது.

பகவான் தரிசனமாக வெளிப்பட்டார்.

பக்தர்களைக் கண்டதுமே எப்போதும் உற்சாகமாக ஆசி வழங்குபவர், அன்று இறுக்கமான முகத்தோடு காரில் ஏறினார்.

அவரிடம் பேசுவதற்காக வந்த ஊடகத்தினர் ஏமாற்றம் அடைந் தார்கள். சட்டென்று பகவான் பயணித்த காரைப் பின்தொடர்ந் தனர்.

பகவானை ஏற்றிக்கொண்டிருந்த மெர்சிடிஸ் கார், ஹயாத் ரீஜென்ஸி ஹோட்டலை எட்டும்போது கிட்டத்தட்ட அந்தப் பயணம் பேரணியாக மாறிவிட்டிருந்தது.

நூற்றுக்கணக்கான கார்களும், இரு சக்கர வாகனங்களும் அவர் களைப் பின்தொடர்ந்து வந்துகொண்டிருந்தன.

ஹோட்டல் லாபிக்குள் பகவான் பிரவேசிக்க, அங்கே ஏற்கனவே தயாராக நிலைகொண்டிருந்த கேமிராக்கள் ஃப்ளாஷ் அடித்தன.

தாடி நிறைந்த முகத்துக்குள் வழக்கமான ஒளி குன்றி ஒடுங்கி யிருந்த பகவானின் கண்கள், இந்த ஃப்ளாஷ் மழையில் கூச்ச மடைந்தன.

கையால் முகத்தை மூடியவாறே சட்டென்று லிஃப்டுக்குள் நுழைந்தார். அவரைத் தொடர்ந்து அவரது ஆத்ம நண்பரான மாயோகா விவேக்கும் லிஃப்டில் ஏறினார்.

ஹோட்டலுக்கு வெளியே ஆயிரக்கணக்கானோர் கூடி 'பகவான்... பகவான்...' என்று இட்டுக்கொண்டிருந்த கோஷம், விண்ணுக்கே கேட்டிருக்கும்.

ஆனால் -

அன்று பகவான் இதையெல்லாம் கேட்டு மகிழும் நிலையில் இல்லை.

ஏனெனில் -

மூன்று வாரங்களுக்கு முன்புதான் கடவுளுக்கு நிகராக உலகெங்கும் லட்சக்கணக்கான பக்தர்களால் போற்றப்பட்ட அந்த பகவானின் கை, விலங்கிடப்பட்டிருந்தது.

அமெரிக்க போலீஸார், முப்பதுக்கும் மேற்பட்ட வழக்குகளை அவர் மீது தொடுத்திருந்தார்கள்.

நார்த் கரோலினா மாகாணத்தின் சார்லோட் நகரில் 17 நாட்கள் சிறையில் இருந்தார்.

போலீஸார் சாட்டியிருந்த குற்றங்கள் முழுமையாக நிரூபிக்கப் படும் பட்சத்தில் அவருக்கு 175 ஆண்டுகள் கடுங்காவல் தண்டனை கிடைத்திருக்கக்கூடும்.

பகவான் என்ன மாயம் செய்தாரோ தெரியவில்லை.

கோர்ட்டில் போலீஸார், அவர்மீது சப்பையான இரண்டு குற்றங்களைத்தான் சுமத்தியிருந்தார்கள்.

அதில் ஒன்று, போலித் திருமணங்களை நடத்தி, தன்னுடைய இந்திய பக்தர்களை, அமெரிக்க குடியுரிமை பெற்றவர்களாக மாற்றியது.

பகவானோ, தன்னையும் தன் புகழையும் ஒழிக்க அமெரிக்க அதிகார வர்க்கம் சூழ்ச்சி செய்தது; உடல் உபாதைகளுடன் இருக்கும் தன்னைச் சிறையில் வைத்து சித்திரவதை செய்தார்கள் என்று குற்றம் சாட்டினார்.

கோர்ட்டில் பகவானின் வழக்கறிஞர்கள் மிகவும் திறமையாக வழக்காடினார்கள்.

இறுதியில் பகவான் விடுதலை ஆனார்.

ஆனால் -

நான்கு லட்சம் டாலர் அபராதம்; நாட்டை விட்டே வெளியேற வேண்டும் உள்ளிட்ட நிபந்தனைகளை கோர்ட் விதித்தது.

அமெரிக்காவுக்குள்ளேயே போட்டி அரசாங்கமாக உருவெடுத்த பகவான், சூழ்ச்சிகளின் காரணமாக ஒரு கிரிமினலாக முத்திரை குத்தப்பட்டு, கடுமையான அவமானங்களுக்கு உட்படுத்தப்பட்டு வெளியேறி, தாய்நாட்டுக்கு வந்தார்.

தில்லி ஹயாத் ரீஜென்ஸி ஹோட்டலின் ஆறாவது மாடியிலிருந்த அறுபது அறைகளுமே பகவானின் பக்தர்களால் ஆக்கிரமிக்கப்பட்டன.

பகவானின் அறைக்கு அருகிலிருந்த பத்து அறைகள், அவரால் தேர்ந்தெடுக்கப்பட்ட பத்து பேருக்கு ஒதுக்கப்பட்டிருந்தன.

மூன்று மணி நேரம் கழித்து, காலை 9 மணிக்கு பகவான் கீழே இறங்கினார்.

பிரஸ்மீட் என்று கருதிய பத்திரிகையாளர்களுக்கு ஏமாற்றம் அளித்தார். பேச மறுத்தார்.

ஹோட்டல் வாயிலில், "இனி இந்தியாவில்தான் இருப்பேன்..." என்று ஒரு வார்த்தையை மட்டும் உரக்க முழங்கினார்.

பக்தர்களின் மகிழ்ச்சி ஆர்ப்பரிப்புக்கு மத்தியில் மீண்டும் மெர்சிடிஸ் பென்ஸ் காரில் ஏறினார்.

அவர் எங்கே செல்கிறார் என்கிற ஐடியா எதுவுமில்லாமல் மீண்டும் அவரது காரை நூற்றுக்கணக்கான கார்கள் பின்தொடர்ந்தன.

மீண்டும் அதே பாலம் விமான நிலையம்.

ரன்வேயில் பகவானுக்காகத் தயாராக வாயுதூத் அவ்ரோ விமானம் ஏற்கனவே ஸ்டார்ட் செய்யப்பட்டு வில்லில் நாணில் இழுத்து பூட்டப்பட்ட அம்பு மாதிரி தயாராக இருந்தது.

பகவானும், அவரது நெருங்கிய சகாக்களும் ஏறி அமர்ந்ததுமே விண்ணில் பாய்ந்தது.

9

பகவானின் தினசரி தியானமுறை!

ஓஷோவின் 'சிறப்புத் தியானம்', காலை 6 மணிக்கு முன்பாக (சூரிய உதயத்துக்கு முன்பாக) நடைபெறும். இது தனியாகவோ அல்லது குழு வாகவோ செய்யப்படலாம். குழுவாக செய்தால் பயன் அதிகம் என்பது பகவானின் எண்ணம்.

காலை 7.30 மணி வாக்கில் 'நடபிரம்ம தியானம்', வெறும் வயிற்றில் கண்களை மூடியவாறே செய்யப்பட வேண்டியது. பழமையான திபெத்திய பவுத்த தியான முறைகளிலிருந்து இதன் அடிப்படையைத் தேர்ந்தெடுத்து, தனக்குரிய பாணியில் இதை வடிவமைத்தார் ஓஷோ.

11.30 மணிக்கு நடன தியானம். வெளிநாட்டுப் பக்தர்களை ஓஷோவை நோக்கி பெருமளவில் ஈர்த்தது இந்த தியான முறைதான். நடனம் மூலமாக மனித வாழ்வை மகிழ்ச்சியாகக் கொண்டாட முடியும் என்பது அவரது வலியுறுத்தல்.

"என் தியான முறைகளில் நடனத்தைப் போல அற்புதத்தை நிகழ்த்த வல்ல தியானம் வேறெதுவுமில்லை. நீங்கள் உங்கள் உடலை முழுமையாக நடனத்துக்கு ஒப்புக்கொடுக்கும்போது, உடலிலிருந்து வெளியேறும் அற்புதமான உணர்வை எட்டுகிறீர்கள். அதன்பிறகே உண்மையான நடனம் தொடங்குகிறது. உங்கள் உடல் தொடர்ந்து நடனமாடும். நீங்களும் ஆடுவீர்கள். உடலிலிருந்து வெளியேறிய நீங்கள் நடராஜராக, நடனத்தின் அரசராக மாறுவீர்கள்..." என்று விளக்கமளித்திருக்கிறார் பகவான்.

மாலை 4.30 மணியளவில் குண்டலினி தியானம். அதிகாலை தியானத்தைப் போலவே சூரியன் மறையும் வேளையில் செய்யப்படும் இந்த தியானமும், செய்பவரின் உடல் மற்றும் மனதைப் புத்துணர்வுக்கு உள்ளாக்கும்.

மாலை 6.30 மணியளவிலான பக்தர்கள் சந்திப்பில் கொண்டாட்டம், நடனம், அமைதியென பல்வேறு விதமான அம்சங்களிலான செயல்பாடு களை ஓஷோ நிகழ்த்துவார். ஓஷோவின் மாலை சந்திப்பு மிகவும் பிரசித்தி பெற்றது. இதில் கலந்துகொண்டவர்கள் எம்மாதிரியான அனுபவத்தைப் பெற்றோம் என்பதை வார்த்தைகளிலோ, எழுத்துகளிலோ வடிக்கவே முடியாது. ஒட்டுமொத்தமான ஒரு நாளின் உச்சபட்ச கொண்டாட்டமாக இந்த சந்திப்புகளை மாற்றுவார் பகவான்.

பனிபடர்ந்த இமாலயத்துக்குள் பிரவேசித்தது.

இமாச்சலப் பிரதேசத்தில் குலு பள்ளத்தாக்கில் புந்தார் விமான நிலையத்துக்கு வந்து சேர்ந்தது.

அங்கும் மெர்சிடிஸ் ஊர்வலம்.

மணாலியிலிருந்து 15 கிலோ மீட்டர் தொலைவில் இயற்கை தன்னுடைய மொத்த எழிலையும் கொட்டி உருவாக்கியிருந்த இடத் தில் ஸ்பான் ரிசார்ட்ஸ் என்கிற இடத்துக்கு பகவான் சென்றார்.

அந்த ரிசார்ட்ஸில் இருந்த அத்தனை அறைகளும் அடுத்த நான்கு மாதங்களுக்கு பகவானுக்கும், அவரது நெருங்கிய பக்தர்களுக்குமாக முன்பதிவு செய்யப்பட்டிருந்தன.

பகவானுக்கு நெருக்கமான நண்பர்கள் மற்றும் பக்தர்கள் பேரில், பகவானுக்குச் சொந்தமான பல நூறு கோடி சொத்துகள் இருந்ததாகவும், அமெரிக்காவிலிருந்து வெளியேற்றப்பட்டுவிட்ட நிலையில் அவற்றை பைசல் செய்வதற்குத்தான் இந்த ரிசார்ட் திருவிழாவென்று அந்தக்கால ஊடகங்கள் எழுதின.

சமீபத்திய கூவத்தூர் ரிசார்ட் கொண்டாட்டங்கள் உங்களுக்கு நினைவுக்கு வருமாயின், அதற்கு நாம் பொறுப்பல்ல.

ரிசார்ட்டுக்கு வந்த சில நாட்கள் பகவானுக்கே உரிய எவ்விதமான ஆடம்பரக் கூட்டு வழிபாடுகளோ, பக்தர்களுக்குச் சிறப்பு தரிசனமோ நடைபெறவில்லை.

400 சதுர அடி சொகுசு அறைக்குள்ளேயே பகவான் ரெஸ்ட் எடுத்துக்கொண்டிருந்தார்.

மாலை வேளைகளில் மட்டும் ஆற்றோரமாக இயற்கையை சுவாசித்தபடி தகுந்த பாதுகாப்போடு வாக்கிங் சென்றார்.

சில நாட்கள் கழித்து ஊடகவியலாளர்களைச் சந்தித்தார். வழக்கமான உற்சாகமோ, தன்னம்பிக்கையோ அவரிடம் தென்படவில்லை. விரக்தியின் உச்சத்தில் இருந்தார். இயேசு கிறிஸ்துவில் தொடங்கி போப் ஆண்டவர் வரை, மகாத்மா காந்தியில் தொடங்கி இந்திரா காந்தி வரை அத்தனை பேர் மீதுமான அவநம்பிக்கைகளை வெளிப்படுத்தினார்.

சில மாதங்கள் முன்பு வரைதான் அமெரிக்காவில், ஆயிரக்கணக்கான பக்தர்களுக்கு மத்தியில் அரசர் மாதிரி அமர்ந்து, தனிப் பேரரசை நடத்திக் கொண்டிருந்த சக்தி வாய்ந்த மனிதர் இவர்தான் என்று சொல்லியிருந்தால் யாருமே நம்பியிருக்க மாட்டார்கள்.

சாம்ராஜ்யங்கள் உருவாவதே பிற்காலத்தில் சரிவதற்குத்தான். அமெரிக்காவையே உலுக்குகிற அளவுக்கு பகவான் என்கிற ஓஷோ எப்படி உயர்ந்தார்? ஏன் சரிந்தார்?

மக்கள் மத்தியில் பிரபலமாகி விட்ட அவருடைய செக்ஸ் சாமியார் என்கிற இமேஜ் சரியானதுதானா?

இன்றும் லட்சக்கணக்கானவர்கள் ஓஷோவின் பக்தர்களாக இருப்பதின் மாயம்தான் என்ன?

அவர் அறிவுச்சூரியனா அல்லது அறமற்ற ஆசாமியா?

2

எங்கே நிம்மதி..?

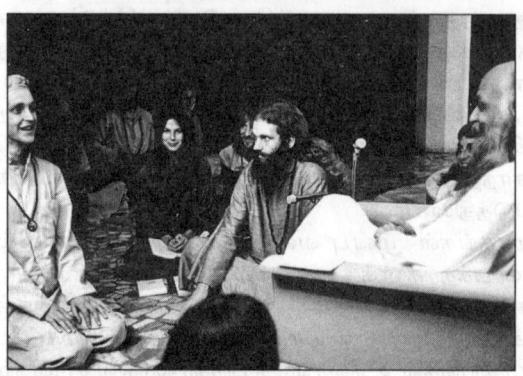

எழுபதுகளின் இறுதியிலும், எண்பதுகளின் தொடக்கத்திலும் உலக மக்கள் ஒரு மாதிரியாக 'ரெஸ்ட்லெஸ்' ஆக உணர்ந்தார்கள்.

அமெரிக்கா - ரஷ்யா இடையேயான பனிப் போரால் உலகமே எதிர் எதிராக இரு தரப்பில் நின்று முறுக்கிக்கொண்டிருந்தது.

இருதரப்பு நாடுகளும் பொருளாதார ரீதி யாகப் பாதிக்கப்பட்டிருந்தன. இதன் விளைவாக அரசியல் ஸ்திரத்தன்மை பெரும்பான்மையான நாடுகளில் பாதிக்கப்பட்டிருந்தது.

கம்யூனிஸமும் இல்லாமல், கேப்பிடலிஸ

மும் இல்லாமல் பாம்புக்கு தலையையும், மீனுக்கு வாலையும் கொடுத்துவிட்டு அரசாங்கங்கள் பிரச்னைகளை தீர்க்க முடியாமல் விழிபிதுங்கிக் கொண்டிருந்தன.

ஒவ்வொரு நாட்டுக்கும் ஒவ்வொரு பிரச்னை.

நம் நாட்டைப் பொறுத்தவரை ஜனநாயகத்துக்கே பெரும் அச்சுறுத்தலாக எமர்ஜென்ஸி வெறியாட்டங்கள் நடந்ததின் சுவடு அடங்கியிருக்கவில்லை. புதியதாக அமைந்த அரசும், பத விச்சண்டையால் பாதியிலேயே கவிழ்ந்தது. மீண்டும் எமர்ஜென்ஸியை நடைமுறைப்படுத்திய இரும்புத் தலைவியே நாட்டின் தலைமைப் பொறுப்புக்கு வந்து, மக்களை அச்சத்தில் ஆழ்த்திக் கொண்டிருந்தார்.

உலகின் எல்லாப் பிரச்னைகளின் சுமையும் கடைநிலையில் இருக்கும் சாதாரண மனிதர்களின் தலையில்தானே விடியும்?

மனிதர்கள் நிம்மதி தேடி அலைந்தார்கள். இரண்டாம் உலகப் போரில் உலக மக்களில் பத்தில் ஒருவரை போருக்குப் பலி கொடுத்த போது போன நிம்மதி அது. முப்பத்தைந்து ஆண்டுகளுக்கும் மேலாக திரும்பவே இல்லை.

'எல்லாத்தையும் மேலே இருக்கிறவன் பார்த்துப்பான்' என்பது தானே கடைசி நம்பிக்கை?

மேலே இருப்பவன் யாரென்று அவர்களுக்குத் தெரியவில்லை.

எனவேதான் 'நான்தான் கடவுள்' என்று அறிவித்துக்கொண்டவர்களுக்குப் பின்னால் பகுத்தறிவை அடகு வைத்துவிட்டு திரண்டார்கள்.

உலகெங்கும் ஆன்மிகம் விலைபோகக்கூடிய தயாரிப்பாக மாறிய காலகட்டம் இதுதான்.

ஒவ்வொரு நாட்டிலுமே திடீர்திடீரென கார்ப்பரேட் சாமியார்கள் உருவானார்கள். மதத்துக்கும், மரபுக்கும் கணிசமான பங்களிப்புகளைக் கொடுத்தார்கள் என்பதையும் மறுக்க முடியாது. நிம்மதி தேடியலைந்த மக்களை ஒருவகையில் ஆற்றுப்படுத்தினார்கள் என்பதையும் ஏற்று தான் ஆகவேண்டும்.

ஊடகங்கள் இந்த சாமியார்களை எல்லா வகையிலும் பிரபலப் படுத்தின. பிரபலமடைந்த சாமியார்கள் தங்கள் பிரபலத்தைத் தக்கவைத்துக்கொள்ள அதிகார மையங்களாக உருவெடுத்தார்கள்.

நேரடியாகவும் / மறைமுகமாகவும் அரசியலிலும் ஈடுபட்டார்கள். ஆட்சிகளை உருவாக்கினார்கள். கவிழ்த்தார்கள். சாமியார்கள் மீது கொலை / வன்புணர்வு குற்றச்சாட்டுகள் எல்லாம் இன்றுவரை சகஜம்தானே?

உலக வரலாறு நெடுகிலுமே அரசு என்கிற அமைப்பின் பின்னணியில் அந்தந்த பிரதேச மதகுருமார்களின் செல்வாக்கு கொடி கட்டித்தான் பறந்திருக்கிறது.

எனினும் நாம் குறிப்பிடக்கூடிய காலக்கட்டம் என்பது மிகவும் முக்கியமானது. உலகமயமாக்கலுக்கு ஒருமாதிரியாக உலகம் தயாராகிக்கொண்டிருந்த நெருக்கடியான காலம்.

ஏதாவது அதிசயம் நிகழ்ந்து எல்லாமே மாறிவிடாதா என்று அத்தனை பேரும் எதிர்பார்த்துக்கொண்டிருந்த காலம்.

எனவேதான் அற்புதங்களை எங்களால் நிகழ்த்த முடியுமென்று சொல்லியவர்களை கேள்வி ஏதும் கேட்காமல் அவர்களுக்குப் பின்னால் திரண்டார்கள்.

ஆரஞ்சு மனிதர்கள் என்று அழைக்கப்பட்ட ரஜ்னீஷியர்கள் பெரும் இயக்கமாக, மதமாக, கலாசாரமாக உருவெடுத்ததற்கு வலுவான சமூக, அரசியல் பின்னணி இப்படித்தான் ஏற்பட்டது.

ஆரஞ்சு உடை, கழுத்தில் வித்தியாசமான மணி மாலையோடு கூட்டம் கூட்டமாகக் கிளம்பிய சந்நியாசிகள் கலர்ஃபுல்லாக இருந்தார்கள். அறிவுபூர்வமாக இருந்தார்கள். அப்போது பேசாப் பொருளாக இருந்த 'செக்ஸ்', அவர்களுடைய கூட்டத்தில் பேசு பொருளாக இருந்தது என்பதைக் கேள்விப்பட்டதுமே மக்கள், காந்தமாக ஈர்க்கப்பட்டார்கள்.

அந்த இயக்கத்துக்குத் தலைவராக விளங்கிய ஓஷோ என்று அழைக்கப்பட்ட ரோஹன் சந்திர ரஜ்னீஷ் குறித்த செய்திகளை மக்கள் விரும்பி வாசித்தார்கள்.

கிட்டத்தட்ட நூறு ரோல்ஸ்ராய்ஸ் கார்கள், தனி விமானங்கள், அமெரிக்காவில் தனக்கென்று தனியாக ஒரு நகரம் என்று கோலோச்சி வாழ்ந்தார் பகவான். ஆம், பக்தர்கள் ரஜ்னீஷை பகவான் என்று தான் அழைப்பார்கள். ஊடகங்கள், அவரை செக்ஸ் சாமியார் என்று செல்லமாக அடைமொழியிட்டுப் பேசும்.

1953ல் தன்னுடைய 21வது வயதில் ஞானம் பெற்றதாக ரஜ்னீஷ் அறிவித்திருந்தார். அவருடைய அபாரமான சொற்பொழிவுகள் மற்றும் பிரமாதமான எழுத்தாற்றல் மூலமாக ஆயிரக்கணக்கான பக்தர்களை எளிதில் ஈர்த்தார்.

எழுபதுகளின் தொடக்கத்தில் இந்தியாவுக்குச் சுற்றுலா வந்த ஐரோப்பியர்கள் மற்றும் அமெரிக்கர்கள் மூலமாக ரஜ்னீஷின் புகழ் கண்டம் விட்டு கண்டம் பாய்ந்தது.

அவருடைய எழுத்தும், பேச்சும் ஆங்கிலம் மற்றும் ஐரோப்பிய மொழிகளுக்கு மாற்றப்பட, தூர தேசங்களிலும் ரஜ்னீஷுக்கு பக்தர்கள் உருவானார்கள்.

வெளிநாட்டுப் பக்தர்கள் ஏராளமாகப் பெருக ரஜ்னீஷின் இயக்கம் பல்வேறு நாடுகளிலும் கிளை பரப்பத் தொடங்கியது. பக்க விளைவாக புனேவில் இருந்த தலைமை ஆசிரமத்துக்கு எக்கச்சக்கமாக வருமானமும் பெருகியது.

1980களின் தொடக்கத்தில் 'The ashram' என்கிற பெயரில்

ரஜ்னீஷின் ஆசிரமம் குறித்து எடுக்கப்பட்ட ஓர் ஆவணப்படம், ஐரோப்பாவில் ஆர்வங்களைக் கிளப்பியது.

பொதுவாக ஒரு மனிதரின் ஆர்வத்தைத் தூண்டும் விஷயங்கள் செக்ஸ், வன்முறை, பணம். ரஜ்னீஷ் ஆசிரமம் குறித்த செய்திகளில் செக்ஸ், பணம் பற்றிய எதிர்பார்ப்புகள் கிளப்பப்பட்டன.

பகவானை நாடுபவர்களுக்கு பாலியல் மற்றும் பணரீதியான திருப்தியான வாழ்க்கை அமைவதாக மக்கள் நம்பும் வகையிலான கதைகள் பரப்பப்பட்டன.

ரஜ்னீஷின் மக்கள் தொடர்பு அலுவலர்கள் உலகம் முழுக்க இருந்தார்கள்.

தங்கள் பகவானைப் பற்றிய பாசிட்டிவ் மற்றும் நெகட்டிவ் செய்திகளை அவர்களே திட்டமிட்டுப் பரப்பினார்கள்.

பாசிட்டிவாக மட்டுமே ஒருவரைப்பற்றி கேள்விப்பட்டுக் கொண்டிருக்கிறோம் என்றால், அந்தச் செய்திகளை நம்ப மறுப்பது மனித மனம். எனவேதான் பத்துக்கு ஒன்று என்கிற கணக்கில் பகவானைப் பற்றிய எதிர்மறைச் செய்திகளும் அவ்வப்போது அவர்களாலேயே பரப்பப்படும். மேலும், 'There is no such thing as bad publicity' என்றொரு பிரபலமான விளம்பர மந்திரமும் உண்டுதானே?

இம்மாதிரியான விளம்பர முயற்சிகளும், வாய்வழிக் கட்டுக் கதைகளும் பல்லாயிரக்கணக்கானோரை பகவானை நோக்கி ஈர்க்க வைத்தன.

தன்னிடம் வந்தவர்களைத் தக்கவைக்கும் திறமை, பகவானுக் கும் இருந்தது.

அவரிடமிருந்த எல்லையில்லா வாசிப்பு, இயல்பாகவே அமைந் திருந்த இந்திய ஞானம், தெளிவான போதிப்புத் திறன் உள்ளிட்ட பண்புகள், வந்தவர்களை வளைத்துப் போட உதவின.

உல்லாசமான ஹிப்பி கலாச்சாரம் அலுத்துப்போயிருந்த சூழ லில் பகவான் முன்வைத்த அறிவார்ந்த ஆன்மிகம், சுலபமாக பிரபலமானதில் ஆச்சரியம் ஏதுமில்லை.

பகவானின் தரிசனத்துக்காக பக்தர்கள் கோடிகளைக் கொட்டி னார்கள். குடும்பம், வேலை, நாடு எல்லாவற்றையும் உதறிவிட்டு அவருடைய ஆசிரமத்தில் சந்நியாசிகளாகச் சேர்ந்தார்கள்.

அதுவரை தாங்கள் கற்றதையும், பெற்றதையும் துறந்தார்கள். பகவான் போதிப்பதே வேதம், அவர் பேசுவது அறிவு என்று நம்பினார்கள்.

ஒரு கட்டத்தில் உலகமெங்கும் இரண்டரை லட்சம் உறுப்பி னர்கள், 32 நாடுகளில் 575 மையங்கள் என்று விஸ்வரூபமெடுத்தது ஓஷோவின் அரசாங்கம்.

இதை அரசாங்கம் என்று சொல்லலாம்தானே?

பகவான் கோபித்துக்கொள்ளமாட்டார்.

1981ல் திடீரென்று பகவான் இந்தியாவை விட்டு வெளியேறினார். அமெரிக்காவில் குடியேறினார்.

ஓரேகான் மாகாணத்தில் ரஜ்னீஷ்புரம் என்கிற ஒரு நகரையே நிறுவினார். ஆயிரக்கணக்கான சந்நியாசிகள் அந்நகரிலேயே வசிக்கத் தொடங்கினார்கள். லட்சக்கணக்கானவர்கள் பகவானின் தரிசனம் நாடி, அந்நகருக்கு வரத் தொடங்கினார்கள். விமான நிலையத்தில் தொடங்கி, தங்கும் விடுதிகள் வரை ஆசிரமத்தாலேயே உருவாக்கப் பட்டு நிர்வகிக்கப்பட்டன.

பகவான் உருவாக்கியது உலகுக்கு ஒரு புதிய சமுதாயம். நிம்மதி யாக வாழ்வதற்குப் புதிய வழிகாட்டுதல்களை அவர் ஏற்படுத்தினார்.

புதியதாக உருவான இந்த சமுதாயத்துக்கும், ஏற்கனவே அங்கே நிலைகொண்டிருந்த சமுதாயத்துக்கும் முரண்கள் தோன்றின.

உள்ளூர் பத்திரிகைகள், வந்தேறிகளான ரஜ்னீஷியர்களைக் குறித்து எதிர்மறையாக எழுதின. பதிலுக்கு 'தி ரஜ்னீஷ் டைம்ஸ்' என்கிற புதிய பத்திரிகையை உருவாக்கி தங்கள் தரப்பை இவர்கள் முன்வைக்க முயன்றனர்.

எல்லாவற்றையும் உன்னிப்பாகக் கவனித்துக்கொண்டிருந்த அமெரிக்க அரசாங்கம் தலையிடத் தொடங்கியது. ஒரு கட்டத்தில் அமெரிக்கர்களை வளைத்துப்போட்டு அமெரிக்காவுக்கே ரஜ்னீஷ் அதிபராகக்கூடும் என்கிற அச்சம்கூட அவர்களுக்கு நிலவியது.

உலகையே கட்டியாளும் கனவில் திளைத்திருந்த அமெரிக்கா, தங்கள் அரசுக்குள்ளேயே தனி அரசாங்கம் நடத்திய ரஜ்னீஷைக் கண்டு மிரண்டது. பகவானுக்கு எதிரான நடவடிக்கைகள் தீவிர மாகின. அவர்மீது வழக்குகள் பாய்ந்தன. ஒட்டுமொத்தமாகச் சிறையில் அடைத்து அவரைக் கட்டுப்படுத்த நினைத்தார்கள். சூழ்ச்சிகளை வென்று தாய்நாடு திரும்பினார் பகவான். அமெரிக்க முயற்சியில் இழந்த செல்வாக்கை மீண்டும் இங்கிருந்தே பெறுவதற் கான முயற்சிகளில் ஈடுபட்டார்.

பகவான் யார்?

அவரைப் பின்தொடர்ந்த ஆரஞ்சு மனிதர்கள் யார்?

உலகையே எப்படி திரும்பிப் பார்க்க வைத்தார்கள்?

என்ன செய்துகொண்டிருந்தார்கள்?

ஏன் வீழ்ந்தார்கள்?

பகவானால் நிகழ்ந்த மாற்றங்கள் என்ன?

3

நர்மதை வழிவிட்டது

குச்வாடா என்றொரு குக்கிராமம்.

மத்தியப் பிரதேசத்தில், தலைநகர் போபாலிலிருந்து 160 கி.மீ. தூரத்தில் ராய்சென் மாவட்டத்தில் அமைந்திருக்கும் கிராமப் பஞ்சாயத்து.

ஒரு நூற்றாண்டுக்கு முன்பு இப்படியொரு பட்டிக்காடு, வரலாற்றில் இடம் பிடிக்கப்போகிறது என்று சொல்லியிருந்தால் யாருமே நம்பியிருக்க மாட்டார்கள். இன்று உலகெங்கும் பல்லாயிரக் கணக்கான பக்தர்கள் குச்வாடாவுக்கு வந்து தியானம் செய்துவிட்டுச் செல்கிறார்கள்.

காரணம்?

பகவான் பிறந்த மண் இதுதான்.

இன்னமும் பகவான் பிறந்த வீடு அங்கே புதுப்பிக்கப்பட்டு பாதுகாக்கப்பட்டுவருகிறது.

ரஜ்னீஷ் பிறந்த அறைக்கு வந்து ஐந்து நிமிடங்களாவது தியானம் செய்துவிட்டுச் செல்வது என்பது அவரது பக்தர்களின் வாழ்நாள் கடமையாகிவிட்டது.

குச்வாடாவில் படிப்பு வாசனையே யாருக்கும் பிடிக்காது.

சிறுவயது நண்டு சிண்டுகள் கூட வியாபாரம், வியாபாரம் என்றுதான் மூச்சுவிடும். வியாபாரம் செய்வதற்குத் தேவையான எழுத்தறிவை மட்டும் கற்றுக்கொண்டு தனிக்கடை போட்டுவிடு வார்கள். பெரும்பாலானோர் சமணமதத்தைச் சார்ந்தவர்கள். வரலாற்றை உற்று நோக்கினோம் என்றால், சமண சமூகம் என்பதே வணிகர்களுக்காக உருவான மதம்தானே?

அந்தக் காலத்தில் அப்பகுதியில் பால்யவிவாகம்தான் நடை முறையில் இருந்தது.

திமார்னி என்கிற சிறுநகரத்தைச் சார்ந்த ஓஷோவின் அப்பா பாபுலாலுக்கு கல்யாணம் ஆகும்போது வயது பத்துதான். ஆனால், அப்போதே அப்பாவுடன் சேர்ந்து துணி வியாபாரத்தில் கொடி கட்டிப் பறந்துகொண்டிருந்தார். அவரை அந்தக் காலத்தில் தாதா என்றுதான் செல்லமாக அழைப்பார்கள்.

அம்மா சரஸ்வதிக்குத் திருமணத்தின்போது வயது ஏழுதான். பிற்காலத்தில் ஒருமுறை ஓஷோவிடம் தன்னுடைய திருமணம் பற்றி சரஸ்வதி அம்மாள் சொல்லியிருக்கிறார்.

"அன்று குச்வாடாவே திருவிழாக்கோலம் பூண்டு இருந்தது. குறிப்பாக எங்கள் வீடு அமளிதுமளிப்பட்டது. என் வயதில் இருந்த சிறு குழந்தைகளுக்கு எல்லாம் புதுத்துணி எடுத்துக் கொடுத்திருந் தார்கள். சுவையான பலகாரங்கள் அடுப்பில் சுடச்சுட தயாராகிக் கொண்டிருந்தன.

தெருவில் திடீரென்று மங்கல வாத்திய கோஷம் கேட்டது. எல்லாக் குழந்தைகளையும் போல நானும் ஓடிப்போய் வேடிக்கை பார்க்கத் தொடங்கினேன்.

மணக்கோலத்தில் ஒரு சிறுவனைக் குதிரையில் உட்காரவைத்து அழைத்து வந்தார்கள். 'அவன்தான் உன் மாப்பிள்ளை. இன்று உனக்குக் கல்யாணம்' என்று எங்கள் அத்தை சொன்னார். அப்போதுதான் ஊரின் அந்த விழாக்கோலம் எனக்காகத்தான் என்று தெரிந்துகொண்டேன்..."

சரஸ்வதி அம்மாளின் குடும்பம் செல்வச் செழிப்பானது.

ஆனால் -

அவர் வாழ்க்கைப்பட்டுப் போன குடும்பமோ கொஞ்சம் நடுத் தரக் குடும்பம்தான்.

அதிகாலை ஆனந்தம்!

ஓஷோ, தன் சீடர்களிடம் பெரிதும் எதிர்பார்த்தது அதிகாலை கண்விழிப்பு.

பிரம்ம முகூர்த்தம் என்று சொல்லக்கூடிய இந்த வேளையில் மனிதர்கள் விழித்திருக்க வேண்டும், அதிகாலை ஆனந்தத்தை அனுபவிக்க வேண்டும் என்பார்.

அவருடைய அப்பாவிடமிருந்து ஓஷோவுக்கு தொத்திக்கொண்ட பழக்கம் இது.

ஓஷோவின் அப்பா பெரியதாகப் படிக்கவில்லை. இருப்பினும் அவருக்கு ஆன்மிகத்தில் நல்ல பிடிப்பு இருந்தது. மதம் தொடர்பான நூல்களை வாசித்து நிறைய விஷயங்களைப் தெரிந்துவைத்துக் கொண்டார்.

பெரிய இயற்கை ஆர்வலரும் கூட. வியாபாரத்திலும், குடும்பத் திலும் ஏற்படும் சிக்கல்களுக்கு அவர் விடியற்காலை அமைதியில் தான் தீர்வுகளைக் கண்டார். அதிகாலை மூன்று மணிக்கு எழுந்து ஆற்றோரமாய் நடை பழகுவார். நடைப்பயிற்சி அலுத்தால், நேரம் போவதே தெரியாமல் ஆற்றில் நீந்திக்கொண்டிருப்பார்.

சிறுவனாக இருந்த ரஜ்னீஷையும் காலையில் எழுப்பி ஆற்றுக்கு அழைத்துச் செல்லும் வழக்கத்தைக்கொண்டிருந்தார். அந்த வேளையில் எழுந்துகொள்வது தனக்குச் சிரமமாக இருக்கிறது என்று ஆரம்பத்தில் முரண்டு பிடித்தவர், அதிகாலை ஆனந்த அனுபவத்தை உணர்ந்தபிறகு, அப்பாவோடு ஆர்வமாகச் செல்ல ஆரம்பித்தார்.

திருமணம் ஆன சில காலத்திலேயே பாபுலாலின் தாயார் நோயுற்று மறைந்தார். எனவே, பாபுலாலின் தந்தையார் மனம் வெறுத்துப்போய் வியாபாரத்தையெல்லாம் பாபுலாலிடமே ஒப்ப டைத்துவிட்டு சொந்தக் கிராமமான பரோடாவுக்குச் சென்று விவசாயம் பார்க்கத் தொடங்கினார்.

பாபுலாலின் அண்ணன் அமிர்தலால் மற்றும் தம்பி ஷிகார்சந்த் இருவரும் சுதந்திரப் போராட்டத்தில் தீவிரமாக ஈடுபட்டுவந்தனர். எனவே, குடும்பப் பொறுப்பை முற்றிலுமாகத் துறந்தனர். பாபுலா லுக்கு மேலும் இரண்டு சகோதரிகளும் இருந்தனர்.

அந்த இளம் வயதிலேயே பாபுலால் - சரஸ்வதி தம்பதியினரின் தலையில்தான் ஒட்டுமொத்தக் குடும்பச் சுமையும் விழுந்தது. சகோ தரர்களைக் கவனித்துக் கொள்வது, சகோதரிகளுக்கு நல்ல வாழ்க்கை அமைத்துக் கொடுப்பது என்று தன்னுடைய இளமைக் காலம் முழுவதையும் குடும்பத்துக்காகவே அர்ப்பணித்தார் பாபுலால்.

சரஸ்வதியும் கணவரின் குடும்பநிலையை அனுசரித்து நடந்து

கொண்டார். கணவரின் சகோதரர்களும், சகோதரிகளும் அவரை அன்புடன் ‘பாபி’ (அண்ணி என்று பொருள்) என்று அழைக்க, அவர் வாழ்க்கைப்பட்டுப்போன திமார்னி நகரவாழ் மக்களும் கூட ‘பாபி’ என்றே அழைக்கத் தொடங்கினார்கள். பின்னாளில் தன்னுடைய அம்மாவை ஓஷோவே கூட ‘பாபி’ என்றுதான் அழைத்துக் கொண்டிருந்தார்.

உரிய வயது வந்தபோது சரஸ்வதி கருத்தரித்தார்.

அவர்களது குடும்ப வழக்கப்படி கருத்தரித்த ஆறாவது மாதமே, பிறந்த வீட்டுக்குச் சென்றுவிட வேண்டும். பிரசவம் முடிந்து ஆறு மாதங்களுக்குப் பிறகே மீண்டும் புகுந்த வீட்டுக்கு வரவேண்டும்.

போக்குவரத்து வசதியெல்லாம் பெரிதாக இல்லாத காலம் அது.

சரஸ்வதியை குச்வாடா நகரத்துக்கு அழைத்துச் செல்வதற்காக அவருடைய அண்ணன் மகன் வந்திருந்தான்.

மூட்டை முடிச்செல்லாம் கட்டிக்கொண்டு திர்மானியிலிருந்து கிளம்பினார்கள்.

ஆறுமாதக் கர்ப்பிணியான சரஸ்வதியை ஒரு மட்டக் குதிரையில் உட்காரவைத்து, அந்தச் சிறுவன் மெதுவாக நடந்து சென்றுகொண்டிருந்தான்.

திடீரென்று வானம் இருண்டது.

கருமேகங்கள் பேரணியாகத் திரண்டன.

கடுமையான மழை பெய்யப்போகிறது என்பதை உணர்ந்து வேகமாகப் பயணிக்கத் தொடங்கினார்கள்.

ஏனெனில் -

திமார்னி நகரத்திலிருந்து குச்வாடா கிராமத்துக்குச் செல்ல நர்மதை நதியைக் கடந்தாக வேண்டும்.

பாலம் எதுவுமில்லை. படகுப் போக்குவரத்து மட்டுமே.

பெரும் மழை பெய்யும்போது யாரும் படகு ஓட்ட வர மாட்டார்கள்.

சூறாவளியாய்ச் சுழன்றடித்த காற்று, மழைக்கு இடையே எப்படியோ நர்மதை ஆற்றங்கரைக்கு வந்துவிட்டார்கள்.

நதியில் வெள்ளம் கரைபுரண்டு பெருக்கெடுத்து ஓடிக் கொண்டிருந்தது.

எந்த படகோட்டியும் படகை எடுக்க சம்மதிக்கவில்லை.

ஆற்றோரத்தில் இருந்த மண்டபத்தில் சரஸ்வதியும், அவரது அண்ணன் மகனும் ஒதுங்கியிருந்தார்கள்.

இவர்களைப் போலவே கரை கடக்கவந்த வேறு சிலரும் அங்கே இருந்தார்கள்.

மூன்று நாட்கள் அந்த மண்டபத்திலேயே கழிந்தது. மழை நிற்கவே நிற்காதோ என்று கருதும்படியாக வானத்தைக் கிழித்துக்கொண்டு இடைவெளியின்றி பெய்துகொண்டேயிருந்தது.

டீன்ஏஜ் வயதில் கர்ப்பம் தரித்திருந்த சரஸ்வதிக்கு, கர்ப்ப காலத்துக்கே உரிய அவஸ்தைகள் ஏற்படத் தொடங்கின.

அப்போது அந்த மண்டபத்துக்கு காவி உடையில் ஞானி ஒருவர் வந்தார்.

சரஸ்வதியைக் கண்டதுமே கைகூப்பி வணங்கினார்.

அருகிலிருந்த படகோட்டி ஒருவனை அழைத்தார்.

"இந்தப் பெண்ணுக்காக மறுகரைக்கு படகைச் செலுத்து. உன் படகுக்கு எந்தவித ஆபத்தும் வராது…"

"சாமி, ஆத்து வெள்ளம் அசுரவேகத்தில போவுது சாமி. படகுலே போனா மொத்தமா எல்லாரும் அடிச்சிக்கிட்டுப் போயிடுவோம்…"

"மடையா. இவளது வயிற்றில் வளர்பவன் தெய்வாம்சம் பொருந்தியவன். கருவிலேயே அற்புதம் நிகழ்த்துவான். நான் சொல்வதைக் கேள். படகை எடு!"

அந்த ஞானி கண்டிப்பான குரலில் சொன்னதுமே, அரைகுறை மனதோடு படகை எடுத்தான் அந்தப் படகோட்டி.

அதில் சரஸ்வதியும், அவரது அண்ணன் மகனும் ஏறி அமர்ந்தார்கள்.

ஆக்ரோஷமான ஆற்றில் அச்சப்பட்டபடியே படகைச் செலுத்தினான் படகோட்டி.

என்ன ஆச்சரியம்!

கொந்தளித்துக்கொண்டிருந்த நர்மதை, இவர்களின் படகுக்காக மட்டும் அமைதியாக வழிவிட்டது.

மூன்று நாட்களாக ஊண், உறக்கமின்றி அவதிப்பட்டுக் கொண்டிருந்த சரஸ்வதி, அதிசயப்பட்டுப் போய் தன்னுடைய அடிவயிற்றைத் தடவிக் கொடுத்தார்.

உள்ளே ஓஷோ சிரித்துக்கொண்டிருந்தார்!

4

நீ எந்த மதம் என்று நீதான் சொல்ல வேண்டும்!

டிசம்பர் 11, 1931.

பகவான், உலகத்தில் அவதரித்த தினம். குழந்தையின் முகத்தில் ராஜகளையை அவரது பாட்டனார் தரிசித்தார். 'ராஜா' என்று பரவசத்தோடு அழைத்தார்.

தங்களது மகளுடைய வயிற்றில் அரசன் பிறந்திருப்பதாக பிறந்த வீடு கொண்டாடியது. புகுந்த வீடான திமார்னிக்கு எடுத்துச் செல்ல இருப்பதற்கு எதிர்ப்பு தெரிவித்தது.

"இவன் ராஜா. இவனை ராஜமரியாதையோடு நாங்களே வளர்க்கிறோம்!"

சரஸ்வதி அம்மையாரின் புகுந்த வீட்டுக்கு மறுப்பேதுமில்லை. அப்போது குடும்பமே சிரமதசையில் இயங்கிக் கொண்டிருந்த காலம் வேறு. இருந்தாலும், தங்கள் வாரிசை ஒருமுறையாவது காண வேண்டுமென்று புகுந்த வீட்டார் துடித்துக் கொண்டிருந்தார்கள்.

ஆறுமாதக் குழந்தையாக இருந்தபோது பகவான், தன் தந்தை யாரின் வீட்டுக்கு விஜயம் செய்தார்.

சித்தப்பா ஷிகார்சந்துக்கு தெய்வீகக்களை பொருந்திய அந்தக் குழந்தைக்கு தானே பெயர் வைக்க வேண்டுமென்று ஆசை. 'ரஜனீஷ் சந்திரமோகன்' என்று மூன்று முறை அழைத்தார்.

அன்றிலிருந்து ராஜா, ரஜனீஷ் ஆனார்!

பள்ளியிலும் கூட சித்தப்பா வைத்த பெயரையும் சேர்த்து 'ராஜா ரஜனீஷ் சந்திரமோகன்' என்று சொல்லி சேர்த்தார்கள்.

அந்தக் காலத்து ஸ்கூல் அட்டெண்டன்ஸ் ரெஜிஸ்டரில் பெயர் எழுதுவதற்கான இடம் ரொம்ப குறைச்சல். எனவே ஆசிரியர்களே அவரது பெயரைச் சுருக்கி 'ரஜனீஷ்' ஆக்கிவிட்டார்கள்.

குச்வாடாவில் ஏழு வயது வரை பாட்டனாரின் பராமரிப்பில் தான் வளர்ந்தார். அங்கே பள்ளிக்கூடம் இல்லை என்பதால், அதன்பின்னர் திமார்னிக்கு அழைத்துவரப்பட்டு பள்ளியில் சேர்க்கப்பட்டார்.

பள்ளியில் அவர் கற்றதைவிட, குச்வாடாவில் இயற்கையிடம் பெற்ற ஞானம் அதிகம். சிறுவனாக இருந்தபோது ரஜனீஷ், தனிமை யையும் அமைதியையும் வெகுவாக விரும்பினார். அவரது வயது குழந்தைகள் ஓடியாடி விளையாட, இவர் மட்டும் அமைதியாக எந்நேரமும் எதையோ யோசித்துக்கொண்டிருப்பாராம்.

அவர் வீட்டில் இருக்கும் பட்சத்தில் தாத்தாவும், பாட்டியும் கூட ஒருவருக்கு ஒருவர் பேசிக்கொள்ள மாட்டார்களாம். தங்களுடைய பேரன் விரும்பும் அமைதி கெட்டுவிடுமோ என்கிற அச்சத்தின் காரணமாக.

குச்வாடாவில் ஒரு பெரிய ஏரி இருந்தது. எப்போதுமே கரைகள் தளும்பத் தளும்ப நீர் நிறைந்திருக்கும். ஏரிக்கரை முழுக்க பசுமையான அடர்ந்த மரங்கள் வளர்ந்து தோப்புகளுக்கு மத்தியில் நீர்நிலை என்பது மாதிரி அம்சமான இயற்கை ஏற்பாடு. மரங்களில் புள்ளினங்கள் எழுப்பும் இனிமையான கானத்தைத் தவிர வேறு சந்தடியே அங்கு இருக்காது.

குச்வாடாவில் வசித்தவர்கள் பெரும்பாலும் வணிகர்கள். பகல் முழுக்க அக்கம்பக்கத்து நகரங்களுக்குச் சென்று வியாபாரம் செய்வார்கள். இரவில் வீடுகளை விட்டு வெளியே வரமாட்டார்கள்.

ஊரே அமைதியாகத்தான் இருக்கும் எனும்போது, ஊருக்கு

வெளியே இருக்கும் ஏரி எப்படி இருக்கும்?

அந்த ஏரிதான், குழந்தை ரஜனீஷின் துணை! காலை உணவு ஆனதுமே ஏரிக்கரைக்கு வந்துவிடுவார். நேரம் போவதே தெரியாமல் ஏரியைப் பார்த்துக்கொண்டிருப்பார். நீரில் மலர்ந்திருக்கும் தாமரைகளின் அழகில் மனம் லயிப்பார்.

கரைகளில் காற்றின் காரணமாக மரங்கள் ஏற்படுத்தும் 'உஸ்' ஸென்ற ஓசையும், நீரில் மீன்கள் துள்ளுவதால் ஏற்படும் 'சிலிங்' கென்ற சிறு ஓசையும் அவருக்குப் பிடித்தமானவை. இயற்கையோடு உறவாட அவருக்கு இந்த ஏரி போதுமானதாக இருந்தது.

ஏரியில் மீன்களைக் கொத்த வரும் கொக்குகளை வேடிக்கை பார்ப்பார். ஒற்றைக்காலில் அமைதியாகத் தவமிருந்து கச்சிதமான நேரத்தில் மீன்களை அவை கவ்வும் லாவகத்தை ரசிப்பார்.

பின்னாளில் தியானத்துக்குப் பேர்போன ஓஷோ, அதைக் கற்றது குச்வாடா ஏரி கொக்குகளிடமிருந்து என்று சொன்னால் கொஞ்சம் ஆச்சரியமாகத்தான் இருக்கும்.

மனதை ஒருமுகப்படுத்தும் கலை, அந்தச் சிறுவயதிலேயே அவருக்கு வசப்பட்டதற்குக் காரணம், அந்தக் கொக்குகளைப் பல மணி நேரம் ஆராய்ந்ததில் கிடைத்த அனுபவ அறிவுதான்.

பகவான் ஆனபிறகு தன் பக்தர்களுக்கு அவர் திரும்பத் திரும்ப வலியுறுத்தியது 'தன்னுணர்வோடு வாழுங்கள்' என்பதுதான்! மனிதன், இயற்கையின் ஓர் அங்கம். 'இயற்கையை உணர்ந்து, அதன் இயல்போடு இணைந்து வாழுங்கள்' என்பதே 'தன்னுணர் வோடு வாழுங்கள்' என்பதற்குப் பொருள்.

இந்தத் தெளிவினை குழந்தைப் பருவத்திலேயே அவர் அடைந்துவிட்டார்.

ரஜனீஷின் தாய்வழி தாத்தா கல்வியறிவு மிகுந்தவர். தன் பேர னுக்கும் நல்ல கல்வி கிடைக்க வேண்டுமென விரும்பினார். ஊரில் பள்ளிக்கூடம் இல்லாத நிலையில் ஆசிரியர் ஒருவரை வீட்டுக்கே வரவழைத்து கல்வி போதிக்க ஏற்பாடுகள் செய்தார்.

ஆனால், பாட்டி அவரைத் தடுத்துவிட்டார். "இவன் மற்ற குழந்தைகளைப் போல இல்லை. பிறப்பிலேயே ஞானி. அவன் விரும் பினால் கற்கட்டும். இல்லாவிட்டால் அப்படியே விட்டுவிடுங்கள்!"

ரஜனீஷுக்கு அப்போது கல்வி கற்பதில் ஆர்வமும் இல்லை. இருந்தாலும், தாத்தாவுக்கு மனக்குறை இருந்துகொண்டே தானிருந்தது.

தன் மகனுக்கு மாமனார் கல்வி கற்பிக்கவில்லை என்று நாளை மருமகன் குற்றம் சாட்டினால் என்ன பதில் சொல்லுவது என்று பதற்றம் அடைந்தார்.

தாத்தா, கோயிலுக்குச் செல்லும்போது பேரனையும் அழைத்துச் செல்வதுண்டு. கோயிலில் எதிர்ப்பட்டவர்களிடம் 'கடவுள்' குறித்த

இயல்போடு வாழுங்கள்!

"மனிதனின் துன்பத்துக்குக் காரணம், அவன் இயற்கையின் இயல்பை இழந்துவிடுவதே..." என்கிறார் ஓஷோ.

"தன்னைச் சுற்றி என்ன நிகழ்ந்தாலும் ஓர் ஆறு, தன் பாட்டுக்கு ஓடிக்கொண்டேயிருக்கிறது. ஓடுவது அதன் இயல்பு. எனவேதான் ஆறு மகிழ்ச்சியாக இருக்கிறது.

மனிதன் தன்னை இன்னொரு மனிதனோடு ஒப்பிட்டுப் பார்த்து துன்பம் கொள்கிறான். தன் இயல்பை மறந்து மற்றவனின் இயல்பை ஏன் மனிதன் மட்டும் பிரதியெடுக்க வேண்டும்?

ஒரு பூ, வேறொரு பூவைப் பார்த்து அதுபோல தான் மணம் வீச வேண்டும், நிறம் கொள்ளவேண்டும் என்று கருதுமா? அது பாட்டுக்குத் தன்னுடைய இயல்பில் மலர்ந்து, மணம் வீசி தன் வாழ்க்கையின் அர்த்தத்தைப் பெறுகிறது அல்லவா?

ஒரு மனிதன் இயேசுவாகவோ, புத்தராகவோ ஆகவேண்டிய தில்லை. ஆகவேண்டிய அவசியமும் அவனுக்கு இல்லை. அவன், அவனாகவே இருந்தால்தான் இன்பமாக வாழமுடியும்!" என்று மகிழ்ச் சியான வாழ்க்கைக்கு எளிமையாக வழிகாட்டியிருக்கிறார் ஓஷோ.

கேள்விகளை ரஜனீஷ் எழுப்புவார்.

ஒரு குழந்தையிடமிருந்து அறிவுபூர்வமான கேள்விகளை எதிர் பாராத அவர்கள் திணறிவிடுவார்கள்.

ரஜனீஷுடையது சமண மதத்தைச் சார்ந்த குடும்பம். பிராகிருத மொழியில் அமைந்த ஒரு ஜைன மந்திரத்தை பாட்டி, குழந்தை ரஜனீஷுக்கு சொல்லிக் கொடுத்தார்.

நமோ அரிஹந்தானம் நமோ நமோ
நமோ சித்தானம் நமோ நமோ
நமோ உவஜ்ஜயனம் நமோ நமோ
நமோ லோயே சர்வ சகுனம் நமோ நமோ
ஏசோ பாஞ்ச் நம்முகரோ
சவ்வ பாவப்பநனோ
மங்களம் ச சவ்வேசம்
பதம் ஹவய் மங்களம்
அரிஹந்தே சரணம் பவஜ்ஜாமி
நமோ அரிஹந்தனம் நமோ நமோ
நமோ சித்தானம் நமோ நமோ
நமோ உவஜ்ஜயனம் நமோ நமோ
ஓம் ஷாந்தி, ஷாந்தி, ஷாந்தி...

- மந்திரத்துக்கு முழு அர்த்தத்தையும் பாட்டி, பேரனுக்கு எடுத்துச் சொல்லிவிட்டு திரும்பத் திரும்பப் பாராயணம் செய்வார்.

பாட்டியுடனேயே சேர்ந்து சொல்லிச்சொல்லி இம்மந்திரத்தில் ரஜனீஷுக்கு ஈர்ப்பு உண்டானது.

குறிப்பாக அவருக்கு மிகவும் பிடித்தது, 'நமோ லோயே சர்வ சகுனம் நமோ நமோ' என்கிற வரி. 'மெய்யுணர்ந்த ஒவ்வொரு வரையும் வணங்குகிறேன்' என்று இந்த வரிக்குப் பொருள். 'மெய்யுணர்ந்தவன் வணங்கத் தக்கவன்' என்கிற எண்ணமே அவருக்குள் சிலிர்ப்பை உண்டாக்கியது. உலகில் பிறந்த ஒவ்வொருவரும் வணங்கத் தக்கவராக ஆகவேண்டும். அதுவே வாழ்வின் லட்சியமாகவும் அமையவேண்டும் என்று விரும்பினார்.

சமண மதத்தைச் சார்ந்தவர்களாக இருந்தாலும் ரஜனீஷின் குடும்பத்தார், பெரும் மதப்பற்று கொண்டவர்களாக இல்லை. நம் மண்ணில் நிலவிய மற்ற மதங்களையும் மதிக்கக்கூடிய பண்பு கொண்டவர்களாக இருந்தார்கள்.

பெரும்பான்மை இந்துக்கள் மத்தியில் வாழ்ந்த ரஜனீஷுக்கு தன் மதம் எதுவென்ற குழப்பம் கூட சிறுவயதில் இருந்தது. பாட்டியிடம் கேட்டார்.

"நான் எந்த மதம் பாட்டி?"

அதிகம் கல்வி கற்காத பாட்டி சொன்ன பதில்தான், பிற்காலத்தில் மதங்கள் குறித்து நிறைய கேள்விகளைக் கேட்க அவரைத் தூண்டியது.

"நீ எந்த மதம் என்று நீதான் சொல்லவேண்டும். என்னைப் பொறுத்தவரை நான் எந்த மதத்தையும் சேர்ந்தவள் அல்ல!"

பத்தொன்பதாம் நூற்றாண்டில், கல்வியறிவுக்கு சம்பந்தமே இல்லாத ஒரு குக்கிராமத்தில் பிறந்து வளர்ந்த பாட்டி, எண்பது ஆண்டுகளுக்கு முன்பு இப்படியொரு உறுதியான பதிலைச் சொல்லியிருக்கிறார் என்பது ஆச்சரியமாகத்தான் இருக்கிறது.

பாட்டியின் இந்த பதிலால் திகைப்படைந்த குழந்தை ரஜனீஷ், மதம் குறித்து ஆழ்ந்த ஈடுபாடு கொண்டவர்களிடம் பேசி மேலும் தெளிவு பெறவேண்டும் என்று விரும்பினார்.

அவரிடம் வகையாகச் சிக்கினார் ஜைனத்துறவி ஒருவர்.

5

கேள்வியின் நாயகன்!

மிகப்பெரிய சிந்தனையாளர்கள், விஞ்ஞானிகள், பெரும் தலைவர்கள் அத்தனை பேரின் வாழ்க்கையிலும் ஒரே மாதிரியான ஒரு சம்பவம், அவர்கள் குழந்தைகளாக இருந்தபோது நடந்திருக்கும்.

ஆம். நச்சென்று கேள்வி கேட்டிருப்பார்கள்.

அவர்கள் வயதுக்கு மீறிய அறிவோடு, வயதில் மூத்தோரிடம், 'நான் ஏன் உன்னைக் கண்ணை மூடிக்கொண்டு பின்பற்ற வேண்டும்?' என்று நடு மண்டையில் அடித்தமாதிரி கேட்டிருப்பார்கள்.

கேட்கத் தொடங்கும்போதுதான் ஞானம் பிறக்கிறது. பகுத்தறிவின் அடிப்படையே கேள்விதான்.

ரஜனீஷும் சிறுவயதில் கேள்வியின் நாயகனாகவே இருந்தார். எல்லாவற்றையுமே கேள்வி கேட்டார்.

அவருடைய தாத்தாவுக்கு தர்மசங்கடமாகிவிடும்.

ஆனால், பாட்டியோ பேரனை ரசித்தார். தன்னால் முடிந்த பதில்களை சொன்னார். தனக்குத் தெரியாத கேள்விகளை சாய்ஸில் அவர் விடவில்லை. 'நீயே முயற்சித்து பதில் கண்டுபிடி' என்று ஊக்குவித்தார்.

குச்வாடா ஊரின் பெரிய மனிதர் என்பதால், ஊருக்கு விசிட் செய்யும் அந்தக்கால விஐபிகள் ரஜனீஷின் தாத்தா வீட்டுக்கு வந்து தான் சிரமபரிகாரம் செய்துகொள்வார்கள்.

அம்மாதிரி ஒருமுறை வந்த ஜைனத்துறவி ஒருவர், சிறுவன் ரஜனீஷின் கேள்விமழையில் நனைந்து தர்மசங்கடப்பட்டார்.

"எனக்கு சில சந்தேகங்கள் இருக்கின்றன..." என்று ரஜனீஷ் ஆரம்பித்ததுமே தாத்தா பதறினார்.

"அவர் ஓய்வெடுக்கட்டும். நீ போய் விளையாடு!" என்று பேரனைத் துரத்த முயன்றார் தாத்தா.

துறவியோ மந்தகாசப் புன்னகையுடன், "குழந்தைதானே, ஏதோ என்னை கேட்க விரும்புகிறான். கேட்கட்டுமே..." என்றார் பெருந்தன்மையுடன்.

"இவன் சாதாரண குழந்தை இல்லை சாமி. அதனால்தான் தயங்குகிறேன்!"

"ஓ. ஞானக்குழந்தையோ!" துறவியின் முகத்தில் இளக்காரம் தென்பட்டது.

'இவருக்கு வேண்டும்' என்று மனசுக்குள்ளே கருதிக்கொண்டு, "ரஜனீஷ், சாமியிடம் என்ன கேட்கணுமோ, கேள்..." என்று அனுமதி அளித்தார் தாத்தா.

ஊரே, அவர்கள் வீட்டில் கூடியிருந்தது.

எடுத்ததுமே ரஜனீஷ் வீசியது கண்ணீர்ப்புகைக் குண்டு.

"ஜைன மதம் ஏன் முக்தியை வலியுறுத்துகிறது? நான் மறுபிறவி எடுப்பதை மதம் ஏன் தடுக்க வேண்டும்?"

ஏழெட்டு வயது சிறுவனிடம் இவ்வளவு அர்த்தம் பொதிந்த கேள்வியை சத்தியமாக துறவி எதிர்பார்க்கவில்லை. ஏனெனில், அந்தக் கேள்வியில்தான் ஜைன மதத்தின் அடிப்படையே கட்டி எழுப்பப்பட்டது. முக்தி பெறுவதுதான் மனிதவாழ்வின் இலக்காக ஜைனம் உபதேசிக்கிறது.

"இந்தப் பிறவியில்தான் துன்பப்படுகிறோம். இன்னொரு பிறவி எடுத்து அதிலும் துன்பப்பட வேண்டுமா என்பதால்தான், இந்தப் பிறவியிலேயே முக்தி அடைந்துவிடலாம் என்று மக்களுக்கு உபதேசிக்கிறோம்..." என்றார். தன்னுடைய பதில் சிறுவனை மட்டுமல்ல, கூடியிருந்த ஊரையே கன்வின்ஸ் செய்யும் என்றுதான்

ஞானம் என்பது என்ன?

கடற்கரையில் மணல் சிற்பம் உருவாக்கும் கலைஞன் ஒருவனை தினமும் ஓஷோ கவனிக்கிறார்.

தினமும் அவன் கடற்கரைக்கு வருகிறான்.

புத்தர், மகாவீரர் இருவரையும் சிற்பமாக உருவாக்குகிறான். அவன் பாட்டுக்குக் கிளம்பிப் போய்க்கொண்டேயிருக்கிறான்.

மறுநாள், முந்தைய நாள் உருவாக்கிய சிற்பத்தைவிட அழகாகச் செய்ய வேண்டும் என்று மெனக்கெடுகிறான்.

இவனையும், இவனது சிற்பங்களையும் ஓஷோவைப் போலவே பலரும் கவனிக்கிறார்கள்.

மிகச்சிறந்த கலைஞன் என்று உணரும் சிலர், அவனது சிற்பக் கலையைப் பாராட்டும் வகையில் சிற்பங்கள் மீது காசுகளை வீசுகிறார்கள்.

ஒருநாள் கூட அவன் அந்தக் காசுகளை எடுத்ததில்லை.

சில நேரங்களில் கடற்கரையில் விளையாடும் குழந்தைகள் அந்தச் சிற்பங்களின் மீது விழுந்து கலைத்துவிடுவதுண்டு.

அவன் ஒரு குழந்தையிடமும் கோபித்துக்கொண்டதில்லை. கலைந்த சிற்பங்களை மீண்டும் சரிசெய்வான்.

சில நேரங்களில் அலைகள் பொங்கி அவன் சிற்பங்களை அழித்த துண்டு.

அப்போதெல்லாம் அலுத்துக்கொள்ளாமல் மீண்டும் புதியதாக சிற்பங்களைச் செய்வான்.

அவன் யார், என்ன பின்னணி எதுவுமே ஓஷோவுக்குத் தெரியாது. ஆனால்

இவனுக்கு ஞானம் கிடைத்துவிட்டது என்கிறார் ஓஷோ.

ஞானம் என்பது என்னவென்று புரிகிறது இல்லையா?

எதனால் நாம் மகிழ்ச்சி அடைகிறோமோ, எது நம்முடைய மனதை அலையற்ற நீர்நிலை போல அமைதியில் ஆற்றுப்படுத்துகிறதோ அதைக் கண்டுகொள்வதே ஞானம்.

அவன், கடற்கரைச் சிற்பங்களில் தன்னுடைய ஞானத்தை எட்டி னான். நம்முடைய ஞானம் எங்கே இருக்கிறது என்பதை நாம்தான் தேடிக்கண்டடைய வேண்டும்.

துறவி நம்பினார்.

ஆனால் -

"நாம் ஏன் துன்பப்பட்டு உயிர் வாழவேண்டும்? நீங்கள் மறு பிறவி வரை காத்திருக்க வேண்டியதில்லை. இப்போதே உயிர் துறந்து முக்தி அடையலாமே?" என்று இம்முறை ரஜனீஷ் வீசியது ஹைட்ரஜன் அணுகுண்டு.

தாத்தாவும், ஊர்ப்பெரியவர்களும் பதறிப்போனார்கள்.

"இப்படியெல்லாம் ஞானிகளிடம் பேசக்கூடாது" என்று கண்டிக்க முற்பட்டார்கள்.

துறவிக்கோ மனசுக்குள் கொஞ்சம் திகிலடித்தாலும், தன்னுடைய பெருந்தன்மையைக் காட்டுவதற்காக, "சின்னப்பையன்தானே, விவரம் தெரியாமல் கேட்கிறான்..." என்று அவர்களைச் சமாதானப் படுத்திவிட்டு, பதில் யோசிக்கத் தொடங்கினார்.

"கேள்வி புரியவில்லையா, திரும்ப கேட்கட்டுமா?" என்று ரஜனீஷ் மிரட்ட, ஏதோ ஒரு பதிலைச் சொல்லித் தொலைக்க வேண்டுமே என்று சலிப்பாகப் பதில் சொல்லத் தொடங்கினார் துறவி.

"நம் உயிரை நாமே துறப்பது பாவம். எதன்மீதும் பற்றற்று வாழ்வதின் மூலமாக மட்டுமே முக்தியை எட்டமுடியும்..."

"உயிர் மீது உங்களுக்கு பற்றில்லையெனில் அதைத் துறப்பது எப்படி பாவம் ஆகும்? உங்களுக்கு உயிர் துறப்பது எப்படியென்று தெரியவில்லை. என்னுடன் ஏரிக்கு வாருங்கள். நான் சொல்லிக் கொடுக்கிறேன்..!" என்று ரஜனீஷ் இம்முறை ஒட்டுமொத்தமாகத் துறவியை நிலைகுலைய வைத்தார்.

துறவி வாயடைத்துப் போனார்.

"ஏரியின் ஆழமான பகுதியில் நாம் இருவரும் குதிப்போம். நீங்கள் உங்கள் உயிர் மீதான பற்றைத் துறந்து நீந்தாமல் இருங்கள். நான் கரையேறி, நீங்கள் முக்தி பெற்றுவிட்டதை உறுதி செய்து கொள்கிறேன்!"

ரஜனீஷின் பேச்சு, விபரீதமாகப் போய்க்கொண்டிருப்பதை உணர்ந்த தாத்தா, உடனே பாட்டியை அழைத்து, "அவனை உள்ளே அழைத்துச் செல்..." என்று ஆணையிட்டார்.

கண்மூடி யோசனையில் ஆழ்ந்துவிட்டார் துறவி.

"இந்தக் குழந்தைக்குக் கல்வி போதிப்பது யார்?" என்று தாத்தா விடம் கேட்டார்.

"இன்னும் பள்ளியிலே சேர்க்கவில்லை. தனியாகவும் குருவை நியமித்து கற்பிக்கவில்லை..." என்று தாத்தா சொன்னதைத் துறவியால் ஏற்றுக்கொள்ள முடியவில்லை.

இதற்குள்ளாக பாட்டியுடன் அறைக்குள் சென்ற ரஜனீஷ், "எனக்கு இன்னமும் கேள்விகள் இருக்கிறது பாட்டி!" என்றார்.

"நீ கேட்பதில் தவறில்லை. ஆனால், உன் கேள்விகளுக்கு விடை தெரிந்தவர்களிடம் அல்லவா கேட்க வேண்டும்?" என்று புன்னகையோடு பாட்டி சொன்னார்.

எந்த வெளியுலக அனுபவமும் பெறாமல் வீட்டுக்குள்ளேயே சமையல்கட்டுக்குள் முடங்கிக் கிடக்கும் பாட்டிக்கு எப்படி இவ்வளவு ஞானமென்று ரஜனீஷ் அதிசயித்துப்போய்விட்டார்.

"பாட்டி, அவரிடம் நான் கேள்விகள் கேட்பதின் மூலம் எனக்கு

தெளிவு வருகிறதோ இல்லையோ... அவர் தெளிவடைவார் என்று கருதுகிறேன். இந்த கேள்விகளுக்கான விடையை நாடி இனியாவது அவர் செல்வார் இல்லையா?”

அறிவுபூர்வமான இந்த பதிலைக் கேட்டதுமே, பேரனை அணைத்து உச்சி முகர்ந்தார் பாட்டி.

“போய்க் கேள் ரஜனீஷ். நீ கேட்கப் பிறந்தவன். இனி உன் கேள்விகள், உலகம் முழுக்க எதிரொலிக்கட்டும். கண்ணை மூடிக்கொண்டு யாரும் எதையும் முன்னோர் சொன்னார்கள் என்று அப்படியே பின்பற்றிக் கொண்டிருக்க வேண்டியதில்லை. இனியாவது வாழ்க்கையின் அர்த்தம் அனைவருக்கும் விளங்கட்டும்!”

தில்லிக்கே ராஜாவானாலும், பாட்டி சொல்லைத் தட்டலாமா?

மீண்டும் துறவியிடம் வந்தார் ரஜனீஷ்.

‘இதென்ன வம்பாப் போச்சி, இன்றைக்கு யார் முகத்தில் விழித்தேனோ’ என்று நொந்துபோனார் துறவி.

“சாமி, எந்தவொரு உண்மையையும் சொந்த அனுபவத்தில்தான் உணர்ந்து சொல்ல வேண்டும். சரியா?” ரஜனீஷ் வீசிய தூண்டிலுக்கு, ‘ஆம்’ என்கிற முக அசைப்பின் மூலமாக துறவி மீண்டும் மாட்டினார்.

“அப்படியெனில், துறவிகள் பலரும் ஏழு மலை பற்றி மக்களிடம் பேசுகிறீர்கள். ஆறு மலைகளை அடைந்தவர்கள் எப்போது வேண்டுமானாலும் திரும்பலாம். ஏழாவது மலை முடிவற்றது. அங்கு சென்றவர்கள் திரும்பவே முடியாது என்கிறீர்கள்...”

“ஆமாம்...”

“நீங்கள் ஏழாவது மலையைச் சென்றடைந்திருக்கிறீர்களா?”

“இல்லை. போயிருந்தால் திரும்பியிருக்க மாட்டேனே. உன்னிடம் இப்போது பேசிக்கொண்டிருக்க மாட்டேனே?”

“அப்படியெனில் ஏழாவது மலைக்குப் போகாமலேயே, அங்கு போனால் திரும்ப முடியாது என்று கற்பனைசெய்து சொல்லிக் கொண்டிருக்கிறீர்கள் இல்லையா?”

துறவி மவுனமாக இருந்தார். பரிதாபமாக ரஜனீஷின் தாத்தாவைப் பார்த்தார்.

“இனியும் உங்களிடம் கேள்விகள் கேட்கப்போவதில்லை. உங்களுக்கு என்ன சொல்லித் தந்தார்களோ, அதையே நீங்களும் மக்களுக்கு சொல்லிக் கொடுத்துக்கொண்டிருக்கிறீர்கள். கற்கும் நிலையில் என்னைப் போல நீங்களும் கேள்விகள் கேட்டிருக்க வேண்டும். உங்களை ஏற்றுக்கொள்ள வைக்கும் பதில்களைப் பெற்றிருந்தால் மட்டுமே, அதை நீங்கள் மற்றவர்களுக்குப் பரிந்துரைக்க வேண்டும். மதவாதி என்பவன் புரட்சியாளனாகவும் இருக்க வேண்டும். அவனிடம் புரட்சிக்கான குணங்கள் இல்லையென்றால், மக்களுக்கு அவனால் யாது பயன்?”

முடிவாக ரஜனீஷ் போட்ட இந்த போடு, துறவியை நிலைகுலைய

வைத்துவிட்டது. அமைதியாக எழுந்து யாரிடமும் சொல்லிக் கொள்ளாமல் நடக்க ஆரம்பித்தார்.

அதன் பின்னர் அவர் குச்வாடாவுக்கு வரவே இல்லை!

அனேகமாக துறவுத்தன்மையைக் கூட அவர் துறந்திருக்கலாம். ஞானம் தேடி மீண்டும் குருவைத் தேடி அலைந்திருக்கலாம். யாருக்குத் தெரியும்?

பிறக்கும்போதே, இயல்பிலேயே ஞானத்தோடு பிறக்க, எல்லாருமே பகவானா என்ன?

6

கற்பிக்க முடியாது! கற்கத்தான் முடியும்!!

ரஜனீஷை கண்ணும் கருத்துமாக வளர்த்து வந்த அவரது தாய்வழி பாட்டனார் திடீரெனக் காலமானார்.

இதனால் தன் ஏழாவது வயதில் பெற்றோருடன் வந்து இணைந்தார். காதர்வாரா என்கிற நகரத்தில் சிறிய அளவில் ஜவுளித்தொழில் நடத்திவந்தார் ரஜனீஷின் அப்பா.

அதுவரை தன்னுடைய மகனைப் பள்ளிக்கே அனுப்பாத மாமனாரை நொந்துகொண்டு, முதல்

வேலையாக அங்கிருக்கும் ஆரம்பப்பள்ளியில் ரஜனீஷைக் கொண்டு சேர்த்தார்.

பள்ளிக்குப் போன ரஜனீஷுக்கு அங்கே, தான் கற்பதற்கு எதுவுமே இல்லையென்று தோன்றியது.

எழுத்தையும், எண்களையும், பெயர்களையும், வருடங்களையும், சம்பவங்களையும் மனப்பாடம் செய்வதின் மூலம் என்ன அறிவை வளர்த்துக்கொள்ளமுடியும்? குழம்பினார். பள்ளியில் போதிக்கப் படும் கல்வியே அர்த்தமற்றது என்று கருதினார்.

எனவே, பள்ளிக்குச் செல்லாமல் இருக்க புதிய புதிய காரணங் களைத் தேடினார்.

ஆசிரியர்கள் தன்னைத் தேவையே இல்லாமல் அடிப்பதாக பொய் சொன்னார். ரஜனீஷின் பேச்சைக் கேட்டு அவரது சித்தப்பா பள்ளிக்குப்போய் சண்டை போட்டு அவமானப்பட்டுத்திரும்பினார்.

இப்படியே இரண்டு ஆண்டு காலம் போனது.

ரஜனீஷுக்கு பள்ளிக்கூடம் கசக்கிறது என்பதை பெற்றோர் உணர்ந்தார்கள். தன்னோடு வந்து ஜவுளித்தொழிலைக் கற்றுக் கொள்ளுமாறு அப்பா வற்புறுத்தத் தொடங்கினார்.

“எனக்குப் பின்பாக நீதானே இந்தத் தொழிலை எடுத்து நடத்த வேண்டும்? இந்தக் குடும்பத்தை நீதானே காப்பாற்ற வேண்டும்?”

“நான் சராசரி மனிதன் கிடையாது அப்பா. என்னை நீங்கள் புரிந்துகொள்ளுங்கள்...” என்று வாதிட்டார் ரஜனீஷ்.

சும்மா இருப்பது பெரும் ஞானமென்றும், அது ஞானிகளுக்கே உரித்தான குணமென்றும் ரஜனீஷ் வாதாடினார். கிராமப் பின்னணி யில் வளர்ந்த அவருடைய அப்பா, ரஜனீஷ் பேசக்கூடிய ஞானம் போன்ற உயர்ந்த மதிப்பீடுகளைப் புரிந்துகொள்ள இயலாமல் திணறினார்.

குச்வாடாவில் ஓர் அழகான ஏரி கிடைத்ததைப் போல காதர் வாராவில் அமைதியும், இயற்கைப் பேரெழிலும் வாய்ந்த ஓர் ஆறு, ரஜனீஷுக்கு ஞானக்களமாய் அமைந்தது.

பெரும்பாலான பொழுதுகளை ஆற்றங்கரையிலேயே கழிக்க ஆரம்பித்தார்.

அதிகாலையிலேயே எழுந்து ஆற்றுக்குச் சென்றுவிடுவார். சமவெளியில் அமைந்த அந்த ஆறு ஓடுவதே தெரியாது. அதன் இருகரைகளும் செடி, கொடி, மரங்களோடு பசுமையாக இருக்கும். புள்ளினங்கள் இனிமையாகக் கீதம் இசைக்கும். விடியலில் அச்சூழல் கொடுக்கக்கூடிய ரம்மியத்தை ரஜனீஷ் வெகுவாக ரசித்தார்.

எப்போதும் ஆற்றங்கரையிலேயே நாளைக் கழிக்கும் அண்ணன் மகனை அவரது சித்தப்பா ஆரம்பத்தில் கவலையோடு பார்த்தார். ஆறோடு அவனால் உரையாட முடிகிறது என்பதை ஆச்சரியத்தோடு உணர்ந்தார்.

சும்மா இருப்பது எப்படி ஞானமாகும்?

இந்தக் கேள்வி ஓஷோவிடம் கேட்கப்பட்டது. ஏனெனில் அவரிடம் ஆசிரமம் தொடர்பாக எந்தப் பிரச்னையைக் கொண்டுசென்றாலும் எடுத்தவுடனேயே, “கொஞ்ச நேரம் சும்மா இரு...” என்பார்.

அதற்குப் பதிலாக புத்தரின் வாழ்க்கையில் நடந்த ஒரு கதையைச் சொன்னார் ஓஷோ.

புத்தரும், அவரது சீடர் ஆனந்தாவும் ஒரு காட்டுப்பாதையில் பயணித்துக் கொண்டிருக்கிறார்கள். நீண்ட தூரம் நடந்ததால் புத்தருக்கு தாகம் எடுக்கிறது. ஆனந்தா தண்ணீர் தேடி அலைகிறார்.

ஓரிடத்தில் யானைகள் உடலில் சேறோடு சென்றுகொண்டிருப்பதைப் பார்க்கிறார். அருகில் ஏதோ நீர்நிலை இருக்கிறது என்றறிந்து தேடி ஒரு குட்டையைக் கண்டுபிடிக்கிறார்.

யானைகள் புரண்டு எழுந்து போனதால் நீர் முழுக்க சேறாகி, குடிக்கத் தகுதியில்லாததாக ஆகிவிட்டது. வருத்தத்தோடு திரும்பி புத்தரிடம் விஷயத்தைச் சொல்கிறார்.

“எனக்கு அதெல்லாம் தெரியாது. காரணமெல்லாம் சொல்லாதே. எனக்கு குடிக்க நீர் வேண்டும்...” என்று குழந்தை மாதிரி புத்தர் அடம்பிடித்தார்.

ஆனந்தாவுக்கு ஒரு மாதிரி ஆகிவிட்டது. கொஞ்சம் கோபத்துடனேயே மீண்டும் அந்த குட்டைக்குச் சென்றார்.

நீர் இப்போது கொஞ்சம் தெளிவானதைப் போலத் தெரிந்தது. இன்னும் கொஞ்சம் தெளியட்டும் என்று கரையில் காத்திருந்தார். குட்டைத் தண்ணீர் கொஞ்சம் கொஞ்சமாகத் தெளியும் அந்த பண்பு மாற்றத்தை கவனித்துக்கொண்டேயிருந்தார். சில நிமிடங்களில் மீண்டும் நீர் வெளேரென்று தெளிந்தது. இதைக் கண்டுகொண்டிருந்த ஆனந்தரின் கண்களில் அருவியெனக் கண்ணீர் கொட்டியது.

குடுவையில் நீர் பிடித்துக்கொண்டு புத்தரிடம் திரும்பியவர், அவரது கையில் தண்ணீரைக் கொடுத்துவிட்டு அப்படியே சாஷ்டாங்கமாக காலில் விழுந்தார்.

“மனசுக்குள் எண்ணங்கள் அலைமோதிக் கொண்டிருக்கும் போது அது குழம்பிய குட்டையாகத்தான் இருக்கும். அமைதியாக அதை கவனித்துக்கொண்டேயிருந்தால் அதுவாகவே தெளியும். என் மனதைத் தெளியவைக்கும் சூத்திரத்தை நீங்கள் கற்றுக் கொடுத்திருக்கிறீர்கள்!” என்றார்.

புத்தர் புன்னகைத்தார்.

இந்தக் கதையைச் சொல்லிவிட்டு, “எந்தவொரு பிரச்னை மனதை அலைக்கழித்தாலும், குழம்பிய குட்டை தெளிவதற்காகக் காத்திருப்பதைப் போல, மனம் தெளிவடைய சும்மா காத்திருப்பது ஞானமா இல்லையா?” என்று திருப்பிக் கேட்டார் ஓஷோ.

எனவே, நன்கு நீச்சல் தெரிந்த ஒருவரிடம், "ரஜனீஷுக்கு நீச்சல் கற்றுக் கொடுங்கள்..." என்று கேட்டுக்கொண்டார்.

ரஜனீஷுக்கு நீச்சல் கற்றுக்கொள்வதிலும் ஆரம்பத்தில் பெரிய ஆர்வமில்லை. "நீச்சல் என்றால் என்ன?" வழக்கம்போல கேள்வி கேட்டார்.

"மனதுக்குத் தியானம் போல உடலுக்கு நீச்சல்!" அந்தப் பயிற்சியாளர் சொன்ன பதில், ரஜனீஷை மிகவும் கவர்ந்தது. நீச்சலும் ஒருவகையில் தியானம்தான் என்பதை அறிந்தார். அதன் பிறகு ஆர்வத்தோடு பயிற்சிக்குப் போனார்.

"நீச்சலை யாரும் கற்றுக் கொடுக்க முடியாது. அதைக் கற்க மட்டும்தான் முடியும்..." பயிற்சியாளர் சொன்னார்.

"எப்படி?" ரஜனீஷ் எதிர்க்கேள்வி கேட்க, பதில் சொல்லாமல் அவரை அப்படியே அலாக்காகத் தூக்கி ஆற்றில் ஆழமான பகுதியில் எறிந்தார் பயிற்சியாளர்.

திடீரென சில நொடிகளில் ஏற்பட்ட இந்த அதிர்ச்சியிலிருந்து ரஜனீஷால் மீளமுடியவில்லை. நீரில் மூழ்கத் தொடங்கினார். நீருக்கு அடியிலிருந்த ஆற்றின் போக்கும் அவரை அடித்துச் செல்லத் தொடங்கியது.

கை, காலை அசைத்து மேலே வர முயன்றார். நீரை காலால் உதைத்து, கைகளால் விலக்கி தலையை நீர்ப்பரப்புக்கு மேலே தூக்கினார். கரையிலிருந்து கை கட்டியபடி பயிற்சியாளர் பார்த்துக் கொண்டிருந்தார்.

அவரைப் பார்த்ததுமே கை, கால் அசைப்பதை நிறுத்தினார். தன்னை அவர் நீந்திக் காப்பாற்றுவார் என்ற நம்பிக்கை.

ஆனால், அவரோ அப்படியே சிலை மாதிரி நிற்க, ரஜனீஷ் மீண்டும் நீரில் மூழ்கினார். இரண்டாவது முறையும் தன் சொந்த முயற்சியால் மேலே வந்தார். மீண்டும் மூழ்கினார்.

பயிற்சியாளரை நம்பி பிரயோசனமில்லை என்பது புரிந்தது. ஒரு மாதிரி சீரசைவில் கை, கால்களை அசைக்கும்போது தன்னுடைய உடல் வேகமாக நகர்வதை அறிந்துகொண்டார். ஒரே நேரத்தில் கை, கால் இரண்டையும் நீரில் உந்தி மேலெழுந்தால் நீர்ப்பரப்புக்கு வர முடிகிறது என்பதையும் தெரிந்துகொண்டார்.

மூன்றாவது முறையாகத் தலையை மேலே கொண்டுவந்து நன்கு மூச்சு வாங்கினார். அப்படியே பறவை காற்றை விலக்கி பறப்பதைப் போல, நீரை கைகளால் விலக்கி, காலை உந்தி கரைக்கு வந்து சேர்ந்தார்.

"இவ்வளவுதான் நீச்சல். நான் சொல்லிக் கொடுக்கவில்லை. நீ கற்றுகொண்டாய். இதில் மேலதிகமாக நானறிந்த சில நுணுக்கங்களை மட்டும் செய்து காட்டுகிறேன். அதுவும் உனக்கு நான் போதிப்பது அல்ல. எனக்குத் தெரிந்தவற்றை உன்னோடு பகிர்வதுதான்!" சொல்லிவிட்டு, அந்தப் பயிற்சியாளர் நீரில் பாய்ந்தார்.

அவரை ரஜனீஷ் உன்னிப்பாகக் கவனித்தார். உள்நீச்சல், மேல் நீச்சல், கை காலை அசைக்காமல் நீரில் மிதப்பது உள்ளிட்ட வித்தை களைக் கற்றுக் கொண்டார்.

பள்ளிக்கூடத்தில் கல்வியும் இப்படிச் செயல்முறையின் மூலம் போதிக்கப்பட்டால் எண்ணற்றவர்களுக்கு அறிவொளி கிடைக்குமே என்கிற எண்ணம்தான் ரஜனீஷுக்கு உடனடியாகத் தோன்றியது.

அன்றிலிருந்து ஆறு அவருக்கு மிகவும் நெருங்கிய தோழனாக மாறியது. எந்நேரமும் ஆற்றோடு அவர் கொஞ்சிக் குலாவிக் கொண்டிருந்தார். இரவிலும் கூட ஆற்றோடுதான் நட்பு பாராட்டிக் கொண்டிருப்பார்.

இரவு வேளைகளில் திடீர் திடீரென தன்னுடைய டீன் ஏஜ் மகன் கிளம்பி எங்கோ வெளியில் போவதும், விடிந்தபின் வருவதும் ரஜனீஷின் தாயாருக்கு மனக்கிலேசத்தை ஏற்படுத்தியது. சாடை மாடையாக விசாரித்தார்.

'இரவு முழுக்க ஆற்றில் நீந்திக்கொண்டிருக்கிறேன்' என்று உண்மையைச் சொன்னால், தன் மனநிலையை சந்தேகப் படுவார் களோ என்று நினைத்து, "சினிமாவுக்கு போகிறேன்..." என்று பொய் சொல்வார்.

அந்த ஊரில் ஒரு சிறிய டெண்டு கொட்டகை இருந்தது. இரவுக் காட்சி ஒன்பதரை மணியளவில் தொடங்கும். பகல் முழுக்க அக்கம் பக்கத்து ஊர்களுக்குப் போய் ஜவுளி விற்று அலுத்தவர்கள், இரவில் சினிமா பார்த்து ஓய்வெடுப்பது வழக்கம்.

அப்போதெல்லாம் வெளிவந்த திரைப்படங்களில் 50க்கும் மேற்பட்ட பாடல்கள் இருக்கும். படமே மூன்று, மூன்றரை மணி நேரம் ஓடும். சிறிய நகரம் என்பதால் அடிக்கடி மின்தடையும் ஏற்படும். எனவே ஒரு படம் நாலு முதல் ஐந்து மணி நேரம் ஓடுவது சகஜம்.

ஓர் இளைஞன் சினிமாவுக்குப் போகிறேன் என்று சொன்னால் அது பெற்றோரால் அனுமதிக்கப்பட்டது. ஆற்றுக்குப் போய் நீந்து கிறேன், தியானம் செய்கிறேன் என்று சொன்னால் பீதியடைந்தார்கள்! எனவேதான் அம்மாவிடம் பொய் சொன்னார் ரஜனீஷ்.

மகாத்மா காந்தி சுட்டுக் கொல்லப்பட்ட செய்தி கிடைத்த போது ஒட்டுமொத்த உலகமே அதிர்ச்சியடைந்தது. இந்திய தேசமே கண்ணீரில் மூழ்கியது.

பதினேழு வயது ரஜனீஷுக்கும் அந்த சோகம் தாங்க முடியாத தாக அமைந்தது. மகாத்மாவின் இழப்பை அவரால் ஜீரணிக்கவே முடியவில்லை. 'அந்த பெரும் சோகத்தை அந்த ஆற்றில் நீந்தியும், கரையில் தியானமிருந்துமே கடந்தேன்...' என்று பின்னாளில் தன்னுடைய சீடர்களிடம் சொன்னார்.

7

வாழ்க்கை ஆரம்பிப்பதற்கு முன்பே நான் மரணத்தை அறிந்தவன்!

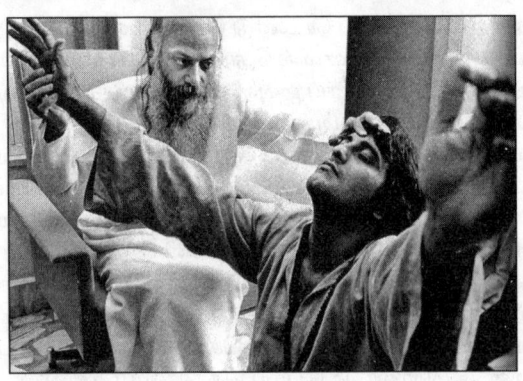

தாய்வழிப் பாட்டனாரிடம் ஏழு வயது வரை ரஜனீஷ் வளர்ந்தார் என்பதை ஏற்கனவே பார்த்தோம். அவருடைய தந்தைவழிப் பாட்டனார் மீதும் ரஜனீஷ் பெரும் அன்புகொண்டிருந்தார்.

இவரது கண்களில் எப்போதும் தென்படும் குறும்பும், குதூகலமும் அவரது தாத்தாவிடமிருந்து வந்தது என்று ஊர்மக்கள் சொல்வார்கள்.

ரஜனீஷ், ஆற்றங்கரைக்குச் செல்லும்போது சில நேரங்களில் அவரோடு தாத்தாவும் வருவதுண்டு. அவருக்குத் தன் பேரனின் கையைப்

பிடித்துக்கொண்டு நடக்க மிகவும் பிடிக்கும்.

ஆனால், ரஜனீஷ் இதைத் தவிர்ப்பார்.

ஒருமுறை தாத்தா கேட்டார். "உனக்கு இந்த தாத்தாவைப் பிடிக்காதா?"

"மிகவும் பிடிக்கும். இருந்தாலும் உங்கள் கையைப் பிடித்துக் கொண்டு நடக்க மாட்டேன்!"

"அதுதான் ஏனென்று கேட்டேன்..."

"என் வாழ்நாள் முழுக்க இதேபோல உங்களால் என் கையைப் பிடித்துக்கொண்டு வரமுடியுமா?"

"அது எப்படி முடியும்? நானோ எழுபத்தைந்து வயது கிழவன். நீ பத்து வயதுகூட நிரம்பாத சிறுவன். இன்னும் சில காலம்தான் நான் உயிர் வாழ்வேன். நீ நீண்ட காலம் இருக்கப்போகிறாய். வாழ்க்கை முழுக்க உன்னோடு நானிருக்க இயற்கை அனுமதிக்காதே?"

"அதனால்தான் சொல்கிறேன். நான் தனியே நடக்க விரும்பு கிறேன். பிரிவுத்துயரைத் தாங்கமுடியாது..."

குழந்தை என்று நினைத்து பழகிக்கொண்டிருக்கும் தன் பேரனின் அறிவு விசாலத்தை எண்ணி தாத்தாவுக்கு பெருமையாக இருந்தது.

அதேநேரம் ரஜனீஷின் மனசுக்குள் 'மரணம்' என்கிற நிகழ்வு பெரும் கொந்தளிப்புகளையும், சிந்தனைகளையும் ஏற்படுத்திக் கொண்டிருந்ததை அவர் அறிய மாட்டார்.

ரஜனீஷ் பிறந்தபோது அவருக்கு ஜாதகம் பார்க்கப்பட்டது. ஜாதகத்தை கணித்த ஜோதிடர், "இந்தக் குழந்தை ஏழு வயது வரைதான் உயிரோடு இருப்பான்..." என்று கூறினார்.

வேறொரு தலைசிறந்த ஜோதிடரும் கிட்டத்தட்ட இதே கருத்தைத்தான் கூறினார்.

"ஏழு வயது கண்டத்தை கடந்தால் பதினான்கு வயதில் பெரிய கண்டம் இருக்கிறது. அதையும் கடந்தால் இருபத்தோரு வயதில் மரணம் நிச்சயம்!"

குடும்பத்தார் பதறிப் போனார்கள்.

கொஞ்சம் விவரம் தெரிந்த வயதில் ரஜனீஷுக்கு இது தெரிய வந்தது. எனவேதான் மரணம் குறித்து அவர் நிறைய சிந்திக்கத் தொடங்கியிருந்தார். வாய்ப்பு கிடைக்கும்போதெல்லாம் அதுபற்றி விவரம் தெரிந்தவர்களிடம் அவர் விவாதிக்கவும் தவறவில்லை.

ரஜனீஷுக்கு அப்போது ஐந்து, ஆறு வயதிருக்கும். குசும் என்கிற அழகிய தங்கை அவருக்கு இருந்தாள். ரஜனீஷ் ஏழு வயது கண்டத்தை எட்டும்போது அவர் மரணிக்கவில்லை. மாறாக அவ ரது தங்கை மரணித்துவிட்டாள்.

இந்த மரணம் அவருக்குள் அந்த வயதிலேயே மிகக் கடுமை யான துயரத்தை ஏற்படுத்தியது. அதன் பிறகே துறவியைப் போலப் பேசவும், நடந்துகொள்ளவும் தொடங்கினார்.

இதே காலகட்டத்தில்தான் அவருடைய தாய்வழிப் பாட்டனாரான அவரது குச்வாடா தாத்தாவும் காலமானார். அந்த தாத்தாவை மரணம் எப்படி நெருங்கியது என்பதை உடனிருந்து கண்டார்.

தாத்தாவுக்கு முதலில் நடக்க இயலாமல் போனது. படுத்த படுக்கையானார். ரஜனீஷ் கூடவேயிருந்து அவரோடு பேசிக்கொண்டேயிருந்தார்.

அடுத்து தாத்தாவுக்கு பேசும் சக்தி குறைந்துகொண்டே போனது. அடுத்து அவரால் கண்களையே திறக்க முடியவில்லை. அப்படியே மயக்கநிலைக்குப் போனார்.

மாட்டுவண்டி கட்டி அருகிலிருந்த மருத்துவமனைக்குக் கொண்டு செல்லும் முயற்சியின் போது கடைசி மூச்சையும் விட்டார்.

ஒவ்வொரு நாள் மாலையிலும் இருள் எத்தனை இயல்பாக ஊரை ஆக்கிரமிக்கிறதோ, மரணமும் அதுபோலத்தான் ஒரு மனிதனின் கடைசி நாட்களில் நடக்கிறது.

பற்று கொண்ட மனிதர்களின் மரணம்தான் நம்மைக் கடுமையாகப் பாதிக்கிறது.

தங்கை மற்றும் தாத்தாவின் மரணத்தால் ஏற்பட்ட பிரிவுத்துயரை சிறுவயதிலேயே சந்தித்து விட்டதாலோ என்னவோ, எவர் மீதும் பற்று வைக்காமல் தனியாக இருக்கப் பழகுவது என்கிற மனப்பாங்குக்கு ரஜனீஷ் வந்திருந்தார்.

மேலும், ஜோதிடர்கள் தனக்குக் கணித்த மரணத்தைப் பற்றியும் அவர் மனசுக்குள் விசாரணை நடத்திக்கொண்டிருந்தார். பின்னாளில், “என் வாழ்க்கை ஆரம்பிப்பதற்கு முன்பே நான் மரணத்தை அறிந்தவன்!” என்று அவர் சொன்னது, இந்த அனுபவங்களின் அடிப்படையில்தான்.

ரஜனீஷின் குடும்பம் சமணக் குடும்பமாக இருந்தாலும் அவரது தந்தை வழிப் பாட்டனார் ‘ஸோர்பா’ என்கிற இனக்குழுவினரின் சடங்குகள் மற்றும் பழக்கவழக்கங்களைப் பின்பற்றக்கூடியவராகயிருந்து வந்தார்.

உண்பதும், உறங்குவதுமாக அவருடைய கடைசிக்காலம் மகிழ்ச்சியாக இருந்தது. அவர் மரணம் குறித்து எவ்வித அச்சமும் கொண்டிருக்கவில்லை. அதுதான் ரஜனீஷுக்கு ஆச்சரியம்.

“கடவுளைப் பற்றியே பயப்படாதவன் நான். மரணம் குறித்து ஏன் அஞ்சப்போகிறேன்?” என்று ஒருமுறை ரஜனீஷிடம் சொன்னார்.

அவர் மரணிக்கும் வேளையிலும் கூட, “மகிழ்ச்சியாக வாழ்ந்து முடித்தவன் நான். மரணத்தையும் மகிழ்ச்சியோடு ஏற்கிறேன்...” என்று சொல்லிவிட்டே இறந்தார்.

ஒட்டுமொத்த மனித இனமுமே அஞ்சக்கூடிய மரணத்தை மகிழ்ச்சியோடு தன் தாத்தா ஏற்றது ரஜனீஷுக்கு வியப்பாகவும், பெருமையாகவும் இருந்தது.

மகிழ்ச்சி மலரவேண்டும்!

"எப்போதும் மகிழ்ச்சியாக இருக்க வேண்டுமானால் மலர்களைப் போல இருங்கள்!" என்கிறார் ஓஷோ.

இதற்கு இயேசுநாதர் அவரது சீடர்களிடம் சொன்னதை மேற்கோள் காட்டுகிறார்.

"தோட்டங்களில் செடிகளில் மலர்ந்த லில்லி மலர்களை கவனியுங்கள். அவற்றின் அழகு, அவை மகிழ்ச்சியாக இருப்பதை வெளிப்படுத்துகின்றன. அவற்றின் வண்ணத்திலும், வனப்பிலும் மனமிழந்து நாமும் மகிழ்ச்சியடைகிறோம். மகிழ்ச்சியாக இருப்பதையும், மற்றவர்களை மகிழ்ச்சிப்படுத்துவதையும் மலர்களிடமிருந்து நாம் கற்றுக்கொள்ள வேண்டும்.

மிகக்குறுகிய நேரமே உலகில் வாழக்கூடிய மலர் ஏற்படுத்தக் கூடிய மகிழ்ச்சியை நெடுங்காலம் வாழக்கூடிய நாம் ஏற்படுத்துவதே ஞானம் அல்லவா?"

இயேசுவின் இந்தக் கருத்தைச் சொன்ன ஓஷோ, நாம் வாழக்கூடிய அந்தந்த நிமிடத்தை மகிழ்ச்சிகரமாக மாற்றிக்கொண்டால் போதும். ஏனெனில், கடந்த காலமோ, எதிர்காலமோ நம் கட்டுப்பாட்டில் இல்லை. நிகழ்காலத்தை நாம் கட்டுப்படுத்தமுடியும்.

எதிர்காலத்தில் இந்த நிகழ்காலம்தான் கடந்தகாலமாக ஆகப் போகிறது. அந்த எதிர்காலத்தின் நிகழ்காலமும், கடந்தகாலமும் மகிழ்ச்சிக்குரியதாக இருந்தால் மேலும் எதிர்கொள்ள இருக்கும் மகிழ்ச்சியான எதிர்காலம் குறித்தும் நம்பிக்கை பிறக்கும் என்றார்!

இயேசுநாதரும் கூட தன் மரணத்தை இயல்பாகவே ஏற்றுக் கொண்டவர்தான் என்பதை உணர்ந்து கிறிஸ்தவ மதம் குறித்த நூல்களையும் வாசிக்கத் தொடங்கினார். மரணம் குறித்து இந்து, இஸ்லாம் நூல்கள் என்ன சொல்கின்றன என்பதை வாசித்தும், விஷயம் தெரிந்தவர்களிடம் கேட்டும் அறிந்து வைத்துக்கொண்டார்.

அந்த காலகட்டத்தில் தன்னை சர்வமத மனிதனாக ரஜனீஷ் வெளிப்படுத்திக்கொண்டார். இஸ்லாமியரைப் போலத் தலையில் குல்லா அணிந்துகொண்டு, கிறிஸ்துவ தேவாலயத்துக்குச் சென்று மணிக்கணக்கில் சிலுவையில் அறையப்பட்ட இயேசுசிலைக்கு முன்பாக தியானம் செய்துகொண்டிருப்பார்.

தேவாலயத்தில் இருந்த பாதிரியார் ஒருவர் அடிக்கடி இவரைக் கண்டு ஆச்சரியப்பட்டார். ஒருவேளை இச்சிறுவன் கிறிஸ்துவின் சுவிசேஷத்துக்கு ஆட்பட விரும்புகிறானோ என்று எண்ணினார்.

ஒருமுறை அவராகவே முன்வந்து பேசினார். "தம்பி, உனக்கு கிறிஸ்துவை மிகவும் பிடிக்குமா?"

"ஆமாம். அவரை யாருக்குத்தான் பிடிக்காது!"

"நீயும் கிறிஸ்துவைப் போல மாற விரும்புகிறாயா?"

"இல்லை. என்னை யாரும் சிலுவையில் அறைய நான் விரும்ப வில்லை!" முகத்தில் அடித்தாற்போல ரஜனீஷ் சொன்ன பதில், பாதிரியாரைத் திகைக்க வைத்தது.

தேவாலயங்களுக்குச் சென்றதைப் போல மசூதிகளுக்கும் கூட ரஜனீஷ் செல்வார். அங்கும் ஒருவர் கேட்டார். "நீ இஸ்லாமியனாக மாற விரும்புகிறாயா?"

"இல்லை. நான் மனிதன். எனக்கு முகமூடி தேவையில்லை. மதம் என்பது முகமூடியே தவிர வேறல்ல. கடவுள் எனக்கு அளித் திருக்கும் தனித்தன்மையுடன் என்னை வெளிப்படுத்திக்கொள்ள விரும்புகிறேன்!"

புத்தர், மகாவீரர், இயேசு, முகம்மது நபி போன்றோர் எல்லாம் மனிதகுலத்துக்கு வழிகாட்டிகள். அவரவருடைய தனித் தன்மையைப் பேண முடிந்ததால்தான் அவர்களால் பிறப்பு, மரணம் குறித்த அறிவை எட்ட முடிந்தது.

இயேசுவைப் போலவோ, புத்தரைப் போலவே நாம் மாற வேண்டியதில்லை. அவரவர் தமக்கென்றிருக்கும் தனித்தன்மை யோடே வாழவேண்டும், சிந்திக்க வேண்டும். அப்போதுதான் அவரவருக்கான ஞானம் அவரவருக்குக் கிடைக்குமென்கிற தெளிவுக்கு ரஜனீஷ், மிகக்குறைந்த வயதிலேயே வந்துவிட்டார்.

மதங்களோ, நூல்களோ அவருக்கு கற்றுக் கொடுத்த ஆன்மிக ஞானத்தைக் காட்டிலும் அவருடைய அளவில்லா சிந்திக்கும் திறனே அவருக்கான ஞானத்தை வானளவு உயரமாகக் கட்டி அமைத்தது.

ஒரு கட்டத்தில் மரணம் குறித்த மாயையிலிருந்து முற்றிலுமாக ரஜனீஷ் வெளியே வந்துவிட்டிருந்தார்.

அவருக்குப் பதினான்கு வயது நெருங்கிக்கொண்டி ருந்தது. ஜோதிடர்களின் கணிப்பு மெய்யாகிவிடுமோ என்று குடும்பத்தினர் அஞ்சிக்கொண்டிருந்தனர்.

ரஜனீஷோ குடும்பத்தை சமாதானப்படுத்திக்கொண்டிருந்தார். மரணம் வந்தால் தன்னுடைய தாத்தாவைப் போலவே தானும் மகிழ்ச்சியாக எதிர்கொள்ள வேண்டுமென்று தயாராக இருந்தார்.

அந்த நாட்களில் இரவு வேளைகளில் வீட்டில் தங்குவதில்லை. கோயில் ஒன்றுக்குச் சென்று படுத்துக்கொள்வார். உறக்கம் வரும் வரையிலும் மரணத்தை எதிர்நோக்கிக் காத்திருப்பார். தன் மரணம் எந்த வடிவில் நிகழும் என்பதை அறிய அவர் ஆவலாகவே இருந்தார் என்றுகூடச் சொல்லலாம்.

ஒரு நாள் இரவு. அவர் உறங்கிக்கொண்டிருந்தபோது, தன் உடல் மீது ஏதோ அசைவு ஏற்படுவதை உணர்ந்தார். மெல்ல கண் விழித்தார்.

நீளமான நாகம் ஒன்று அவரது உடல் மீது ஊர்ந்துகொண்டிருந்தது.

8

மரணத்தின் ரகசியங்களை உணர ஆரம்பித்துவிட்டேன்!

ரஜனீஷின் உடல்மீது ஊர்ந்த நாகம் அவரது மார்பின் மேல், தன் முழு உடலையும் வட்டமாகச் சுற்றி நிலைகொண்டது. தலையை தூக்கி படமெடுத்தது. 'புஸ் புஸ்'ஸென்று சப்தம் கொடுத்துக்கொண்டே அவரது கண்களைக் குத்துவதைப் போல அச்சுறுத்தியது.

ரஜனீஷ் உடலை அசைக்கவே இல்லை.

பாம்பைக் கண்டு படை வேண்டுமானால் அஞ்சலாம். பகவான் அஞ்சலாமா?

ஒளி பொருந்திய தன் இரு கண்களையும் நன்கு மலரவைத்து பாம்பின் கண்களைக் கூர்மையாகக் பார்த்தார்.

ஏழு அல்லது பதினான்கு வயதில் மரணம் என்று ஜோதிடர்கள் கணித்திருந்தார்களே, அந்த மரணம் இப்போதுதான் இந்த நாகப் பாம்பின் மூலமாக வரப்போகிறதா என்கிற குறுகுறுப்புணர்வு மட்டும் அவருக்கு இருந்தது.

'மரணத்தை மகிழ்ச்சியாக வரவேற்பேன்' என்று அவரது தாத்தா சொன்னதும் நினைவுக்கு வந்தது. தானும் இச்சூழலில் மகிழ்ச்சியாக இருக்க வேண்டுமென்று விரும்பினார்.

அவரது உதடுகள் மெல்ல விரிந்து புன்னகைபுரிந்தன. இந்தப் புன்னகை அவரது தீட்சண்யமான கண்களிலும் வெளிப்பட்டது.

பாம்பு அவரைப் பார்க்க, அவர் பாம்பைக் கருணையும், மகிழ்வும் வெளிப்படுத்திய கண்களோடு பார்க்க, மவுனமாகக் கடந்தன சில நிமிடங்கள்.

மரணத்துக்கும் மனிதனுக்குமான சடுகுடு நிகழ்ந்த தருணம் அது. மரணம் மழை மாதிரி. வேண்டாம் என்றால் வீம்பாக வரும். வேண்டும் வா என்று அழைத்தால், வரமறுத்து சிணுங்கும்.

மரணிக்க மகிழ்வோடு காத்திருப்பவனுக்கு மரணத்தையே பரிசளிப்பது சரியல்ல என்று அந்த நாகம் எண்ணியிருக்கக்கூடும். வந்த சுவடு தெரியாமல், தன் உடலை நெளித்து வளைத்து அது பாட்டுக்குச் சென்றது.

நெருங்கிய மரணத்தை எதிர்கொள்ளுமளவுக்குத் தனக்கு நெஞ்சுரம் இருப்பதை ரஜனீஷ் உணர்ந்து கொண்டார்.

மறுநாள் வீட்டுக்குச் சென்று தன் அம்மாவிடம், இந்தச் சம்பவத்தைச் சொன்னார்.

"அப்பாடா. பதினான்கு வயது கண்டம் நீங்கியது. உனக்கு இருபத்தோரு வயது ஆகும்போது வரப்போகும் கண்டத்தைப் பற்றித்தான் இனி நான் கவலைப்பட வேண்டும்!"

"பயப்படாதே அம்மா. மரணத்தின் ரகசியங்களை நான் உணர ஆரம்பித்துவிட்டேன். மரணத்தை எதிர்கொள்ளத் தயாராக இருக்கும்வரை மரணம் என்னைத் தீண்டாது. ஆனால், இருபத்தோரு வயதில் நான் நானாக இருக்கமாட்டேன்!"

தீர்க்கதரிசனம் மாதிரி உறுதியான குரலில் சொன்னார் ரஜனீஷ்.

இந்தச் சம்பவத்துக்குப் பிறகு மேலும் மேலும் தன்னைத் தனிமைப்படுத்திக் கொள்ள ஆரம்பித்தார். பள்ளியில் மற்ற மாண வர்களோடு அவர் பேசுவது அரிது. இப்போது முற்றிலும் பேசுவதை நிறுத்திக் கொண்டார். ஓயாமல் ஆசிரியர்களிடம் தர்க்கம் புரிவார். அதையும் தவிர்க்க ஆரம்பித்தார்.

அவருடைய உள்ளம் பிறப்பின் ரகசியம் பற்றிய விசாரணை களில் தத்தளித்துக் கொண்டிருந்தது. மரணத்தைவிட பிறப்புதான்

கர்மவினையை எப்படி தவிர்ப்பது?

மறுபிறப்பு நம்பிக்கை இருக்கக்கூடிய எல்லா சமூகங்களிலுமே கர்மவினை குறித்த பிரக்ஞை இருக்கும்.

இப்பிறப்பில் செய்யக்கூடிய நல்ல செயல்கள்தான் அடுத்த பிறப்பில் நம் வாழ்க்கையை மகிழ்ச்சியாக்கும் என்றுதான் பெரும்பாலானோர் நம்புகிறோம். இந்த கொள்கையே கூட தவறுதான் என்கிறார் ஓஷோ.

"நம் ஒவ்வொரு செயலையும் நல்ல செயலாக நிகழ்த்திட வேண்டும் என்கிற முயற்சியும், சிந்தனையும் எப்போதும் மேலோங்கி இருப்ப தால் மட்டும் கர்மவினைகளிலிருந்து தப்பித்துக்கொள்ள முடியாது. நம்மால் நல்லதுதான் செய்ய முடியும் என்கிற உள்ளுணர்வு மட்டுமே உங்களுக்கு இருந்தால் போதும். மற்றபடி அச்செயலிலிருந்து நாம் உடனே விலகிவிட வேண்டும்..." என்கிறார் அவர்.

மேலும், "விழிப்புணர்வின்றி நீங்கள் செய்யக்கூடிய செயல்கள் மட்டுமே கர்மபலனுக்கு எடுத்துக்கொள்ளப்படும். கர்மாவிலிருந்து முற்றிலும் விடுபட வேண்டுமானால் நீங்கள் செய்த செயல்களிலி ருந்து முழுமையாக விலகி, அவற்றைப் பற்றி சிந்திக்கவே கூடாது!" என்றும் சொல்கிறார்.

நாம் செய்த செயல்களிலிருந்து நாம் எப்படி விலகுவது?

அதைத் தியானம் கற்றுக் கொடுக்கும்!

துயர்மிக்கது என்று கருதினார்.

பசி, தூக்கம் போன்ற எந்த உணர்வுகளும் இல்லாமல் எப்போதும் வானத்தை வெறித்துப் பார்த்தவாறே யாரிடமும் பேசாமல் இருந்தார்.

அம்மாவோ, அப்பாவோ ஏதேனும் கேட்டால் அவர்களை உற்றுக் கவனித்தவாறே இருப்பார். திரும்பத் திரும்ப உலுக்கிப் பேசினால் ஓரிரு வார்த்தைகளில் பதில் சொல்வார்.

பயந்துபோன பெற்றோர் அவரை ஒரு டாக்டரிடம் அழைத்துச் சென்றார்கள்.

"ரஜனீஷ், உங்களுக்கு என்ன பிரச்னை?" டாக்டரிடம் ரஜனீஷ்,சகஜமாகவே பேசினார்.

"என் கண்களைப் பாருங்கள் டாக்டர் ஏதேனும் பிரச்னை இருப்பதாக தெரிகிறதா?"

ரஜனீஷின் அப்பா குறுக்கிட்டு சொன்னார். "இவன் வயதுடைய பையன்கள் எல்லாம் துடிதுடிப்பாக இருக்கிறார்கள். இவன் மட்டும் எதையோ பறிகொடுத்ததைப் போல இருக்கிறான்..."

"அப்பா எது என்னிடம் இருந்தது? எதை நான் பறிகொடுத்தேன் என்று நினைக்கிறீர்கள்?"

"இப்படிதான் டாக்டர், இவன் பேசுவது எதுவுமே எங்களுக்கு

புரியவில்லை!"

ஆனால், டாக்டருக்கு உடனே புரிந்தது. "ரஜனீஷ், யார் உன் குரு?" என்று கேட்டார்.

"ஒரு குருவின் உதவியோடு ஆத்மஞானம் கிடைக்குமானால் அவன் அதிர்ஷ்டசாலி. எனக்கு அவ்வளவு அதிர்ஷ்டம் வாய்க்கவில்லை!"

"பிறகு?"

"நானே சுயதேடலில் ஞானம் பெறுவேன்!"

"வேறெந்த ஆசையும் இல்லையா?"

"பிறப்பின் இரகசியத்தையும், ஆன்மாவின் உண்மையையும் அறிவதைவிட வேறென்ன ஆசை எனக்கு இருக்கப்போகிறது?"

"தேடல் எந்த நிலையில் இருக்கிறது?"

"என் புருவங்களுக்கு மத்தியில் இருக்கும் ஞானக்கண்ணை கண்டறிந்துவிட்டேன்!"

"எப்படி?"

"கல்லூரிக்குப் பின்பக்கமாக இருக்கும் தோப்பில் அடிக்கடி தியானம் செய்வேன். ஒரு மரத்தடியில் நான் அமர்ந்து தியானித்துக் கொண்டிருந்தபோது, அந்த மரத்தின் மீதும் நான் இருப்பதாக உணர்ந்தேன். இந்த உணர்வு தந்த பதற்றத்தில் மரத்தின் மீதிருந்து கீழே விழுந்தேன். அந்த வழியாகப் போய்க்கொண்டிருந்த பெண்மணி ஒருவர், கீழே விழுந்த என்னைத் தூக்கி என் புருவ மத்தியில் தேய்த்துவிட்டார். மூன்றாவது கண் திறந்தது. பிரிந்த ஆன்மா மீண்டும் உடலில் இணைந்தது. என் ஆன்மாவை நானே காணும் நிலைக்கு முன்னேறியிருக்கிறேன்!"

டாக்டரும், ரஜனீஷும் பேசிக்கொண்டிருந்ததைப் பார்த்து பெற்றோர் மேலும் கலக்கமுற்றார்கள்.

"என்ன டாக்டர், நீங்களும் அவனோட சேர்ந்து ஏதேதோ பேசுறீங்க?"

"ஏதேதோ அல்ல. இது ஆன்மிகம். உங்கள் மகன் ஞானத் தேடலில் இருக்கிறான்"

"புரியலை..?"

"எனக்கும்தான். ஏன், உங்கள் மகனுக்குமே கூட. பெருங்கடலில் சிறுகட்டுமரத்தில் பயணித்து தேடிக்கொண்டிருக்கிறான். என்ன தேடுகிறான் என்று அவனுக்கும் தெரியாது. ஆனால், தேடல் விரைவில் முழுமையடையும் என்றே நம்புகிறேன்!"

"எங்களுக்கு பயமா இருக்கு டாக்டர்?"

"பயப்பட ஒன்றுமில்லை. சில மருந்து எழுதிக் கொடுக்கறேன். நீங்க கொஞ்சம் வெளியே இருங்க. ரஜனீஷோடு நான் தனியா பேசணும்..!"

பெற்றோர் வெளியேற, டாக்டர் ரஜனீஷை அன்போடு

பார்த்தார். "உன்னை நான் புரிந்துகொண்டதைப் போல, உலகமும் விரைவில் புரிந்துகொள்ள வேண்டும். அதுவரை உன்னைச் சுற்றியிருப்பவர்களுக்குக் குழப்பத்தை ஏற்படுத்தாதே என்று மட்டும் கேட்டுக்கொள்கிறேன்..."

டாக்டருக்கு நன்றி சொல்லிவிட்டு ரஜனீஷ், வெளியே வந்தார். டாக்டர் எழுதிக் கொடுத்த மருந்துகளை வாங்கிக்கொண்டு பெற்றோரும் தயாராக நின்றார்கள்.

அன்றிலிருந்து அம்மாவுக்காக உணவு உண்டார். அப்பாவுக்காக இரவில் நன்கு தூங்கத் தொடங்கினார். கல்லூரியில் சக மாணவர்களையும், ஆசிரியர்களையும் பயமுறுத்தாமல் இயல்பாக நடந்துகொள்ளத் தொடங்கினார்.

புறம் இப்படியிருந்தாலும், அகம் ஆழமான தேடல்களுக்குள் மேலும் மேலும் முன்னேறிக்கொண்டேயிருந்தது.

ஜோதிடர்கள் கணித்த கடைசிக் கண்டமான 21 வயதை ரஜனீஷ் நெருங்கிக்கொண்டிருந்தார்.

9

ஞானம் பிறந்தது!

ஜோதிடர்கள் கணித்த கடைசிக் கண்டத்தை நெருங்கிக் கொண்டிருந்தார் ரஜனீஷ்.

இந்தக் காலக்கட்டத்தில் முற்றிலுமாக அவர் வேறு மனிதராக மாறியிருந்தார். தாடி வளர்த்து சந்நியாசி தோற்றத்துக்கு தன்னை உட்படுத்திக் கொண்டார்.

வெறித்த பார்வையும், மெதுவான செயல் பாடுகளுமாக திக்பிரமை பிடித்தவாறே அலைந்து கொண்டிருந்தார்.

"ரஜனீஷ், உப்பு தீர்ந்துவிட்டது. கடைக்குப் போய்

கொஞ்சம் வாங்கி வருகிறாயா?" அடுப்பில் குழம்பு கொதித்துக் கொண்டிருக்க, அம்மா கேட்டார்.

"ம்..." என்று சுருக்கமாகத் தலையசைத்துவிட்டு, வீட்டை விட்டு வெளியே வந்தார். தெருமூலையில் இருந்த கடையை மறந்தார். மனம் போன போக்கில் நடக்க ஆரம்பித்தார்.

உப்புக்காக அரை மணிநேரம் காத்திருந்த அம்மா, அலுத்துப் போய் அவரே கடைக்கு வந்து உப்பு வாங்கிக்கொண்டு சென்றார். ரஜனீஷ் கடைக்கே வரவில்லை என்பதைக் கேட்டுத் தெரிந்து கொண்டார். சில நாட்களாகவே மகன் இப்படித்தான் அவர் மனம் போன போக்கில் அலைபாய்ந்து கொண்டிருக்கிறார் என்பதை உணர்ந்து வேதனைப்பட்டார்.

அன்று இரவு முழுக்க ரஜனீஷ் வீட்டுக்கே வரவில்லை.

மறுநாள் காலையில் பார்த்தால் வழக்கம்போல கல்லூரிக்குக் கிளம்பிச் சென்றுகொண்டிருந்தார்.

ரஜனீஷ் எப்போது வருகிறார், என்ன சாப்பிடுகிறார், தூங்குகிறாரா என்பதெல்லாம் யாருக்கும் தெரியாது. கண்ணுக்குப் புலப்படாத காற்றைப் போல அவரது நடவடிக்கைகள் அமைந்திருந்தன.

அவர் நிலையைப் புரிந்து கொண்ட அப்பா, "யாரும் ரஜனீஷை தொந்தரவு செய்ய வேண்டாம். 21 வயது வரை அவன் நம்முடைய மகன் இல்லை. அதன் பிறகு திரும்பவும் வருவான்..." என்று நம்பிக் கையோடு சொன்னார்.

ரஜனீஷ், ஞானத்தின் வாசலைத் திறந்துவிட்டார். இருப்பினும் முழுமையான ஞானம் தனக்கு இன்னமும் கிட்டவில்லை என்று அக அவஸ்தையில் இருந்தார்.

இந்த நிலைமை ஓராண்டுக்கும் மேலாக அவருக்கு நீடித்தது.

இந்த உலகில், தான் மட்டுமே தனிமையானவனாக இருப்பதாக அவர் நினைத்தார். அவரை சூனியம் சூழ்ந்திருப்பதாகவும், விண் மீன்களின் வெளிச்சத்தில் மட்டுமே அவர் நடந்துகொண்டிருப்ப தாகவும் கருதினார்.

தூரத்தில் தெரிந்த ஒளிதான் ஞானம். அதை எட்டுவதற்கு பல லட்சம் மைல்கள் நடக்க வேண்டும் என்று கருதி, நேரம் கிடைக்கும் போதெல்லாம் நடந்துகொண்டேயிருந்தார். இவர் வேகமாக நடக்க நடக்க ஒளி தூரமாக விலகிச் சென்றுகொண்டிருப்பதாகப் பட்டது. எனவே நிதானமாக நடந்து ஞானத்தை எட்ட உறுதி பூண்டார்.

தன்னுடைய ஆன்மா இருட்டறையில் உலவுவதாகவும், ஒரே ஒரு விளக்கு ஏற்றினால் வெளிச்சம் கிடைத்துவிடும் என்றும் நினைத்தார். இதெல்லாம் ரஜனீஷின் ஆழ்மனசுக்குள் ஏற்பட்ட குழப்பமான தோற்றங்கள். இந்த அனுபவங்களை யாரிடமும் அவரால் சொல்லி புரியவைக்க இயலாது. குருவின் துணையின்றி சுயமாக ஞானத்தை எட்ட முயற்சிப்பவர்கள் படக்கூடிய அவஸ்தை.

அக்காலகட்டத்தில் உடலுக்கு உயிர் சுமை என்றுகூட அவருக்குத் தோன்றியது. நெஞ்சுறுதி இல்லாதவர்கள் இத்தகைய சூழலை எதிர் கொள்ள நேரும்போதுதான் உயிர் துறக்கிறார்கள். நாம் கண்ட, கேள்விப்பட்ட புதிரான தற்கொலை செய்து கொண்டவர்கள் ஒரு வேளை இம்மாதிரி ஞானத்தேடலில் துன்பப்பட்டு போதுமான ஆன்மபலம் இல்லாமல் கூட தோற்றுப் போயிருக்கலாம்.

பணம், பெண், சொத்து, அதிகாரம் என்பதையெல்லாம் தேடி அலைகிறவர்களின் கண்களிலேயே வெறி தெரிகிறது. அப்படியிருக்க மனிதப் பிறவியின் அதிகபட்ச இலக்கான ஞானத்தைத் தேடிக் கொண்டிருப்பவர்கள் எத்தகைய மூர்க்கத்தில் இருப்பார்கள். ஞானம் வேண்டும் என்கிற விருப்பத்தைத் துறக்கும்போதுதான் ஞானம் அவர்கள் வசமாகிறது.

இந்த துறவுக்கான மனநிலையை எட்டுவதற்கே தம்மைத் தாமே அவர்கள் அதிகபட்ச சித்திரவதைகளுக்கு ஆட்படுத்திக் கொள்ள வேண்டியிருக்கிறது.

ஒரு மனிதனுக்கு ஞானம் பிறந்துவிட்டால் மகிழ்ச்சி என்கிற உணர்வைத் தவிர வேறெதுவும் இருக்காது என்கிற நம்பிக்கை மட்டும் ரஜனீஷுக்கு தீவிரமாக இருந்தது. எது ஞானம் என்பதை யாரும் யாருக்கும் வார்த்தைகளால் விளக்க முடியாது. ஞானம் முழுக்க முழுக்க மவுனத்தால் நிறைந்தது. ஞானம் பெற்றவர்கள் ஒவ்வொரு வருக்கும் அவர்கள் பெற்ற ஞானம் தனித்துவமானது. ரஜனீஷுக்கு கிடைக்கும் ஞானத்தை, வேறு வேறு யோகிகளின் ஞானத்தோடு ஒப்பிட முடியாது.

ஒருநாள் திடீரென ரஜனீஷ், எல்லோரையும் போல இயல்பானவ ராகி விட்டார்.

கலகலவென்று வேடிக்கையாக பேசத் தொடங்கினார். அவரு டைய வயிறு பெரும் பசியில் இருந்தது. பிறந்ததிலிருந்து உணவே உண்ணாதவரைப் போல வெறித்தனமாக சாப்பிடத் தொடங்கி னார். அதுநாள் வரை உடையில் அக்கறை காட்டாதவர், மிகவும் நாகரிகமான முறையில் நறுவிசாக உடையணிந்தார். தன்னுடைய தோற்றத்தை மிகவும் பொலிவாக்கிக் கொள்வதில் ஆர்வம் காட்டினார்.

இரவு ஒன்பது மணிக்கு உறங்கச் சென்று, விடியற்காலையில் எழுந்து குளித்து, படித்துவிட்டு, நேரத்துக்கு கல்லூரிக்கு ஜம்மென்று தயாரானார்.

அப்பாவுக்கும், அம்மாவுக்கும் மகிழ்ச்சி. ஆசிரியர்களுக்கு ஆச்சரியம்.

"ரஜனீஷ், எப்போதும் இதே போல இரேன். இவ்வளவு நாட்களாக ஞானம், கீனமென்று உளறிக்கொண்டு ஒரு பைத்தியக்காரனைப் போல சுற்றிக் கொண்டிருந்தாய். இப்போது பார். நீ ஒரு நவீன இளைஞனாக எல்லோரையும் போல இருக்கிறாய். நீ இப்படி இருப்பதைத்தான்

கோபம் வந்தால் சிரியுங்கள்!

உணர்ச்சிகளைக் கட்டுப்படுத்துவது நம் வாழ்வில் எதிர்கொள்ள வேண்டிய பல்வேறு சிக்கல்களுக்குத் தீர்வாக அமையும். குறிப்பாக, கோபம்.

'எனக்குக் கோபமே வராது...' என்று ஒருவர் சொல்கிறார் என்றால், அவர் பொய் சொல்கிறார் என்று அர்த்தம்.

ஓஷோ, தன் சீடர்களுக்கு கோபம் என்கிற குணத்தை எப்படி நம் கட்டுப்பாட்டுக்குள் கொண்டுவருவது என்று வகுப்புபெடுத்திருக்கிறார்.

"எதைத் துறக்கமுடிந்தாலும் கோபத்தை மட்டும் நம்மால் முற்றிலுமாக துறக்க முடியாது. மகிழ்ச்சிகூட வந்த சுவடு தெரியாமல் போய்விடும். ஆனால், கோபம் வந்துவிட்டால் அது குறைவதற்கு நெடுநேரமோ, நாட்களோ தேவைப்படும். நம் உடல் முழுக்கவே கோபம் உறைந்திருக்கிறது.

நம்மை யாரோ ஏமாற்றிவிட்டார் என்பதை அறிய நேரும்போது எப்படி கோபப்படாமல் இருக்கமுடியும்?

உடலின் கோபம் உள்ளத்தைச் சுடாமல் மட்டும் தடுக்க முடியும். உங்கள் கண்கள் கோபத்தை வெளிப்படுத்திக் கொண்டிருந்தாலும், உள்ளம் மகிழ்ச்சியில் திளைக்குமாறு பயிற்சிகள் மூலமாக நம்மை மாற்றிக் கொள்ள முடியும்.

முறையான தியானப் பயிற்சிகள் முதலில் நமக்கு உணர்த்துவது நம்முடைய எதிர்மறை குணங்களையே. எவையெல்லாம் நம்முடைய மைனஸ் என்பதை அறிந்து அவற்றையெல்லாம் அகற்றிவிட்டால், நம்மிடம் மீதியிருப்பது அத்தனையுமே பிளஸ்தான்!" என்கிறார் ஓஷோ.

எல்லோரும் விரும்புகிறார்கள்..." என்றார் ஓர் ஆசிரியர்.

அவரைப் பார்த்து ரஜனீஷ் மர்மமாகப் புன்னகைத்தார்.

அது 1953, மார்ச் மாதம்.

ரஜனீஷ், ஒரு வாரத்துக்குத்தான் அதுபோன்ற இயல்பான நிலையில் இருந்தார்.

21ம் தேதி தனக்கு ஞானம் கிடைத்துவிட்டதாக எல்லோருக்கும் அறிவித்தார்.

"முன் ஜென்மங்களில் எல்லாம் நான் ஞானத்தைத் தேடித்தேடி கிடைக்காமல் அலுத்துவிட்டேன். பல ஜென்மங்களாகத் தொடரும் அந்த முயற்சியில் இப்போது வெற்றி கண்டிருக்கிறேன். கடந்த ஒரு வாரமாக நான் எந்த முயற்சியும் செய்யவில்லை. அதற்கு முன்பாக உளப்பூர்வமாகஎன்னால் முடிந்த அத்தனையையும் செய்துவிட்டேன். இனிமேல் ஞானம் கிடைத்தால் கிடைக்கட்டும். கிடைக்காவிட்டால் அடுத்த ஜென்மத்தில் முயற்சிப்போம் என்று இருந்த நிலையில்தான் இந்த அற்புதம் நிகழ்ந்திருக்கிறது!" என்றார்.

ஆசையைத்துறப்பதே ஞானம். ஞானம் அடையவேண்டும் என்கிற இலட்சியமும் கூட ஒரு வகையில் ஆசைதான். அதையும் துறந்தபிறகே ரஜனீஷ¬க்கு ஞானம் கிட்டியது.

தன்னுடைய இருள்பாதையில் அவர் ஒளியை எட்டிவிட்டதாக உணர்ந்தார். தன்னைச் சுற்றியிருந்த மனிதர்கள், மரம், செடி, கொடி, ஆறு அனைத்திலிருந்தும் தனக்குச்சக்தி கிடைத்துக் கொண்டிருப்பதாக சொன்னார். இதற்கு முன்பாக எப்போதும் இல்லாத உற்சாகத்தை அவரது உள்ளமும், உடலும் எட்டியது.

ரஜனீஷ், பகவான் ஆனார்!

52 பகவான்

10

மாண்புமிகு மாணவன்!

இயற்கை வழங்கிய ஞானத்தைப் பெற்றுவிட்டாலும், லௌகீகத் தேவைகளுக்காக கல்லூரியில் சேர்ந்தார் ரஜனீஷ்.

சொந்த ஊரான காதர்வாராவிலிருந்து 80 மைல் தொலைவில் இருந்தது ஜபல்பூர். அங்கிருந்த ஹிட் டாகர்னி கல்லூரியில் சேர்ந்தார். ஜபல்பூரில் அவரது அத்தை வீடு இருந்தது. அத்தைக்கு குழந்தைகள் இல்லை. எனவே, ரஜனீஷை தங்கள் வீட்டில் தங்க வைத்து படிக்க வைக்க வேண்டும் என்று அவர் விரும்பினார்.

ஆனால், அவரது கணவருக்கு ஏனோ ரஜனீஷ் என்றாலே ஆரம்பத்திலிருந்தே அலர்ஜி. தங்களுக்குப் புரியாத மொழியில் ஏதேதோ தத்துவங்கள் பேசும் இந்தப் பையனால் அமைதியான வாழ்க்கை வாழக்கூடிய தங்களுக்கு ஏதேனும் இடையூறு வரலாம் என்று அவர் தயங்கினார்.

"குழந்தைகள் இல்லை என்பதால் அத்தையும், மாமாவும் சந்தோஷமாக வாழ்ந்தார்கள். ஆனால், தங்களுக்குப் புத்திர பாக்கியம் இல்லாததால் சந்தோஷமான வாழ்க்கை தங்களுக்கு அமையவில்லை என்று அவர்களாகவே ஒரு கற்பிதத்தை ஏற்படுத்திக் கொண்டு புலம்பிக்கொண்டேயிருந்தனர்.

"எனக்கு ஒன்றுதான் புரியவில்லை. குழந்தை பெற்றவர்கள் எப்படி மகிழ்ச்சியாக வாழமுடியும்? பொறுப்பு என்கிற சுமை மனசை அழுத்திக்கொண்டேயிருக்கும்போது அவர்களால் எப்படி மகிழ்ச்சியாக இருக்க முடியும்? எனக்குப் புரிந்த இந்த சின்ன தர்க்கம் கூட என்னைவிட வயதில் முதிர்ந்த பலருக்கும் தெரியவில்லையே?" என்று பின்னாளில் கொஞ்சம் சிந்திக்கவைக்கும் நகைச்சுவையோடு அந்நாட்களை நினைவு கூர்ந்திருக்கிறார் ரஜனீஷ்.

இதே காலக்கட்டத்தில் ரஜனீஷுக்கு திருமணம் செய்து பேரன், பேத்தி பார்த்துவிட வேண்டும் என்று அவரது பெற்றோர் வற்புறுத்திக்கொண்டேயிருந்தார்கள். ஒருவேளை மேலே சொன்ன சிந்தனை அவருக்கு இருந்ததாலோ என்னவோ திருமணத்துக்கு ஒப்புக்கொள்ளவில்லை.

அத்தை தங்கியிருந்தது மிகப்பெரிய பங்களா வீடு. இரண்டே பேர் தான் வசித்தார்கள். ஏராளமான அறைகள் இருந்தன. இருந்தாலும் சுயமரியாதையோடு அந்த வீட்டுக்குள் நுழைய ரஜனீஷ் மறுத்தார். வாடகைக்கு வெளியே அறை எடுத்துத் தங்கினார்.

அத்தைக்கு தொண்டையில் உறுத்தும் முள்ளாக தன் அண்ணன் மகனின் இந்தச் செயல் உறுத்தியது.

"இவ்வளவு பெரிய வீட்டை வைத்துக்கொண்டு, உன்னை வெளியில் தங்க வைத்தால் ஊர் உலகம் என்னையும், என் கணவரையும் பற்றி என்ன பேசும்?"

"உலகம் பேசுவது இருக்கட்டும் அத்தை. மனசில்லாமல் மாமா என்னை உங்கள் வீட்டுக்குள் அனுமதித்து நான் அங்கே தங்கியிருப்பதைவிட தெருவோரத்தில் பிளாட்பாரத்தில் தங்குவதையே விரும்புவேன்!"

அத்தையும், மருமகனும் பேசுவதை வீட்டுக்குள்ளிருந்து மாமா கேட்டுக்கொண்டுதான் இருந்தார்.

ரோஷத்தோடு வெளியே வந்தார்.

"என் வீட்டுக்குள் நீ தங்குவதற்கு உனக்கு ஒரு வாய்ப்பு வழங்குகிறேன்..."

அவர் பேச ஆரம்பித்ததுமே ரஜனீஷ் இடைமறித்தார்.

"மன்னிக்கவும். நான் வேண்டுமானால் உங்களுக்கு வாய்ப்பளிக் கிறேன்!"

அதிர்ச்சியடைந்த மாமா, "என்ன பேசுகிறாய்? என் வீட்டுக்குள் நீ தங்குவதற்கு நான் வாய்ப்பளிக்க வேண்டுமா அல்லது என் வீட்டுக் குள் வருவதற்கு நீ எனக்கு வாய்ப்பளிக்க வேண்டுமா?"

"உங்களுக்கு அது மெதுவாகத்தான் புரியும்..."

கோபத்தோடு மாமா தோளில் துண்டை உதறிப்போட்டுவிட்டு நடந்தார்.

"நீ இப்படி அவரிடம் பேசலாமா ரஜனீஷ்? என்ன இருந்தாலும் அவர் என் கணவர். என்னை அம்மா வீட்டுக்கு அனுப்பிவிட்டால் உன் அப்பாவுக்குத்தானே சிரமம்? இத்தனைக்கும் நான் பிள்ளை பெறாதவள் வேறு. அவரது ஆதரவில்தானே வாழ்ந்துகொண்டிருக் கிறேன்..." அத்தையின் கண்கள் கசிந்தன.

ரஜனீஷுக்கு அத்தையின் நிலைமை புரிந்தது. இந்தக் காலத் திலேயே குழந்தைப் பேறில்லாத பெண்ணின் சமூக நிலை சாபக் கேடானது எனும்போது எழுபது ஆண்டுகளுக்கு முன்பு சூழல் எப்படி இருந்திருக்கும்?

அவரை சமாதானப்படுத்துவதற்காக அந்த வீட்டில் வசிக்க சம்ம தித்தார்.

ஆனால், மாமாவும் அவரும் எப்போதும் கீரியும், பூனையும்தான். அவர் ஏதாவது சொன்னால் அதற்கு நேரெதிராக இவர் பேசுவார். மாமா சொல்வது ஏற்றுக்கொள்ளத்தக்க ஒரு விஷயமாக இருந்தாலும், இவர் விதண்டாவாதம் செய்துகொண்டிருந்தார்.

அவரும் அப்படித்தான். ஜென்ம விரோதிகளைப் போல இவர்கள் ஏன் இப்படி முரண்டு பிடிக்கிறார்கள் என்று அத்தைக்கு ஆச்சரியம்.

இருபது நாட்கள்தான் அந்த வீட்டில் ரஜனீஷ் இருந்திருப்பார். அத்தையிடம் சொல்லிவிட்டு மீண்டும் வேறு அறை பார்த்து பெட்டியை எடுத்துக் கொண்டு கிளம்பிவிட்டார்.

அப்போது இருபது நாட்களுக்கு மேல் அவரால் ஒரே அறையில் தங்க முடியாது. மாற்றிக்கொண்டேயிருப்பார். தன் மாமாவிடம் மட்டுமல்ல, எல்லோரிடமும், தான் முரண்பட்டுக் கொண்டே இருப்பதை ரஜனீஷ் உணர்ந்தார். அது மனிதர்களுடனான முரண் பாடு அல்ல. காலம் காலமாக நிலவிக்கொண்டிருக்கும் அபத்தமான கருத்துகளுடனான முரண்பாடு என்பதை உணர்ந்தார்.

"ஒவ்வொரு வீடு மாறும்போதும் வேறு வேறு விதமான மனிதர் களைச் சந்திக்க முடிந்தது. வெவ்வேறான அனுபவங்களைப் பெற முடிந்தது. ஒருகட்டத்தில் காரணமே இல்லாமல் கூட நான் அறைகளை மாற்றிக்கொண்டேயிருந்ததற்கு அதுவும் ஒரு காரணம்..." என்றார்.

இதே மாதிரி முரண்பாடு அவருக்கு கல்லூரியிலும் ஓர்

ஆசிரியரிடம் ஏற்பட்டது. அவர் இலக்கியப் பாடம் எடுக்கும் ஆசிரியர்.

சிறு வயதிலிருந்தே இயற்கையை ரசித்து அனுபவிப்பவர் ரஜனீஷ். துரதிருஷ்டவசமாக அந்த ஆசிரியருக்கு இது புரியவில்லை.

அதிகாலை சூரிய உதயத்தையும், மாலையில் அஸ்தமனத்தையும் அமைதியாக த்தவம் போல பார்த்துக்கொண்டேயிருப்பார். வயதுப்பையன் சிலை மாதிரி ஒரே இடத்தில் அமர்ந்துகொண்டு வானத்தை வேடிக்கை பார்த்துக் கொண்டிருப்பது அந்த ஆசிரியருக்கு வினோதமாகப் பட்டிருக்க வேண்டும்.

"நீ உன் காலத்தை வீணாக்கிக் கொண்டிருக்கிறாய். ஒரு மாணவன், தன் படிப்பில் கவனமாக இருக்க வேண்டிய நேரம் இது. இங்கேயே நின்று வானத்தை வெறித்துக் கொண்டிருப்பதை விட்டு விட்டு, அறைக்குப் போய் படி!" என்று கண்டிப்போடு சொல்ல ஆரம்பித்தார்.

இலக்கியம் கற்ற ஆசிரியருக்கு இயற்கையைப் பற்றிய புரிதல் இல்லையே என்று ரஜனீஷுக்கு வேதனை. இயற்கையையே உணராத ஆள், இலக்கியத்தை அறியாமல், வெறுமனே மனப்பாடம் செய்து அப்படியேதான் ஒப்பிப்பார். இவரிடம் போய் நாமென்ன கற்பது என்று கருதி, அந்த ஆசிரியரின் வகுப்புக்குப் போவதையே தவிர்த்தார்.

இதுபோல வெவ்வேறு ஆசிரியர்களின் வெவ்வேறு விதமான புகார்கள். கல்லூரி நிர்வாகம் கண்டிப்பாக இவரை அணுக, இந்தக் கல்லூரியே வேண்டாம் என்று முடிவெடுத்தார். ஜபல்பூரில் இருந்த டி.என்.ஜெயின் என்கிற வேறு கல்லூரிக்குப் போய்ச் சேர்ந்தார்.

இந்தக் கல்லூரி நிர்வாகத்துக்கும், ஆசிரியர்களுக்கும் ரஜனீஷின் உள்ளம் புரிந்தது. அவர் விருப்பப்படி இருக்க அனுமதித்தார்கள். விவாதங்களில் வெளிப்பட்ட அவரது ஞானம் எல்லோரையும் வியப்புக்கு உள்ளாக்கியது.

"உனக்கு எல்லாமே தெரிந்திருக்கிறது. புதியதாக உனக்கு என்ன கற்றுக்கொடுப்பது என்றே எங்களுக்குத் தெரியவில்லை..." என்றார்கள்.

எனவே வகுப்புகளுக்கு 'அட்டெண்டன்ஸ்' போட்டே ஆகவேண்டும் என்கிற கட்டாயத்தை ரஜனீஷுக்கு அவர்கள் வலியுறுத்தவில்லை. விரும்பியபோது வரலாம், போகலாம்; தேர்வு மட்டும் ஒழுங்காக எழுதினால் போதும் என்று சலுகை அளித்தார்கள்.

எனவே, கைச்செலவுக்காக உள்ளூர் செய்தித்தாள் ஒன்றில் உதவியாசிரியராக ரஜனீஷ் பணியாற்ற முடிந்தது.

அந்நாட்களில் ஜெயின் சமூகத்தினர் ஜபல்பூரில் 'சர்வதர்ம சம்மேளனம்' என்கிற வருடாந்திர நிகழ்வை நடத்துவார்கள். அதில் கலந்துகொண்டு, தான் உணர்ந்த விஷயங்களை, மக்களோடு பகிர்ந்துகொள்ள வேண்டிய விஷயங்களை மேடையில் பேசுவார் ரஜனீஷ்.

அவரைப் பிரபலப்படுத்திய பேச்சுகள் அவை. 1951ல் தொடங்கி 1968 வரை 17 ஆண்டுகள் இந்த நிகழ்வில் தொடர்ச்சியாகக்

கலந்து கொண்டார்.

ரஜனீஷ், தன் மாணவப் பருவத்தில் யதேச்சையாக ஓர் பயணத்தில் சந்தித்த ஒரு மனிதரைப் பற்றி பெரும் அபிமானம் கொண்டிருந்தார். அம்மனிதர், சோவியத் புரட்சியில் நேரடியாகப் பங்கேற்ற இந்தியர். ரஷ்ய அதிபர் லெனினின் படையில் இணைந்து போரிட்டு மாற்றத்தைக் கொண்டு வந்தவர். டிராட்ஸ்கியின் சகா. சர்வதேச அளவிலான கம்யூனிஸ்ட் பொலிட்பீரோ அமைப்பில் உறுப்பினராக இருந்த ஒரே இந்தியர். இந்தியாவில் கம்யூனிஸ்ட் கட்சியை நிறுவியவர்.

அவர், மனமேந்திராநாத் ராய்! சுருக்கமாக எம்.என்.ராய்.

அவரைச் சந்தித்தபின் ரஜனீஷ், கம்யூனிஸ்ட் ஆனாரா?

11

நீ கம்யூனிஸ்ட்டா?

ஒரு பயணத்துக்காக ரயில் நிலையத்தில் அமர்ந்திருந்தார் ரஜனீஷ்.

எந்த ரயில்தான் நேரத்துக்கு வந்திருக்கிறது? நேரத்தைப் போக்க தியானம் செய்தார்.

தியானம் முடிந்ததும் சுற்றியுள்ள மனிதர்களை நிதானமாகக் கவனித்தார்.

அவருக்கு அருகே அறுபதுகளைக் கடந்த ஒரு மனிதர் அமைதியாக அமர்ந்திருந்தார். கண்ணாடிக்கு உள்ளே இருந்த கண்கள் அறிவுக் கூர்மையை வெளிப்படுத்தின. அவரிடம் ஏதாவது

பேசலாம் என்று ரஜனீஷுக்குத் தோன்றியது. எனவே, அவரைக் கண்டு அளவாகப் புன்னகைத்தார்.

அந்த மனிதரும் பதிலுக்கு புன்னகைத்தாரே தவிர, பேச்சுவார்த் தைக்கு முயலவில்லை.

வேறு வழியில்லாமல் தன் பயணப் பெட்டியில் இருந்த நூல்களில் ஒன்றை எடுத்து ரஜனீஷ் வாசிக்கத் தொடங்கினார்.

யதேச்சையாக ரஜனீஷைப் பார்த்த அந்தப் பெரியவர், ரஜனீஷின் கையில் இருந்த நூலைக் கண்டதுமே பரவசமானார்!

இவரிடம் பேசுவதற்காக லேசாக செருமினார்.

ரஜனீஷோ அதற்குள் நூலுக்குள் ஆழ்ந்துபோனார்.

ரயில் வந்தது. இருவரும் ரயிலில் ஏறினார்கள்.

வசதியான ஓர் இடத்தைப் பிடித்து தனது பெட்டியை பத்தி ரப்படுத்திவிட்டு, ஏற்கனவே விட்ட இடத்திலிருந்து நூலை மீண்டும் வாசிக்கத் தொடங்கினார் ரஜனீஷ்.

அந்தப் பெரியவர் எங்கெங்கோ அலைந்துவிட்டு, சரியாக ரஜனீஷுக்கு எதிரில் காலியாக இருந்த இருக்கையை ஆக்கிரமித்தார்.

அவரைக் கண்டதுமே மீண்டும் ரஜனீஷ் புன்னகைத்தார்.

அவர், "இந்த வயதில் இந்த நூலைப் படிக்கிறாயே, நீ யார்?" என்று கேட்டார்.

ரஜனீஷின் கையில் இருந்தது ரஷ்யப் புரட்சியாளர் லெனின் எழுதிய கட்டுரைத் தொகுப்பு!

"என் பெயர் ரஜனீஷ். ஜபல்பூரில் கல்லூரியில் படிக்கிறேன். லெனினுடைய நூல்கள் மட்டுமல்ல, பேராசான் மார்க்ஸ், ஏங்கல்ஸ், ஸ்டாலின் ஆகியோரின் நூல்களும் என் சேகரிப்பில் இருக்கின்றன.

"ரயிலில் கம்யூனிஸம் வாசிக்கும் முதல் இளைஞனை இந்தியாவில் இப்போதுதான் பார்க்கிறேன். நீ கம்யூனிஸ்ட்டா?"

"இப்போது வரை நான் யாருமில்லை. யாருக்குத் தெரியும், ஒருவேளை நாளையே நான் கம்யூனிஸ்ட் ஆகலாம். என் காதுகளைத் தயாராக வைத்திருக்கிறேன். எல்லாத் திசை களிலிருந்து வரும் ஒலிகளையும் கேட்கிறேன். எது என்னை ஆக்கிர மிக்கிறதோ, நான் அதுவாக மாறுவேன்! இப்போதைக்கு கம்யூனிஸம் எனக்குப் படிப்பு. கம்யூனிஸம் மட்டுமல்ல. ஆன்மிகம், அனார்க்கிஸம், சோஷலிஸம், கேப்பிடலிஸம் என்று எல்லாவற்றையும் உற்றுக் கவனிக் கிறேன். நிறைய வாசிக்கிறேன். எதுவாகவும் மாறுவதற்கு முன்பாக எல்லாவற்றையும் தெரிந்துகொள்ள விரும்புகிறேன். இப்போதைக்கு தேடலில் மட்டும்தான் இருக்கிறேன்!"

ரஜனீஷின் நீண்ட விளக்கம் அவரைக் கவர்ந்தது. அருகில் வந்து அமர்ந்தார். தன்னை அறிமுகப்படுத்திக்கொண்டார்.

"நான் எம்.என்.ராய்!"

ரமணர் பற்றி ரஜனீஷ்!

ரஜனீஷ் படித்துக் கொண்டிருந்த பல்கலைக்கழகத்தின் துணை வேந்தர் ஆக்ஸ்போர்டு பல்கலைக்கழகத்தில் எல்லாம் பணியாற்றிய நீண்ட அனுபவம் கொண்டவர். ஒருநாள் அவர், விழா ஒன்றில் மாணவர்களிடம் பேசிக்கொண்டிருந்தார்.

"புத்தர் வாழ்ந்த காலத்தில் நான் வாழவில்லையே என்று ஏங்குகிறேன். அவ்வாறு இருந்திருந்தால் நான் அவரது சீடனாக இருந்திருப்பேன்..." என்றார்.

வழக்கம்போல ரஜனீஷ் குறுக்கிட்டார். "நான் அப்படி நினைக்கவில்லை..."

"ஏன்?"

"புத்தரைப் போன்ற ஞானம் கொண்ட மகான் ஒருவர், இதே தேசத்தில்தான் நாம் வாழும் காலத்தில் வாழ்ந்தார். தென் மாநிலத்தில் திருவண்ணாமலை என்கிற சிறுநகரில் வாழ்ந்து சமீபத்தில் மறைந்த ரமண மகரிஷிதான் அவர். அவரை நீங்கள் இதுவரை நேரில் போய் தரிசித்ததுகூட கிடையாது. அவரிடம் சீடராக முயற்சித்ததும் இல்லை. அப்படியிருக்க புத்தர் இருந்திருந்தால் மட்டும் அவரிடம் நீங்கள் எப்படி சீடர் ஆகியிருப்பீர்கள்?"

ரஜனீஷ், சூடாக இதுபோல சொன்னதும் சுற்றியிருந்த பேராசிரியர்களும், மற்ற மாணவர்களும் பதறிவிட்டனர்.

ஆனால், துணைவேந்தரோ, "என் வயது அறுபத்தெட்டு. என் முகத்துக்கு நேராக இதுவரையில் எவரும் இதுபோல உண்மையை பட்டென்று போட்டு உடைத்தது இல்லை. இனி நீ என் மாணவன் அல்ல. நண்பன்!" என்று கூறி ரஜனீஷை அணைத்துக்கொண்டார்.

அன்றிலிருந்து ரஜனீஷை நண்பராகவே கருதிப் பழகத் தொடங்கினார். அப்போது ரஜனீஷுக்கு வயது இருபத்தி நான்குதான்!

அந்தப் பெயரைக் கேட்டதுமே ரஜனீஷுக்கு சிலிர்த்துவிட்டது. இந்தியாவின் மகத்தான ஒரு தலைவரை, சாதாரண ரயில் பயணத்தில் சந்திக்க முடியுமென அவர் கனவிலும் நினைத்ததில்லை.

அவரிடம் கம்யூனிஸம் குறித்த தன் சந்தேகங்களை எல்லாம் கேட்டுத் தெரிந்துகொண்டார். எம்.என்.ராயும் ரஷ்யப் புரட்சியின் போது தனக்கு நேர்ந்த அனுபவங்களை எல்லாம் சுவைபட சொல்ல ஆரம்பித்தார். இருபது வயதை எட்டிய ரஜனீஷுக்கும், அறுபது வயதைக் கடந்த எம்.என்.ராய்க்கும் அன்றிலிருந்து நட்பு மலர்ந்தது.

எம்.என்.ராய் மட்டுமல்ல, இன்னொரு ராயும், ரஜனீஷின் வாழ்வில் முக்கியமானவர். அவர், எஸ்.எஸ்.ராய்!

சாகர் பல்கலைக்கழகத்தில் பணிபுரிந்துகொண்டிருந்த தத்துவப் பேராசிரியர். அப்போது நாடு முழுக்கவே மாணவர்கள் மத்தியில் எஸ்.எஸ்.ராய்க்கு நல்ல மதிப்பு இருந்தது.

சாகர் பல்கலைக்கழகத்தில் நடக்கும் கருத்தரங்கங்கள் போன்ற நிகழ்வுகளில் கலந்துகொள்ள ரஜனீஷ் செல்வார். இவருடைய கூர்மையான கேள்விகளும், தத்துவங்களை கிரகிக்கும் திறனும் ராயை மிகவும் கவர்ந்தது.

"இந்தப் பல்கலைக்கழகத்தில் வந்து படிக்கலாமே? நாம் அடிக்கடி சந்திக்க முடியும் இல்லையா?" என்று அடிக்கடி கேட்பார்.

ரஜனீஷ், பதில் எதுவும் சொல்லாமல் புன்னகைப்பார்.

"ஒன்று நீ இங்கே வா. அல்லது நான் நீ படிக்கும் இடத்துக்கு வந்துவிடுகிறேன்!" என்று ஜோக் அடிப்பார்.

அப்போது சாகர் பல்கலைக்கழகத்தில் ஆயிரம் மாணவர்கள்தான் இருந்தனர். ஆனால், முன்னூறு பேராசிரியர்கள்!

ஆசிரியர், மாணவர் விகிதம் மிகவும் குறைவாக இருந்ததால், ஒவ்வொரு மாணவனையும் தனிப்பட்ட முறையில் கவனித்து, அவர்களை பட்டை தீட்டிய வைரங்களாக உருவாக்கிக் கொண்டிருந்தது சாகர் பல்கலைக்கழகம்.

பேராசிரியர் ராயின் வற்புறுத்தலால் அங்கே மேற்படிப்புக்காக சேர்ந்தார் ரஜனீஷ்.

ராய், ரஜனீஷுக்கு எடுத்த முதல் வகுப்பு இறைவன் தொடர்பானது.

"முழுமையான ஒன்றையே நாம் இறைவன் என்கிறோம்..." என ஆதிசங்கரரை மேற்கோளிட்டு ராய் சொன்னார்.

உடனே அதை ஆட்சேபித்து கேள்வி எழுப்பினார் ரஜனீஷ்.

"முழுமை என்றால் முடிந்துவிட்டது என்று அர்த்தம். அதற்கு மேல் வளர்ச்சி பெறமுடியாத ஒன்றே முழுமை பெறுகிறது. வளர்ச்சியோ மாற்றமோ அடைய இயலாத ஒன்று இறந்துவிட்டது என்று அர்த்தம். உங்கள் இறைவன் எப்படி?"

ஒரு மாணவனிடமிருந்து இப்படியொரு இடியை எந்தப் பேராசிரியரும் எதிர்பார்க்க மாட்டார்.

ஆதிசங்கரர், மேற்கத்திய அறிஞர் பிராட்லி போன்றோர் சொன்ன 'முழுமை' தத்துவத்தை ஆராய்ச்சி செய்து பட்டம் பெற்றவர் எஸ்.எஸ். ராய். தான், பட்டம் பெற்ற சப்ஜெக்ட்டின் அடிமடியிலேயே ரஜனீஷ் கைவைத்தது அவரை கோபப்படுத்தவில்லை. மாறாக மகிழ்ச்சிக்கு உள்ளானார்.

"உன் கேள்விக்கு விடை கொடுக்க எனக்கு அவகாசம் கொடுப்பாயா?" என்று அன்புடன் கேட்டார். ஏனெனில், முழுமை என்றால் முடிந்துவிட்ட ஒன்று என்கிற அர்த்தத்தை ராய் ஒப்புக்கொண்டார். ஆனால், கடவுளை முழுமையற்றவர் என்றோ, முடிந்துவிட்டவர் என்றோ எப்படிச் சொல்ல முடியும்?

அன்றிலிருந்து ரஜனீஷை தன்னுடனேயே ராய் தங்கவைத்துக் கொண்டார். தனக்குச் சமமாக அவரை மதித்து விவாதங்கள்

நடத்தினார். அவரும் நிறைய தெளிவுற்றார். ரஜனீஷின் பல சந்தேகங்களுக்கும் தன்னால் முடிந்த விளக்கங்களைக் கொடுத்தார்.

சாகர் பல்கலைக்கழகத்திலிருந்து வேறொரு பல்கலைக்கழகப் பணிக்கு சேர்ந்தபோது ராய், தன்னுடனேயே ரஜனீஷை வருமாறு அழைத்தார். எனினும் சாகர் பல்கலைக்கழகம், தன்னுடைய திறமையான மாணவனை விட்டுத்தர முடியாது என்று மறுத்தது.

ராய், வேறு பல்கலைக்கழகத்துக்குச் சென்றுவிட்டபோதிலும் மாதாமாதம் ரஜனீஷை சந்தித்து உரையாடுவதை வழக்கமாகக் கொண்டிருந்தார்!

12

சிஸ்டம் சரியில்லை!

சாகர் பல்கலைக்கழகத்தில் பட்டம் பெற்றார் ரஜனீஷ்.

அடுத்து?

எல்லோரையும் போல வேலை தேடினார்.

அரசுப் பணியின் நேர்முகத் தேர்வுக்குச் சென்றார்.

அவரை நேர்முகம் செய்த அதிகாரி ரஜனீஷின் பின்புலத்தை விசாரித்தார்.

"உங்களுக்கு யாராவது நன்னடத்தைச் சான்றிதழ் தந்திருக்கிறார்களா?" என்று கேட்டார்.

அப்போதெல்லாம் அரசு வேலையோ, தனியார் வேலையோ, நன்னடத்தைச் சான்றிதழ் என்பது கட்டாயம்.

"என்னைப் பார்த்தால் கெட்டவனாகத் தெரிகிறதா? நானே சொல்கிறேன். நானே எனக்கு சான்றளித்துக்கொள்கிறேன். நான் நல்லவன்தான்!"

அந்த அதிகாரிக்கு ரஜனீஷை மிகவும் பிடித்துப் போயிற்று. இருந்தாலும் அலுவலக நடைமுறைக்காக சான்றிதழை வற்புறுத்தினார்.

"நீங்கள் படித்த கல்லூரியில் ஏதாவது பேராசிரியரிடமோ அல்லது துணைவேந்தரிடமோ ஒரு சான்றிதழ் வாங்கி வந்து விடுங்களேன்..."

ரஜனீஷ், இதற்குக் கொடுத்த பதில் விசித்திரமானது.

"எங்கள் பேராசிரியர்களுக்கோ, துணைவேந்தருக்கோ நல்லவர்கள் என்று நான் சான்றிதழ் கொடுக்க மாட்டேன். அப்படியிருக்க அவர்கள் மட்டும் எனக்கு அப்படியொரு சான்றிதழை எப்படி கொடுக்க முடியும்?"

"ரஜனீஷ்! உங்களை நான் புரிந்துகொள்கிறேன். ஆனால், என்னுடைய மேலதிகாரிகள் என்னைப் போல இருப்பார்கள் என்று சொல்ல முடியாது. நீங்கள் வேலைக்கு தேர்ந்தெடுக்கப்பட்டு விட்டீர்கள். ஆனால், நன்னடத்தைச் சான்றிதழ் இல்லாமல் பணியில் சேரமுடியாது..."

அரசு அலுவலகத்து நடைமுறைகளை நினைத்து மனதுக்குள் சிரித்தார் ரஜனீஷ்.

கல்லூரித் துணைவேந்தரிடம் அப்பாயின்ட்மென்ட் வாங்கி சந்தித்தார்.

"சார், நான் பணிக்கு சேர நன்னடத்தைச் சான்றிதழ் கேட்கிறார்கள்..."

"அவ்வளவுதானே? இதோ எழுதிக் கொடுத்து விடுகிறேன். உனக்குக் கொடுக்காமல் வேறு யாருக்கு கொடுக்கப் போகிறேன்?" என்று சொன்னவர், உடனே ஒரு வெள்ளைத்தாளை எடுத்து எழுதி, கையெழுத்திட்டுக் கொடுத்தார்.

அவர் எழுதி கையெழுத்திட்ட தாளை வாங்கி ரஜனீஷ் வாசித்தார்.

"சார், இதென்ன அநியாயமாக இருக்கிறது. 'இவன் நல்லவன். ஒழுக்கமானவன். நல்லபடியாகப் பணியாற்றுவான்' என்று எழுதி யிருக்கிறீர்களே?"

"உண்மையைத்தானே எழுதியிருக்கிறேன்?"

"அப்படி அல்ல. எனக்கு நீங்கள் இப்படி சான்றிதழ் கொடுப்பது என் மனச்சாட்சிக்கு விரோதமானது!"

ரஜனீஷை துணைவேந்தர் அறிவார்.

"சரி. நீயே உனக்கான சான்றிதழை எழுதிக் கொடு. கையெழுத்து போட்டுக் கொடுத்துவிடுகிறேன்!"

ரஜனீஷ் எழுதி, துணைவேந்தரிடம் நீட்டினார். அதை வாசித்தவர், வாய்விட்டுச் சிரித்தவாறே கையெழுத்திட்டார்.

அந்தத் தாளில் இப்படி எழுதியிருந்தது.

'ரஜனீஷ் எங்கள் பல்கலைக்கழகத்தில் படிக்கும்போது நல்லவனாகத்தான் இருந்தான் என்று சான்று கொடுக்கிறேன். எதிர் காலத்திலும் அவன் இப்படியேதான் இருப்பானா என்று என்னால் உறுதி கொடுக்க முடியாது!'

இப்படியான அதிரடி சான்றிதழோடுதான் 1957ல் ராய்ப்பூர் சமஸ்கிருத மகாவித்யாலயாவில் பணிக்குச் சேர்ந்தார்.

மாணவர்கள் தங்கும் விடுதியிலேயே அவரும் தங்கினார்.

சமஸ்கிருதக் கல்லூரியில் ஏழை மாணவர்களே அதிகம் படித்தார்கள். ஏனெனில் சமஸ்கிருதம் கற்றால் அரசு உதவித்தொகை கிடைத்தது.

அக்கல்லூரியில் பிரார்த்தனை என்பது கட்டாயம். பிரார்த்தனை வகுப்புக்கு வராதவர்களுக்கு அட்டெண்டன்ஸில் விடுப்பு என்று குறிக்கப்பட்டது.

விடியற்காலையிலேயே பிரார்த்தனை வகுப்பு.

இதற்காக மாணவர்கள் அதிகாலை நான்கு மணிக்கே எழுந்திருக்க வேண்டியிருந்தது.

பனிக்காலங்களில் அவர்களுக்கு சுடுநீரில் குளிக்கும் வசதி, விடுதியில் இல்லை.

குளிர்ந்தநீரில் குளித்து வெடவெடத்துக் கொண்டே பிரார்த்தனைக்கு வருவார்கள்.

இதனால், பல மாணவர்களுக்கு பிரார்த்தனை வகுப்பு என்றாலே வேப்பங்காயாய் கசக்கும்.

ஆசிரியராக இல்லாமல் தங்களோடு நண்பராகப் பழகும் ரஜனீஷிடம் இந்தப் பிரச்னையை மாணவர்கள் எடுத்துச் சொன்னார்கள்.

ரஜனீஷ், மாணவர்கள் சார்பாக நிர்வாகத்திடம் பேசினார்.

ராய்ப்பூர் சமஸ்கிருத மகாவித்யாலயாவின் துணைவேந்தர் எரிச்சல் அடைந்தார்.

"பிரார்த்தனைக்கு வர மனமில்லாதவர்கள் வரவேண்டாம்..." என்றார்.

ரஜனீஷ் அவரிடம், "அப்படி அவசரப்பட்டு சொல்லாதீர்கள். நாளை காலை நீங்களும் பிரார்த்தனைக்கு வாருங்கள். வந்துவிட்டு முடிவெடுங்கள்!" என்று கேட்டுக் கொண்டார்.

இதனால், மறுநாள் அதிகாலையில் எழுந்து துணைவேந்தரும் குளிர்ந்த நீரில் குளிக்க வேண்டியிருந்தது.

வெடவெடத்துக்கொண்டே பிரார்த்தனைக்கு வந்தவர், மாணவர்களைப் பார்த்து கையெடுத்துக் கும்பிட்டு, "உங்கள் பிரார்த்தனை நேரம் மாற்றப்படும்..!" என்று அறிவித்தார்.

மாணவர்கள் கரகோஷம் எழுப்பி, ரஜனீஷை வாழ்த்தி கோஷம்

குரு சிஷ்யன்

மாதா, பிதா, குரு, தெய்வம் என்பார்கள். அதாவது கடவுளைவிட அன்னையும், தந்தையும், ஆசிரியரும் முக்கியமானவர்கள் என்று பொருள். எனவேதான் குருவுக்கு சேவை செய்வது சீடர்களின் கடமை என்று மரபாக நமக்குப் போதிக்கப்பட்டு வருகிறது.

ஒஷோ, இதையெல்லாம் 'ஜஸ்ட் லைக் தட்' ஆகக் கடந்து போகிறார்.

குரு – சிஷ்ய உறவுக்கு இலக்கணமோ, வரையறையோ கூடாது என்று வலியுறுத்துகிறார்.

"ஒரு குருவுக்கு அளவற்ற சுதந்திரம் உண்டு. அதே சுதந்திரத்தை அவர் தன்னுடைய சீடர்களுக்கும் அளிக்கவேண்டும். சீடர்கள் மீது குருவுக்குக் கருணை இருந்தால்தான், குருவின் மீது சீடர்களுக்கு அன்பு பிறக்கும்..." என்கிறார் ஒஷோ.

போட்டனர்.

மாணவர்கள் மத்தியில் புரட்சிகரமான ஆசிரியராக ரஜனீஷ் உருவெடுத்தார். கிட்டத்தட்ட மாணவர் சங்கத் தலைவர் மாதிரி அவர் செயல்பட்டார்.

மாணவர் பிரச்னைகளுக்காக அடிக்கடி துணைவேந்தரை சந்தித்தார். கோரிக்கைகளை வைத்தார்.

ஒரு கட்டத்தில் ரஜனீஷை தாக்குப் பிடிக்க முடியாத நிர்வாகம், அவரை ஜபல்பூர் பல்கலைக்கழகத்துக்கு இடமாற்றம் செய்தது.

1960ல் தத்துவப் பேராசிரியராக ஜபல்பூர் பல்கலைக்கழகத்துக்கு வந்தார் ரஜனீஷ்.

தத்துவ வகுப்பில் பத்தே பத்து மாணவர்கள்தான்.

வழக்கமான ஆசிரியர்கள் மாதிரி ரஜனீஷ் பாடம் எடுக்க மாட்டார்.

மாணவர்கள் விருப்பப்பட்ட பாடத்தை வாசித்துவிட்டு அவரிடம், தங்கள் சந்தேகங்களை கேள்விகள் கேட்பார்கள்.

அவர்களுக்கு விடையளிப்பதையே தன்னுடைய போதனை முறையாக மாற்றிக் கொண்டார்.

லெக்சர் என்கிற பெயரில் பிளேடு போடமாட்டார்.

இதனால் ரஜனீஷின் வகுப்பு என்றால் மாணவர்களுக்கு குஷி.

தத்துவப் பாடம் போதிக்கும் ஆசிரியரின் இந்த நூதனமுறையிலான போதிப்பு பற்றிய செய்தி பல்கலைக்கழகமெங்கும் பரவியது. மற்ற துறைகளில் படித்துக் கொண்டிருந்த மாணவர்களும், ரஜனீஷின் வகுப்புக்கு வருவார்கள்.

பாடப்புத்தகம் தவிர்த்த வெவ்வேறு சந்தேகங்களையும் எழுப்புவார்கள். அரசியல், சமூகம், கலாச்சாரம் பற்றியும் கேட்பார்கள்.

தனக்குத் தெரிந்த அத்தனையையும் மாணவர்களுக்கு சொல்லிக் கொடுத்தார் ரஜனீஷ். அவருக்கு விடை தெரியாத கேள்விகளுக்கு

வாசித்துத் தெரிந்துகொண்டு விளக்கம் அளிப்பார்.

"பல்கலைக்கழக பாடமுறையில் அறிந்துகொள்வது நீங்கள் வேலைக்குச் சேரத்தான் உதவுமே தவிர, வாழ்க்கைக்கு வழிகாட்டாது..." என்று அடிக்கடி சொல்வார்.

ரஜனீஷ், கல்லூரியில் பணியாற்றியது அறுபது ஆண்டுகளுக்கு முன்பு என்பதை நீங்கள் கவனத்தில் கொள்ள வேண்டும்.

அப்போது பெரும்பாலான பெண்களை படிப்பதற்குப் பள்ளிக்கூடங்களுக்கே அனுப்ப மாட்டார்கள். கல்லூரிக்கு வரும் பெண்கள் மிகவும் அரிது.

அவ்வாறு கல்லூரிகளுக்கு சில பெண்கள் வந்தாலும், அவர்களுக்கு கடுமையான உடை கட்டுப்பாட்டிலிருந்து வந்தது.

மாணவர்களிடம் பேசவும், அவர்கள் அருகில் அமரவும் தடை செய்யப்பட்டார்கள்.

ரஜனீஷுக்கு இது வினோதமாக இருந்தது.

ஆண் - பெண் இருவரும் சமம் என்று போதிக்கவேண்டிய பல்கலைக்கழகங்களே இம்மாதிரி பத்தாம்பசலித்தனமாக நடந்து கொள்ளக் கூடாது என்று கருதினார்.

அவருடைய வகுப்புகளில் மாணவர்கள் ஆண் - பெண் பேதமின்றி பழகுவதற்கு அனுமதிக்கப்பட்டார்கள்.

அவரவர் விரும்பிய உடையை அணிந்து வரலாம் என்று சொன்னார்.

மாணவர்களின் தயக்கத்தை உடைக்க, அவரே கைலி அணிந்துகொண்டு பாடமெடுக்கத் தொடங்கினார். அப்போதெல்லாம் பேராசிரியர்கள் கோட் அணிந்துகொண்டுதான் வகுப்பறைகளுக்குள்ளேயே நுழைவார்கள்!

ரஜனீஷின் புரட்சிகரமான நடவடிக்கைகள் சக ஆசிரியர்களுக்கும், பல்கலைக்கழகத்துக்கும் தர்மசங்கடத்தை ஏற்படுத்தியது.

ரஜனீஷின் தத்துவ வகுப்புகளில் கிடைக்கும் சுதந்திரம், தங்களுக்கும் வேண்டுமென்று மற்ற துறை மாணவர்களும் அவரவர் துறைத் தலைவர்களிடம் முறையிடத் தொடங்கினார்கள்.

துணைவேந்தர், இந்தப் பிரச்னையைக்கையாள ரஜனீஷையும், சக ஆசிரியர்களையும் அழைத்து ஒரு கூட்டம் போட்டார்.

ரஜனீஷின் மீது மற்ற ஆசிரியர்களும், பல்கலைக்கழக அதிகாரிகளும் அடுக்கடுக்காக குற்றச்சாட்டுகளை அள்ளித் தெளித்தார்கள்.

குறிப்பாக -

"ரஜனீஷ் இதுபோல எல்லாம் நடந்துகொள்வதால் மாணவர்கள் ஆசிரியர்களுக்கு தரவேண்டிய மரியாதையைக் கொடுக்க மாட்டார்கள்..." என்று ஒரே குரலில் சொன்னார்கள்.

எல்லாவற்றையும் பொறுமையாகக் கேட்டார் ரஜனீஷ்.

"மாணவர்கள் நிஜமாகவே நம்மை மதிக்க வேண்டும் என்று

நினைக்கிறீர்களா அல்லது மதிப்பது போல நடிக்க வேண்டும் என்று விரும்புகிறீர்களா?" என்று கேட்டார்.

"இதென்ன கேள்வி?" என்று பொங்கியெழுந்தார்கள் மற்ற ஆசிரியர்கள்.

"உங்களையெல்லாம் மதிப்பது போல நடிக்கிறார்கள். என்னை நிஜமாகவே மதிக்கிறார்கள். அவர்கள் மாணவர்கள். அடிமைகள் அல்ல!" என்றார்.

பல்கலைக்கழகத் துணைவேந்தருக்கு ரஜனீஷின் அணுகுமுறை புரிந்தது.

ஆனால், காலம்காலமாக நிலவிவந்த நடைமுறைகளை மாற்ற முடியாது என்கிற நெருக்கடி அவருக்கு இருந்தது.

"சிஸ்டம் சரியில்லை ரஜனீஷ்..!" என்றார்.

13

பறந்து வந்த செருப்பு!

கல்லூரியில் பணியாற்றிக் கொண்டிருந்த காலத்தில் ரஜனீஷ், மாணவர்களை உற்றுநோக்கத் தொடங்கினார்.

அவரவர் தேர்ந்தெடுத்து படிக்கும் பாடங்களில் மட்டுமே கவனம் செலுத்துகிறார்களே தவிர, மனித வாழ்வுக்கு அவசியமான பொதுவான விஷயங்களைத் தெரிந்துகொள்ள ஆர்வம் காட்டுவதில்லை என்பதை உணர்ந்தார்.

இதே மனோபாவம்தான் அவர்கள் பள்ளி, கல்லூரிப் படிப்புகளை முடித்து வெளியே செல்லும்

போதும் தொடர்கிறது என்பதைப் புரிந்துகொண்டார்.

வகுப்பில் தத்துவம் போதித்தாலும் கூடவே அறிவியலையும் கலந்து பேசினார். இதற்காக அவர் நூலகங்களில் நிறைய நேரத்தைச் செலவழித்து ஏராளமாகப் படிக்க வேண்டியிருந்தது.

எல்லா மதம் சார்ந்த தத்துவங்களையும் வாசித்து, புரிந்துகொண்டு அவற்றை மனிதவாழ்வில் எப்படி பயன்படுத்துவது என்று அறிவியல் பூர்வமாக மாணவர்களுக்கு சொல்லிக் கொடுத்தார்.

நிறைய வாசித்து மூளையில் ஏற்றிக்கொள்ள வேண்டும். மேலும் மேலும் தகவல்களை மூளை சேகரித்துக்கொள்ள பயிற்சியாக தியானம் செய்ய வேண்டும் என்கிற எளிய ஃபார்முலாவைப் போதித்தார்.

ரஜனீஷிடம் பாடம் படித்த மாணவர்கள், வெளியே சென்று அவரது புகழைப் பரப்பினார்கள். ஏற்கனவே மாணவப் பருவத்திலேயே கருத்தரங்கங்கள் வாயிலாகப் புகழ் பெற்றிருந்த ரஜனீஷுக்கு மேலும் மேலும் புகழ் சேர்ந்துகொண்டேயிருந்தது.

மாணவர்களுக்கு மட்டும்தானா, எங்களுக்கெல்லாம் தியானம் சொல்லிக் கொடுக்க மாட்டீர்களா என்று அவரைக் காணுமிடமெல்லாம் மக்கள் கேட்கத் தொடங்கினார்கள்.

இதைத் தொடர்ந்து 1964ல் ராஜஸ்தானில் பத்து நாட்களுக்கு பிரும்மாண்டமான தியான முகாம் ஒன்றை ரஜனீஷ் நடத்தினார்.

பொதுவாக சாமியார்கள் அவரவர் மதம் சார்ந்த தியான முறைகளைத்தான் போதிப்பார்கள். ரஜனீஷோ பல்வேறு மதங்களில் இருக்கும் தியானமுறைகளில் எவை எவை சிறந்தவையோ அவற்றைத் தேர்ந்தெடுத்து மக்களுக்கு சொல்லிக் கொடுத்தார்.

அவர் தன்னை குறிப்பிட்ட மதம் சார்ந்தவராக முன்வைத்துக் கொள்ளாததால், சாதி, மதம் கடந்து மக்கள் அவரை நம்பினார்கள்.

மதங்கள் போதிக்கக்கூடிய மெய்யான கருத்துகளை மக்கள் உள்வாங்கிக் கொள்வதில்லை. மாறாக, மதங்களை தாங்கள் அணி சேர்வதற்கான அமைப்பாகப் பார்க்கிறார்கள் என்று குற்றம் சாட்டினார்.

மதப்பிடிப்பு கொண்டோர் இதனால் ரஜனீஷ் மீது அதிருப்தி கொண்டனர். ஒரே மனிதன் எப்படி பகவத்கீதை, பைபிள், குரான் மற்றும் புத்தம், சமணம் சார்ந்த மதங்களின் கருத்துகளை எல்லாம் ஒரே மேடையில் சொல்லிக் கொடுக்கலாம் என்று கிளர்ந்தெழுந்தார்கள்.

ரஜனீஷை 'நாத்திகன்' என்றார்கள். அவர் பேசும் மேடைகளில் கலாட்டா செய்யவும் தொடங்கினார்கள்.

ஒரு மேடையில் ரஜனீஷ் பேசிக்கொண்டிருந்தபோது திடீரென்று செருப்பு ஒன்று அவர் மீது வந்து விழுந்தது. கூட்டம் சலசலத்தது. அதைக் கண்டுகொள்ளாமல் ரஜனீஷ் தன்னுடைய பேச்சை நிறுத்தாமல் பேசிக்கொண்டிருந்தார். எனவே மகுடிக்குக் கட்டுப்பட்ட

பாம்பாக மக்கள் அமைதியடைந்தார்கள்.

பேச்சு முடிந்ததுமே தன் மீது வீசப்பட்ட செருப்பை எடுத்து, தலைக்கு மேலாகத் தூக்கிக் காண்பித்தார்.

“இந்த செருப்பை வீசிய அன்பரை நினைத்து பரிதாபப்படுகிறேன். அவரால் ஒற்றை செருப்பு அணிந்துகொண்டு வீடு போய்ச் சேர முடியாது. வெறுங்காலால் நடக்கும் துன்பத்தை அவருக்கு ஏற்படுத்தி விட்டேனே என்று மனம் வருந்துகிறேன்..!” என்றார்.

கூட்டம் ஆர்ப்பரித்தது.

அன்று இரவு ரஜனீஷை ஒரு வயதானவர் சந்தித்தார். ஊரில் அவர் செல்வாக்கு மிக்க பண்டிதர். மதக்கருத்துகளை மிகவும் சிறப்பாக பிரசங்கம் செய்யக்கூடியவர்.

ரஜனீஷுக்கு தன்னுடைய ஊரில் கூடிய கூட்டத்தையும், அவருடைய கருத்துகளுக்குக் கிடைத்த வரவேற்பையும் அவரால் தாங்கிக்கொள்ள முடியவில்லை.

மேலும் ரஜனீஷின் மதம் சார்ந்த கருத்துகள், தன்னுடைய பிழைப்பின் ஆணிவேரையே அசைத்துப் பார்க்கக்கூடிய புரட்சி கரமான சிந்தனைகளால் நிரம்பியிருந்ததை உணர்ந்து கோபப்பட்டார். அதன் விளைவாகவே செருப்பை எறிந்து கூட்டத்தைக் கலைக்க திட்டமிட்டார்.

ஆனால், ரஜனீஷ், கூட்டம் கலைந்துவிடாமல் தொடர்ந்து பேசவே அவரது திட்டம் நிறைவேறவில்லை. கூட்டம் முடியும்வரை அவரும் முழுமையாகயிருந்து ரஜனீஷின் பேச்சைக் கேட்டு, அவரது கருத்துகளில் தன்னை இழந்துவிட்டார்.

இதையெல்லாம் சொல்லி அவர் ரஜனீஷிடம் மன்னிப்பும் கேட்டார்.

“எல்லோரும் எப்போதும் தூங்கிக் கொண்டிருக்க வேண்டிய அவசியமில்லை. இப்போது நீங்கள் விழித்திருக்கிறீர்கள். மகிழ்ச்சி!” என்று அவரைக் கட்டியணைத்து விடைகொடுத்தார் ரஜனீஷ்.

மதம், மனிதர்களைப் பிளவு படுத்துகிறது. மதங்கள் உருவானதின் நோக்கம் நிறைவேறவில்லை.

ஆனால், மக்களுக்கு ஏதோ ஒரு மதத்தைச் சார்ந்து வாழவேண்டிய நெருக்கடியை நம்முடைய சமுதாயக் கட்டமைப்பு கொண்டிருக்கிறது.

மக்களிடம் பேசத்தொடங்கிய ஆரம்ப காலக்கட்டங்களில் பொதுவாக கடவுளர்களை ரஜனீஷ் குறிப்பிடமாட்டார். அதன் காரணமாகவே அவரை கம்யூனிஸ்ட் என்றும், நாத்திகர் என்றும் கூறி அவரது கூட்டங்களுக்குச் செல்ல வேண்டாமென்று மத அபிமானிகள் தத்தம் மக்களிடம் பிரசாரம் செய்துகொண்டிருந்தார்கள்.

உண்மையில் ரஜனீஷ் நாத்திகரோ, ஆத்திகரோ, கம்யூனிஸ்ட்டோ, கேப்பிடலிஸ்ட்டோ அல்லது வேறு எதுவுமோ கிடையாது. ஏற்கனவே ஒருமுறை குறிப்பிட்ட மாதிரி அவர் ஒரு seeker. மனித மனங்களின்

ரகசியங்களை, பிரபஞ்சத்தின் உண்மைகளை கடைசிவரை தேடிக் கொண்டேயிருந்தார். அவருடைய தேடலில் அவர் அறிந்தவற்றையே மக்களுக்கு எளிமையாக எடுத்துச் சொல்லிக் கொண்டிருந்தார்.

தன்னை மதங்களுக்கு எதிரானவராகச் சித்தரித்து நெருக்கடி கொடுத்துக்கொண்டிருந்தவர்களைச் சமாளிக்க, தன்னுடைய பேச்சுகளில் கடவுளர்கள் மற்றும் இறைத்தூதர்களின் பெயர்களை குறிப்பிட ஆரம்பித்தார் ரஜனீஷ்.

கிருஷ்ணரைப் பற்றி அவர் பேசியதை இந்துக்கள் வரவேற்றார்கள். இயேசுவைப் பற்றிப் பேசினால், தங்கள் கூட்டங்களில் வந்து உரையாற்றுமாறு கிறிஸ்துவர்கள் கேட்டுக்கொண்டார்கள். முகம்மது நபி அவர்களின் கருத்துகளை எடுத்துச் சொல்வதை இஸ்லாமியர் ஏற்றுக்கொண்டனர்.

இம்மாதிரி சர்வமத மக்களிடமும் ரஜனீஷ் சென்று சேர்ந்தார்.

அதற்கு முன்பாக ரஜனீஷின் சொந்த ஊரில் இருக்கும் கோயில்களில்கூட அவரை அனுமதிக்க மாட்டார்கள். இப்போதோ கோயில், சர்ச், மசூதி, குருத்வாரா என்று ரஜனீஷ் எங்கே சென்றாலும் முதல் மரியாதை கொடுத்து வரவேற்கப்பட்டார்.

ஆனால், ரஜனீஷ் பணிபுரிந்துகொண்டிருந்த பல்கலைக்கழகம் அவரது இந்தப்புகழை ரசிக்கவில்லை. ஒரு பேராசிரியராக கல்வி சார்ந்த கருத்தரங்கங்களில் கலந்துகொள்வதை விட்டு, இப்படி ஊர் ஊராக சன்னியாசி மாதிரி மக்களிடம் போய் தியானம், வாழ்வியல் தத்துவம் என்று பேசிக்கொண்டிருப்பது சரியல்ல என்று அவரை எச்சரித்தார்கள். குறிப்பாக ரஜனீஷின் பேச்சுகளால் அவ்வப்போது ஏற்படும் சர்ச்சைகளை அவர்கள் விரும்பவில்லை.

சீக்கியர்கள் மத்தியில் ஒருமுறை ரஜனீஷ் பேசிக்கொண்டிருந்தார். இந்து மதத்திலிருந்து சீக்கிய மதம் தோன்ற வேண்டியதின் அவசியம், குருநானக்கின் கருத்துகள், குரு கோபிசந்த் சீக்கியர்களுக்காக உருவாக்கிய அடையாளங்கள் பற்றியெல்லாம் அவரது பேச்சு விரிவாக அமைந்திருந்தது.

அவரது பேச்சைக் கேட்ட சீக்கிய மக்கள், ரஜனீஷும் சீக்கியர்தான் என்று கருதினார்கள். எனவே, "இவ்வளவு பேசும் நீங்கள் முடியை நீளமாக வளர்த்து டர்பன் கட்டிக்கொள்ளவில்லை. கையில் வளையம் அணியவில்லை. இடுப்பில் கத்தி வைத்துக் கொள்ளவில்லை!" என்றெல்லாம் சரமாரியாக குற்றம் சாட்டினார்கள்.

"நான் சீக்கியனல்ல. ஆனால், சீக்கியனாக விரைவில் மாறிவிடுவேன் என்றுதான் கருதுகிறேன்!" என்று அவர்களை சமாதானப்படுத்தினார் ரஜனீஷ்.

இந்நிகழ்ச்சி உள்ளூர் செய்தித்தாள்களில் விரிவாக வந்திருந்தன. 'ஜபல்பூர் பேராசிரியர், சீக்கியர் ஆகிறார்!' என்றெல்லாம் தலைப்பிட்டு எழுதியிருந்தார்கள்.

போலவே ஒரு சமணக் கூட்டத்தில் சந்தன்முனி என்கிற சமண மதப் பெரியவரிடமும் அவருக்குப் பிரச்னை ஏற்பட்டது.

"சந்தன்முனி தனக்குப் போதிக்கப்பட்டதையும், சமண மதநூல்களில் கற்றதையும் மட்டுமே மக்களிடம் சொல்கிறார். அவருக்கு ஆன்மீக அனுபவமே கிடையாது..." என்று நேருக்கு நேராகக் குற்றம் சாட்டினார் ரஜனீஷ்.

அந்தக் கூட்டத்தில் ரஜனீஷுக்கு பெரும் எதிர்ப்பு கிளம்பியது.

ஆனால், சந்தன்முனியோ ரஜனீஷின் கருத்தை ஏற்றுக் கொண்டார். ரஜனீஷின் தியானமுறைகளை, தான் கற்றுக்கொள்ள விரும்புவதாகக் கூறினார். சமண மதத் துறவிகளுக்கு காலம் காலமாக எவை கற்பிக்கப்படுகிறதோ, அதை மட்டுமே இயந்திரத்தனமாகக் கற்று, தான் மெய்யான ஆன்ம ஞானத்தை அடையவில்லை என்று ஒப்புக் கொண்டார்.

சந்தன்முனியின் இந்தக் கருத்துகள் சர்ச்சையைக் கிளப்பியது. அவர் மதவிலக்கமே செய்யப்பட்டார்.

எனினும் தன்னுடைய எழுபதாவது வயதில் ரஜனீஷின் தியான முறைகளைக் கற்று, தனக்குரிய ஞானத்தைப் பெற்றார். 'இப்போதுதான் நான் சுதந்திரமானவனாகவும், மகிழ்ச்சியானவனாகவும் மாறியிருக்கிறேன்...' என்று பகிரங்கமாக அறிவித்தார்.

இதுபோல ரஜனீஷ் செல்லுமிடமெல்லாம் ஏதாவது 'பஞ்சாயத்து' உருவாக்கிக்கொண்டேயிருந்தார்.

அதுதான் அவர் பணிபுரிந்த பல்கலைக்கழகத்தில் புகைச்சலைக் கிளப்பியது.

14

செக்ஸ் குரு!

கல்லூரி வேலையை விடுவது அல்லது சமூகப் பிரசாரங்களில் ஈடுபடுவது; இரண்டில் ஒன்றைத்தான் தேர்ந்தெடுக்க முடியும் என்கிற நெருக்கடி ரஜனீஷுக்கு உண்டானது.

*1966*ல் ஒரு சுற்றுப்பயணத்தை முடித்துக் கொண்டு வந்தவரிடம் பல்கலைக்கழகத் துணை வேந்தர் பேசினார்.

"இந்த இரண்டு விரலில் ஒன்றைத் தொடு. *காயா? பழமா?"*

"பழம்தான்!" என்று சொல்லிவிட்டு, அப்போதே

ராஜினாமா கடிதத்தை எழுதி நீட்டினார்.

"நன்கு யோசித்துக் கொள். இந்த ஆசிரியப் பணியில் உலகம் முழுக்க பிரபலமாகும் அளவுக்கு உனக்கு வாய்ப்புகள் இருக்கிறது!"

"முடிவெடுத்து விட்டேன். சில ஆயிரம் மாணவர்களுக்கு சொல்லிக் கொடுப்பதைவிட, பல கோடி மக்களுக்கு வாழ்க்கையைப்பற்றிய புரிதலை ஏற்படுத்துவதே என்னுடைய வாழ்க்கை!"

ரஜனீஷ் ஒரு முடிவு எடுத்தால், அதில் உறுதியாக நிற்பார் என்பது துணைவேந்தருக்கும் தெரியும்.

"உன்னை நான் புரிந்துகொண்ட அளவுக்கு, இந்த சமூக அமைப்பு புரிந்துகொள்ளுமா என்று தெரியவில்லை. உன்னுடைய நல்ல நோக்கங்கள் வெற்றியடைய வாழ்த்துகிறேன்..." என்று கூறி கைகுலுக்கி அனுப்பினார்.

தன்னுடைய கருத்துச் சுதந்திரத்துக்கு இருந்த ஒரே விலங்கும் அறுபட்டதில் ரஜனீஷுக்கு மகிழ்ச்சி. முன்பைக் காட்டிலும் தன்னுடைய சிந்தனைகளை விஸ்தாரமாக மக்கள் மத்தியில் அவரால் பதிவு செய்ய முடிந்தது.

இதன் விளைவாகவே அவர் சர்ச்சைகளிலும் சிக்கினார். 'செக்ஸ் சாமியார்' என்று முத்திரையும் குத்தப்பட்டார்.

1968ஆம் ஆண்டு.

மும்பை, பாரதிய வித்யா பவனில் ஒரு கூட்டம்.

அந்தக் கூட்டத்தில் அவர் பேசிய கருத்துகள் பெரும்பாலும் இந்துமதச் சாமியார்களுக்கு எரிச்சல் ஊட்டியது.

ஆண் - பெண் இருவருக்கும் இடையிலான உடலின்ப பரிமாற்றத்தை புனிதம் என்று அவர் குறிப்பிட்டதை, பிற்போக்கான எண்ணம் கொண்ட மதப்பற்றாளர்களால் ஏற்றுக்கொள்ள முடியவில்லை.

சில விஷயங்களை வெளிப்படையாக பேசக்கூடாது என்று எதிர்ப்பைக் கிளப்பினார்கள்.

குறிப்பாக -

"உடலின்ப செயல்பாடுகளுக்கு இறைத்தன்மை உண்டு!" என்று ரஜனீஷ் - இனி ஓஷோ என்று சொல்வோமே; அவருக்குத் தான் ஞானம் கிடைத்து இருபது ஆண்டுகள் ஆகப்போகிறதே! - சொன்னதை அவர்களால் ஜீரணிக்கவே முடியவில்லை.

"உடலின்பம் என்பது ஒவ்வொரு மனிதனுக்கும் இயல்பாக ஏற்படக்கூடிய விருப்பம். அதைக் கட்டுப்படுத்துவது என்பது இயற்கைக்கு எதிரானது. அவ்வாறு கட்டுப்படுத்த முயற்சிக்கும் போதுதான் தவறான செயல்பாடுகளுக்கு அது வழிவகுக்கும்..." என்பது ஓஷோவின் பாயிண்ட்.

ஆனால் -

புலன்களைக் கட்டுப்படுத்துவதே புனிதம் என்று பிரசாரம் செய்து

காதல் ஒரு பாவமென்றால்...?

பாரதிய வித்யா பவனில், 'செக்ஸ்' குறித்து 'ஓப்பனாக' ஓஷோ பேசியபிறகு, ஒரு நடுத்தர வயது பெண் வந்து அவரிடம் சண்டை போட்டார்.

"எனக்கு உங்கள் மீது கோபம்தான் வருகிறது. 'செக்ஸ்' என்பது வெளிப்படையாகப் பேசக்கூடிய பொருள் கிடையாது. அது ஒரு பாவம்..." என்றார்.

ஓஷோ, அந்தப் பெண்ணிடம் கேட்டார்.

"செக்ஸை பாவம் என்று கருதினால், நீங்கள் எப்படி குழந்தைகள் பெற்றீர்கள்? செக்ஸ் மூலமாக பிறந்த உங்கள் குழந்தைகளை எப்படி நேசிக்கிறீர்கள்? உங்களுக்கு குழந்தைகள் பிறக்கக் காரணமான உங்கள் கணவர் மீது உங்களுக்கு அன்பு இல்லையா?"

அப்பெண் தெளிந்தார்.

அவர் மட்டுமல்ல. செக்ஸ் குறித்து வெளிப்படையாகப் பேசுவது தவறல்ல என்கிற மனோபாவம், மக்கள் மத்தியில் ஓஷோவால் உருவாக்கப்பட்டது.

கொண்டிருந்த மதப்பற்றாளர்கள், இதுநாள் வரை தாங்கள் மக்கள் மத்தியில், 'செக்ஸ்' தொடர்பாக ஏற்படுத்தி வைத்திருந்த பிம்பம் சுக்குநூறாக உடையுமென்று அஞ்சினார்கள்.

அந்த நிகழ்ச்சியை ஏற்பாடு செய்திருந்த அமைப்பாளர்களை மிரட்டினார்கள்.

ஓஷோவின் அந்த தொடர்நிகழ்வு, இந்த சர்ச்சையால் பாதியிலேயே முடிந்தது.

மதப்பற்றாளர்கள் திரண்டு வந்து, ஓஷோவை 'திரும்பப் போ' என்று கூச்சலிட்டார்கள்.

பெரும் எதிர்ப்பை சந்தித்த ஓஷோ, ஜபல்பூருக்குத் திரும்பினார்.

"இனி இம்மாதிரி வெளிப்படையாக பேசமாட்டீர்கள்தானே?" என்று ஓஷோவிடம் அவரது நலம் விரும்பிகள் சிலர் கேட்டார்கள்.

ஓஷோ புன்னகைத்தார்.

"அதே மும்பையில் பேசுவேன். மக்கள் என்னைப் புரிந்து கொள்வார்கள்!" என்றார்.

அடுத்த மாதமே மும்பையில் ஓஷோ பேசுவதற்கான ஏற்பாடுகள் நடந்தன. அரங்கக் கூட்டமாக இல்லாமல் பல்லாயிரம் பேர் கலந்துகொண்டு, ஓஷோ பேசுவதை நேரிடையாகக் கேட்கும் வகையில் அக்கூட்டம் நடந்தது.

இம்முறை ஐம்பதாயிரம் பேர் கூடி ஓஷோவின், உடலின்பம் குறித்த கருத்துகளைக் கேட்டுத் தெளிவடைந்தார்கள்.

"உடலின்பம் என்பது இயற்கையான, எளிமையான உணர்வு. ஓர் ஆணும், பெண்ணும் தங்களுக்கு இடையேயான அன்பை இதன்

மூலமாகப் பரிமாறிக்கொள்கிறார்கள். உடலின்பம் ஒவ்வொருவ ரின் பிறப்புரிமை. இது மூடுமந்திரமல்ல. உடலின்பத்தில் ஈடுபடும் ஒருவன், தியானத்தின் ஒரு துளியை ருசிக்கிறான். உடலின்பத்தில் ஒருவன் ஈடுபடும்போது காலத்தையும், மனதையும் கடக்கும் ஒரு நீண்ட ஆனந்தத்தை எட்டுகிறான். ஒருவனுடைய அன்றாடக் கவலைகளை குறைக்கும் முக்கியமான செயல்பாடு இது!" என்று முழங்கினார்.

அவரது பேச்சுக்கு மக்கள் மத்தியில் நல்ல ஆதரவு கிடைத்தது.

ஆனால் -

ஆன்மிகப் பெரியோர்களோ பெரும் பதற்றத்துக்கு உள்ளானார்கள்.

இதுவரையில் தாங்கள் கட்டிவைத்த கோட்டையை, தங்கள் கண் முன்பாகவே ஓஷோ தகர்த்தெறிவதாகப் புலம்பினார்கள்.

*1969*ஆம் ஆண்டு பீகார் தலைநகர் பாட்னாவில் இரண்டாம் உலக இந்து சமய மாநாடு நடைபெற்றது. பூரி சங்கராச்சாரியார் தலைமையில் நடைபெற்ற இந்த மாநாட்டில் பேசுவதற்காக வேண்டா வெறுப்பாக ஓஷோ அழைக்கப்பட்டிருந்தார்.

"மதம் என்பது வாழ்க்கையை மகிழ்ச்சியாக வாழ வழிகாட்ட வேண்டும். ஆசையைத் துறக்கச் சொல்வது அர்த்தமற்றது. அனைத்தையும் துறந்தால்தான் முக்தி கிடைக்கும் என்று சொல் லப்படுவது தவறு. இயல்பான வாழ்க்கையை ஒருவன் வாழ்வ தின் மூலமே பேரானந்தத்தை அடைய முடியும்..." என்று ஓஷோ பேச ஆரம்பித்தபோது, 'முற்றும் துறந்த' சந்நியாசிகள் அதிர்ச்சி அடைந்தனர்.

"பேசியது போதும். நிறுத்து!" என்று கூச்சலிட்டார்கள்.

ஆனால் -

கூட்டத்தில் கூடியிருந்த பார்வையாளர்களோ, "ஓஷோ. நீங்கள் பேசுங்கள்!" என்று குரல் எழுப்பினார்கள்.

ஓஷோ, தனக்குக் கொடுக்கப்பட்டிருந்த நாற்பத்தைந்து நிமிடங்க ளும், தான் சொல்ல வந்த கருத்துகளை முழுமையாகச் சொன்னார்.

இந்த மாநாட்டில் ஓஷோ பேசியவை, உலகம் முழுக்க விவாதத் துக்கு உள்ளாகின. அவர் சொன்னது சரியென்றும், தவறென்றும் இருதரப்பாகப் பிரிந்து பேசினார்கள்.

இது மட்டுமின்றி -

மதம், மக்கள் தாண்டி அரசியல் கருத்துகளையும் ஓஷோ மக்க ளிடையே முன்வைத்தார்.

குறிப்பாக காந்தி, நேரு பற்றியெல்லாம் அவர் பேசியதை அப்போதைய அரசியல்வாதிகள் ரசிக்கவில்லை.

15

ஓஷோவுக்கு காந்திஜியுடன் என்ன பிரச்னை?

காந்தியை மிகச்சிறந்த மனிதர் என்றே ஓஷோ மதிப்பிட்டார்.

மதவெறியன் ஒருவனால் மகாத்மா மாய்க்கப் பட்டபோது, இளைஞனாக இருந்த ஓஷோ துக்கம் தாளாமல் கதறியதே, காந்தி மீது அவருக்கு இருந்த அன்புக்குச் சான்று.

ஆனால் -

காந்தியின் கூட்டுப் பிரார்த்தனை முறைகளெல் லாம் ஓஷோவுக்கு கேலியாகப் பட்டன. தியா

னம் குறித்து காந்திக்கு எவ்விதப் புரிதலும் இல்லாமல், எப்படி ஆசிரமம் நடத்தினார், அதில் சீடர்களுக்கு என்ன சொல்லிக் கொடுத்திருப்பார் என்றெல்லாம் ஆச்சரியப்பட்டார்.

மேலும் காந்திக்கு இந்து மதம் தவிர்த்து, மற்ற எந்த மதம் பற்றிய வாசிப்புமில்லை. அப்படியிருக்கையில் அவருடைய ஞானம் எப்படி முழுமையானதாக இருந்திருக்க முடியும் என்கிற கேள்வி அவருக்குள் இருந்தது.

"பகவத்கீதையை தன் தாய் என்று மகாத்மா குறிப்பிடுகிறார். ஏன் குரான் அவருடைய மாமாவாக இல்லை, ஏன் பைபிள் அவருக்கு சித்தியாகவோ, அத்தையாகவோ இல்லை..?" என்றெல் லாம் காந்தியின் ஆன்மிகத்தை ஏகத்துக்கும் கிண்டலடித்தார்.

ஒரு மதம் சார்ந்த கருத்துகளை மட்டுமே பேசிக் கொண்டிருந்த தால்தான் காந்தியால் இந்து - முஸ்லீம் ஒற்றுமையை ஏற்படுத்த முடியவில்லை என்கிற கருத்து ஓஷோவுக்கு இருந்திருக்கிறது. எனவேதான் காந்தியை இந்துக்களும் சரி, இஸ்லாமியர்களும் சரி... முழுமையாக நம்பவில்லை என்றார்.

ராட்டை சுற்றுவது, கிராமிய இந்தியா போன்ற மகாத்மாவின் கொள்கைகளையும் அவர் மிகவும் பழமைவாதமாகவே பார்த் தார். காந்தியால் வறுமை புனிதப்படுத்தப்பட்டதையும், எளிமை போற்றப்பட்டதையும், ஓஷோ முற்றிலுமாக நிராகரித்தார். வறுமையை ஒழித்திருக்க வேண்டும், மக்கள் வசதியாக வாழவேண்டும். அதற்கே காந்தி வழிகாட்டியிருக்க வேண்டும் என்றும் கூறினார்.

மரபாக வந்துகொண்டிருக்கிறது என்கிற காரணத்தாலேயே காந்தி, எவ்விதக் கேள்வியுமின்றி பழமைவாதத்தை ஏற்றுக் கொண் டார். அறிவியல் வளர்ச்சியால் உருவான நவீன தொழில்நுட்ப மாற்றங்களை, அவை மக்களின் அன்றாட வாழ்வில் செலுத்தக்கூ டிய தாக்கங்களை உணரவில்லை. இதனால், அவரை பின்தொடர்ந்த கோடிக்கணக்கான மக்களுக்கு எவ்வித நன்மையும் ஏற்படவில்லை.

இவ்வாறெல்லாம் காந்தி குறித்த எதிர்மறையான கருத்துகள் ஓஷோவிடம் இருந்தது. அவை தர்க்கபூர்வமான வகையில் விவா திக்கப்படவே இல்லை. மாறாக, முரட்டுத்தனமாக ஓஷோவின் வாயைஅடைக்க முற்பட்டனர் காந்தி அபிமானிகள்.

குறிப்பாகச் சொல்லவேண்டுமானால், காந்தி பிறந்த மண்ணான குஜராத்தான் ஓஷோவுக்கு எதிராகக் கொந்தளித்தது.

அப்போது குஜராத் அரசு, ஆசிரமம் அமைப்பதற்காக ஓஷோ வுக்கு 600 ஏக்கர் நிலம் கொடுக்க முன்வந்திருந்தது. அங்கே மிகப் பெரிய தியான மையம் நிறுவுவதற்கான ஏற்பாடுகளை ஓஷோ செய்துகொண்டிருந்தார்.

காந்தி குறித்த அவருடைய சர்ச்சைக்குரிய கருத்துகளுக்குக்

கிளம்பிய எதிர்ப்பைக் கண்டு, குஜராத் அரசாங்கம் பின்வாங்கியது. ஓஷோவுக்கு நிலம் தரமுடியாது என்று மறுத்தது. அதற்காக ஓஷோ, தன்னுடைய கருத்துகளை மாற்றிக்கொள்ளவில்லை.

தேசப்பிதாவை மட்டுமல்ல, தேசத்தை செதுக்கிய சிற்பியான நேருவையும் ஓஷோ விட்டுவைக்கவில்லை.

நேரு நடைமுறைப்படுத்திய சோஷலிசத்தால் பலனில்லை என்றார். இத்தனைக்கும் இவரும் சோஷலிசத்தின் ஆதரவாளர்தான்.

முதலாளித்துவத்துக்குத் தான் சோஷலிசம் மருந்து. இந்தியாவில் தான் முதலாளித்துவமே இல்லையே? (இவையெல்லாம் 60களின் பிற்பகுதியில் நடந்தவை). அப்படியிருக்க நோயில்லாமலேயே மருந்து கொடுத்துக்கொண்டிருப்பது வீண் என்று விமர்சித்தார் ஓஷோ.

வளர்ந்த நாடுகளுக்குத் தான் சோஷலிசம் தேவை, வறுமையிலிருக்கும் இந்தியாவில் சோஷலிசத்தை அமல்படுத்தினால், மக்களிடையே முன்னேற்றம் ஏற்படாது. இந்தியாவில் இன்னும் ஐம்பது ஆண்டுகள் கழித்து, பிரயோகிக்க வேண்டிய பிரம்மாஸ்திரம் சோஷலிசம் என்றார் ஓஷோ.

ஐம்பது ஆண்டுகளுக்கு முன்பு ஓஷோ சொன்ன அந்தக் கருத்துகள் சரியா, தவறா என்று இன்றைய பொருளாதார வல்லுனர்கள் தான் விவாதிக்க வேண்டும். நாம் ஓஷோவின் கதைக்குப் போவோம்.

காந்தி, நேரு குறித்தெல்லாம் அடிக்கடி இதுபோல சர்ச்சைக்குரிய கருத்துகளை வெளியிட்டுக் கொண்டிருந்ததால் அவரை வெளிநாட்டு உளவாளி என்று தேசியவாதிகள் முத்திரை குத்தத் தொடங்கினார்கள்.

ஓஷோ, அரசியலுக்கு வர திட்டமிட்டிருக்கிறார்; ஆட்சியைப் பிடிக்க முயலுகிறார் என்றெல்லாம் மக்கள் மத்தியில் தகவல்கள் பரிமாறிக் கொள்ளப்பட்டன.

கட்சி அறிவிப்பை ஓஷோ வெளியிடுவார் என்று பலரும் எதிர்பார்த்திருந்த நிலையில் புதிய தியானமுறை ஒன்றை அறிமுகப் படுத்தப் போவதாக அறிவித்தார்.

அதுநாள் வரை *relax meditation* என்கிற தியானத்தையே ஓஷோ போதித்து வந்தார். தன்னுடைய புதிய தியான முறையை *dynamic meditation* என்று குறிப்பிட்டார்.

பொதுவாக ஓஷோ தியானம் கற்பிக்கும்போது, "மெதுமெதுவாக ரிலாக்ஸ் ஆகுங்கள்..." என்றுதான் ஆரம்பிப்பார். அவருக்கு அது சுலபம். எத்தகைய நெருக்கடியான சூழல்களிலும், அவர் நினைத்தால் ரிலாக்ஸ் ஆகிவிடுவார்.

ஆனால் -

பல்வேறு வாழ்வியல் சிக்கல்களில் உழன்றுகொண்டிருப்பவர்களால் எப்படி ரிலாக்ஸ் ஆக முடியும்?

எனவேதான் ரிலாக்ஸ் தியானமுறைக்கு நேரெதிரான

டைனமிக் தியான முறையைக் கண்டறிந்து அறிமுகப்படுத்த நினைத்தார். இரு முறையிலுமே பலன் ஒன்றுதான் என்றாலும் இரண்டாவது முறையைச் செயல்படுத்துவது மக்களுக்கு சுலபமாக இருக்கக்கூடும் என்று யூகித்தார்.

1970ம் ஆண்டு. மும்பை மாநகரில் மூன்று நாள் தியான முகாம் நடத்தினார்.

அதுவரையிலான தியான வகுப்புகளில் கலந்துகொண்டவர்கள், இந்த புதிய வகுப்பில் பெரும் வித்தியாசத்தை உணர்ந்தார்கள். தியானம் என்பது குறித்து ஏற்படுத்தப்பட்டிருந்த அத்தனை புனித மதிப்பீடுகளையும் ஓஷோ உடைத்திருந்தார்.

தியானம் செய்பவர்கள் எல்லாவித செயல்பாடுகளையும் (உடல் மட்டுமின்றி மனதையும் கட்டுப்படுத்த வேண்டும்) நிறுத்தி அமைதியாக வேண்டும் என்பதே அடிப்படை.

டைனமிக் தியான வழிமுறையில் அமைதிக்கு எதிரான அத்தனை முயற்சிகளிலும் ஈடுபடச் சொன்னார் ஓஷோ.

பாடத்தெரிந்தவர்கள், உரக்கப் பாடலாம். இறைவனைத்தான் பாடவேண்டும் என்பதில்லை. சினிமாப்பாட்டு கூட பாடலாம். ஆடத்தெரிந்தவர்கள், கால் வலிக்குமளவுக்கு டிஸ்கோ, பிரேக் டான்ஸ், பரதநாட்டியம் என்று எது வேண்டுமானாலும் ஆடலாம்.

அவரவருக்குப் பிடித்ததை உடல் மற்றும் மனம் முழுக்க ஈடுபடும்படி செய்து, அதில் களைப்படையச் செய்வார் ஓஷோ.

இவ்வாறாக அனைத்து சக்தியையும் ஒன்றுதிரட்டி உழைத்துக் களைக்கும்போது உடலுக்கும், மனதுக்கும் செயலற்ற ஓர் அமைதி கிட்டும். அந்த அமைதியை நீட்டித்து இறையுணர்வை உணரச் செய்வதே டைனமிக் தியானம்.

இதில் இந்திய தியானமுறைகளை மட்டுமின்றி மனப்பயிற்சி யான யோகா, இஸ்லாமிய சூஃபி முறை, திபெத்திய பவுத்தமுறை போன்றவற்றின் கூறுகளையும் கலந்தார்.

ரிலாக்ஸ் ஆகி தியானம் செய்யும் முறையைக் காட்டிலும், இந்தப் புதிய டைனமிக் தியானமுறைக்கு மக்களிடம் நல்ல வரவேற்பு கிடைத்தது. குறிப்பாக அன்றைய ஹிப்பி கலாசாரத் தாக்கத்தி லிருந்த இளைஞர்களை, பெரும் கொண்டாட்டத்துக்குப் பின்னான நீண்ட அமைதி என்கிற இம்முறை பெரிதும் ஈர்த்தது.

தொழில் நகரமான மும்பையில் மக்களுக்கு மனச்சோர்வுக்கு குறைவேது?

தொழிலாளர்கள், முதலாளிகள், அரசியல்வாதிகள் என்று அனைத்துத் தரப்பினரும் டைனமிக் தியானம் கற்றுக்கொள்ள ஓஷோவிடம் வந்தனர்.

பொதுவாக தியானம் போன்ற ஆன்மிகச் செயல்பாடுகள் அப்போது மத அடிப்படைவாதிகளிடமே இருந்தது. இவருடைய

தியான வகுப்புகளில் மதம் / சாதிப் பாகுபாடு கிடையாது என்பது குறிப்பிடத்தக்கது.

ஓஷோவின் தியானக் கூட்டங்களிலும், கருத்தரங்கங்களிலும் கலந்துகொள்வது என்பது சமூகத்தில் அந்தஸ்தாக மதிக்கப்பட்டது. ஒருவனுக்கு ஓஷோவைத் தெரியும் என்பதே பெருமை என்று கருதக்கூடிய நிலை உருவானது.

ஓஷோ, நிரந்தமாகவே மும்பையில் தங்கவேண்டும் என்று கோரப்பட்டார்.

அதுவுமின்றி, ஓஷோவை குருவாக ஏற்றுக்கொண்டு தொடர்ந்த வர்கள், தங்களுக்கென்று ஓர் அங்கீகாரத்தைத் தரவேண்டும் என்றும் கேட்டுக்கொண்டேயிருந்தார்கள்.

இப்படித்தான் புதிய சன்னியாசிகள் இயக்கத்தை ஓஷோ தோற்றுவிக்க வேண்டிய கட்டாயம் ஏற்பட்டது.

அரசியல் கட்சி தொடங்குவாரோ என்று பதறிக் கொண்டிருந்தவர்களுக்கு, இவர் சந்நியாசிகள் இயக்கத்தைத்தான் தொடங்கினார் என்பது பெரும் ஆறுதலாகவும் அமைந்தது!

16

லட்சுமி வந்தாச்சு!

மா யோக லட்சுமியின் பெயரை குறிப்பிடாமல் ஓஷோவின் வரலாற்றை யாருமே எழுதிவிட முடியாது.

1933ல் செல்வச் செழிப்பான ஜெயின் குடும்பத்தில் மும்பையில் பிறந்தவர் லட்சுமி. குடும்பத்தில் அனைவருக்குமே அரசியல் ஈடுபாடு உண்டு. காங்கிரஸ் கட்சியில் செல்வாக்கு செலுத்திக் கொண்டிருந்தார்கள். குஜராத்தில் இருக்கும் இவர்களது பூர்வீக வீட்டுக்கு காந்தி போன்ற பெரும் தலைவர்கள் வந்து தங்கியிருக்கிறார்கள்.

60களின் தொடக்கத்தில் ஏதோ ஒரு காங்கிரஸ் மாநாட்டுக்குச் சென்றிருந்தபோதுதான் யதேச்சையாக ஓஷோவின் கூட்டம் ஒன்றில் கலந்துகொண்டார் லட்சுமி.

அந்தக் கூட்டத்தில் ஓஷோ, "நான் ஏன் பிறந்தேன் என்பது உங்களுக்குத் தெரியாது. நான் யார் என்பதும் உங்களுக்குத் தெரியாது. ஆனால், என்னைப் பற்றி எனக்குத் தெரியும்!" என்றார்.

அந்த வார்த்தைகள் லட்சுமியைத் தூங்கவிடாமல் செய்தன. ஓஷோவுக்கு அவர் யாரென்று தெரிந்திருக்கிறது.

ஆனால் –

நான் யார் என்பது எனக்குத் தெரியவில்லையே என்று யோசித்தார்.

ஓஷோ மாதிரி ஒருவரால்தான் அவரவர் பிறப்பின் நோக்கத்தை அறிந்துகொள்ள முடியுமென்று உணர்ந்தார்.

ஓஷோவைப் பற்றி தன் குடும்பத்தாரிடமும் சொன்னார்.

லட்சுமியின் குடும்பம் ஒருமுறை ஓஷோஸ்வைச் சந்தித்தது. மும்பைக்கு வரும்போதெல்லாம் தங்கள் வீட்டுக்கு வரவேண்டும் என்று வேண்டுகோள் விடுத்தது.

தன் மீது அன்பு கொண்ட குடும்பம் என்பதால், மும்பையில் இருக்கும்போதெல்லாம் நேரம் ஒதுக்கி லட்சுமியின் வீட்டுக்குச் செல்வார் ஓஷோ.

எனவே, ஓஷோவை மிக நெருக்கத்தில் சந்தித்து பேசிப் பழகி, அவருடைய சிந்தனைகளை நேரடியாகக் கற்க முடிந்தது லட்சுமியால்.

காந்தியக் குடும்பம் என்பதால் லட்சுமி எப்போதுமே கதர் உடைதான் அணிந்திருப்பார்.

ஓஷோ ஒருமுறை நாசூக்காக சொன்னார்.

"இன்னும் கையால் ராட்டை சுற்றி துணியைக் கைத்தறியாக உற்பத்தி செய்வது வீண்வேலை. நவீன இயந்திரங்கள் வந்துவிட்டன. கைராட்டை சுற்றும் நெசவாளர்கள் நூற்றுக்கணக்கில் இருந்தால், இந்திய பஞ்சு மில்களில் பல்லாயிரம் தொழிலாளர்கள் வேலை பார்க்கிறார்கள். எல்லோரும் கைத்தறிதான் அணியவேண்டுமென்றால், நம்முடைய ராட்டை சுற்றும் தொழிலாளர்களால் அந்தத் தேவையை ஈடு செய்ய முடியாது என்பது ஒரு பக்கம். மறுபக்கம் பஞ்சாலைகளில் பணிபுரியும் பல்லாயிரம் தொழிலாளர்களுக்கு வேலை போகும்!"

அதுநாள் வரையில் காந்தியின் வாக்கே வேதவாக்காக இருந்தது லட்சுமிக்கு. ஓஷோ இதைச் சொன்னபிறகு, 'நவீனம் என்பது பாவமில்லை' என்கிற மனோபாவத்துக்கு வந்தார். 'முன்னோர் ஒன்றும் முட்டாள்கள் அல்ல' என்பது மாதிரி க்ளிஷேவான கருத்துகள், வாழ்க்கைக்கு உதவாது என்பதைப் புரிந்துகொண்டார்.

பல்கலைக்கழகப் பணியை விட்டபிறகு ஓஷோவுக்கு நாடெங்கு மிருந்து அழைப்புகள் வந்தன. ஓஷோவைப் போன்றே *seeker*களாக தேடல்களில் இருந்தவர்கள் பல்லாயிரக் கணக்கானோர் அவரது

பேச்சுகளைக் கேட்க விரும்பினார்கள்.

ஓஷோவின் கூட்டங்களை முறைப்படுத்துவது, அவரைச் சந்திக்க விரும்புபவர்களுக்கு அப்பாயின்ட்மென்ட் பெற்றுக் கொடுப்பது உள்ளிட்ட நிர்வாகப் பணிகளை லட்சுமியாக விரும்பி ஏற்றுக் கொண்டார்.

இந்த காலக்கட்டத்தில் ஓஷோ, ஜபல்பூரிலிருந்து இடம்பெயர்ந்து மும்பையிலேயே தங்க ஆரம்பித்தார். வெளிநாட்டினர் இவரை, 'வாழும் புத்தர்' என்று அழைத்து, இவரது போதனைகளைக் கேட்க இந்தியாவுக்கு வந்தனர்.

அதுநாள் வரை இந்தியில் பேசிக்கொண்டிருந்த ஓஷோ, வெளி நாட்டினருக்காகத் தன்னுடைய உரையை ஆங்கிலத்தில் பேச வேண்டியதாயிற்று.

மேலும் அவரது கருத்துகள் தொகுக்கப்பட்டு இந்தி, ஆங்கில மொழிகளில் புத்தகங்களாக வெளிவரத் தொடங்கின. 'சன்யாஸ்' என்கிற மாதமிருமுறை ஆங்கில இதழும் ஓஷோவின் கருத்துகளை வெளிப்படுத்துவதற்காகவே வெளியிடப்பட்டது.

ஓஷோவைப் பின்தொடர்பவர்களால், 'ஜீவன் ஜாக்ருதி கேந்திரா டிரஸ்ட்' என்கிற அமைப்பு நிறுவப்பட்டது. ஓஷோவின் கருத்துகளைக் பரப்புவதற்கான புத்தகங்கள், பத்திரிகை உள்ளிட்டசெலவுகளை ஈடுகட்ட அந்த டிரஸ்ட்டுக்கு நிதி கோரப்பட்டது. இந்த டிரஸ்ட்டே பின்னாளில் பூனா நகரில் ஆசிரமமாக ஆனது.

தனி மனிதரான ஓஷோ, நிறுவனமாக மாறிய காலக்கட்டம் இதுதான்.

இந்த காலக்கட்டத்தில் ஓஷோவுக்கு அடுத்த நிலையில் இருந்தவர்தான் லட்சுமி.

ஒரு நாள் திடீரென லட்சுமி, காவி உடை அணியத் தொடங்கினார்.

"ஏன்?" ஓஷோ கேட்டார்.

"ஏனென்று எனக்கு சொல்லத் தெரியவில்லை..." என்றார் லட்சுமி.

"உனக்குத் தெரியவில்லை. எனக்குப் புரிகிறது!" என்று புன்னகைத்தார் ஓஷோ.

இது நடந்தது 1970, ஆகஸ்ட் மாதம்.

"உனக்கு சன்னியாசத்தில் ஈடுபாடு இருக்கிறது. இன்று முதல் நீ சன்னியாசி!" என்று அவரது தலையில் கையை வைத்துச் சொன்னார்.

"லட்சுமியான நீ இன்று முதல் மா யோக லட்சுமி என்று அழைக்கப்படுவாய்."

கண்ணை மூடிய லட்சுமிக்கு புருவத்தின் மத்தியில் ஜோதி தெரிந்தது. அதுநாள் வரை அவர் அறிந்திராத ஆனந்தத்தை உணர்ந்தார். கண்களில் நீர் பெருகியது.

அப்படியே கைகூப்பி நின்ற நிலையில் ஓஷோவை பார்த்துக் கொண்டேயிருந்தார்.

"இனி விருப்பப்படுபவர்களுக்கு நாம் சன்னியாசம் வழங்கலாம். அதற்கான ஏற்பாடுகளைச் செய்யுங்கள் மா யோக லட்சுமி!"

மடமடவென்று காரியங்கள் நடந்தன.

அடுத்த மாதமே மணாலியில் பெரிய அளவிலான தியான முகாம் ஒன்று நடந்தது.

இந்த முகாமில் ஆறு பேர் சன்னியாசம் வாங்க முன்வந்தார்கள். சன்னியாசம் பெற்றவர்களுக்குப் புதிய பெயர்களைச் சூட்டினார் ஓஷோ.

"சன்னியாசம் என்பது துறவறமல்ல..." என்கிற புதிய சித்தாந்தத் தையும் அந்த முகாமில் அறிவித்தார். 'புதிய சன்னியாசிகள் சர்வதேச இயக்கம்' என்கிற இயக்கத்தையும் தோற்றுவித்தார்.

மதங்கள் வழிகாட்டும் சன்னியாசம் என்பது, இல்வாழ்க்கையைத் துறந்து முழுக்க இறைவனை மட்டுமே நினைத்து வாழும் வாழ்க்கை முறை.

ஓஷோவின் புதிய இயக்கம், 'சன்னியாசம்' என்கிற வாழ்வியல் முறைக்கே புதிய இலக்கணத்தை வகுத்தது.

"இறைவனும், வாழ்க்கையும் ஒன்றே. வாழ்க்கையைத் தொலைத்தவனுக்கு, இறைதரிசனம் கிட்டவே கிட்டாது. எனவே, நாம் மகிழ்ச்சியாக வாழ்ந்துகொண்டே இறையருளைப் பெறவேண்டும்.

நாம் ஒவ்வொருவருமே புத்தர்தான்.

இந்தப் புதிய சன்னியாச வாழ்க்கையில் எந்த சட்ட திட் டங்களும் எவருக்குமில்லை. அவரவர் விரும்பிய வாழ்க்கையை அவரவர் வாழலாம்.

இது புதிய பிறப்பு. பழையதை மறந்துவிடுங்கள்.

இன்று புதிதாய் பிறந்தவர்களாய் வாழ்க்கையை வாழத் தொடங்குங்கள்!"

ஓஷோவின் இந்த முழக்கம் அவரது இயக்கத்தில் இணைந்த சன்னியாசிகளை மட்டுமின்றி அனைத்துத் தரப்பையுமே கவரத் தவறவில்லை.

அதுநாள் வரையில் குடும்பத்துக்காகத் தங்களுடைய சன்னி யாச ஆசையை தள்ளி வைத்திருந்தவர்களெல்லாம், ஓஷோவின் புதிய சன்னியாசிகள் இயக்கத்தில் இணையக் கூட்டம் கூட்டமாக வந்தார்கள். குடும்பத்துக்குள் இருந்துகொண்டு இயல்பான வாழ்க் கையை வாழ்ந்துகொண்டே சன்னியாசியாகவும் இருக்க முடியும் என்கிற இந்த வசதி அவர்களைக் கவர்ந்து இழுத்தது.

ஓஷோவின் இயக்கத்தில் தீட்சை பெற்ற சன்னியாசிகளுக்கு புதிய பெயர் சூட்டப்படும்போது 'சுவாமி' என்று முடியுமாறு இருக்கும். பெண்களுக்கு பெயரின் தொடக்கத்திலேயே 'மா' என்பதைச் சேர்ப்பார்.

பெயர் மாற்றம் தவிர்த்து, அவர்களுக்கு 108 மணிகள் கொண்ட

ஒரு மாலையை வழங்குவார். அந்த மாலையின் டாலரில் ஓஷோவின் படம் இடம்பெற்றிருக்கும்.

இதுதவிர்த்து காவி உடை அவர்களின் அடையாளமாக அமைந்தது. சில காலத்தில் காவிக்குப் பதிலாக ஆரஞ்சு நிறத்தில் இந்த சன்னியாசிகள் உடையணிய ஆரம்பித்தனர்.

மற்றபடி சன்னியாசி ஆவதற்கு மதரீதியான சடங்குகளோ, மந்திரங்களோ இந்தப் புதிய சன்னியாசிகள் இயக்கத்தில் இல்லை.

குறிப்பிட்டுச் சொல்ல வேண்டிய விஷயம் என்னவென்றால், 'யார் வேண்டுமானாலும்' சன்னியாசி ஆகலாம்.

மதம், சாதி, ஏழை, பணக்காரன் என்று எவ்வித ஏற்றத்தாழ்வுமே இல்லை.

அதுநாள் வரை ஓஷோவை, அவரைப் பின்தொடர்பவர்கள் ஆச்சார்யா (குரு எனப் பொருள்) என்றுதான் அழைத்துவந்தார்கள். புதிய சன்னியாசிகள் இயக்கம் அமைந்ததிலிருந்து 'பகவான்' (கடவுள் என்று அர்த்தம்) என்றே அழைக்கத் தொடங்கிவிட்டார்கள்.

உலகின் வெற்றிகரமான முதல் கார்ப்பரேட் சாமியார் ரெடியாகி விட்டார்.

17

மகன் காலில் விழுந்து ஆசி பெற்ற தாய்!

பகவான் என்றால் கடவுள் என்று பொருள் என எல்.கே.ஜி குழந்தைக்குக்கூடத் தெரியும்.

அப்படியிருக்க ஓஷோவின் சிஷ்யர்கள், அவரை 'பகவான்' என்று அழைக்கத் தொடங்கியதற்கு எதிர்ப்பு கிளம்பியிருக்க வேண்டுமே?

கிளம்பியது.

ஓஷோவோ, அதைத் தன்னுடைய தனித் தன்மையான தர்க்கத்தால் எதிர்கொண்டார்.

"நான் மட்டுமல்ல. அனைவருமே பகவான்

தான். இறைவன் நம் அனைவருக்குள்ளும் நிறைந்திருக்கிறான். உயிர்களில் மட்டுமல்ல. மலை, மரம், காற்று, கடல் என்று எல்லா இடத்திலும் அவன் வீற்றிருக்கிறான். நமக்குள் இருக்கும் இறைத் தன்மையை உணர்பவர்கள் இத்தகைய கேள்வியை எல்லாம் கேட்டுக்கொண்டிருக்க மாட்டார்கள்..." என்று கூறி வாயடைத்தார்.

தன்னை உணர்ந்தவர்கள் யார் வேண்டுமானாலும் தங்களைத் தாங்களே பகவான் என்று அழைத்துக் கொள்ளலாம் என்றும் அறிவித்தார். ஆன்மிகத்தில் ஓஷோ நிகழ்த்திக் காட்டிய இந்த தாராளவாதமே அவரை உலகெங்கும் விரைவில் பிரபலமாகச் செய்தது.

மேற்கத்திய நாடுகளில் அவரை 'வாழும் புத்தர்' என்று அழைக்கத் தொடங்கினார்கள். ஐரோப்பா மற்றும் அமெரிக்கா விலிருந்தும் பல நூறு பேர் இந்தியாவுக்கு வந்து ஓஷோவிடம் சன்னியாசம் வாங்கி, புதிய சன்னியாசிகள் இயக்கத்தில் தங்களையும் இணைத்துக் கொண்டார்கள்.

ஓஷோவைப் பெற்ற தாயார் சரஸ்வதியேகூட ஓஷோவிடம் சன்னியாசம் பெற்று, சீடராக இணைந்தார். அவருக்கு 'மா அம்ருத் சரஸ்வதி' என்கிற புதிய பெயரைச் சூட்டினார் ஓஷோ.

சன்னியாசம் பெற்றதுமே ஓஷோவின் காலில் அவரது தாயாரும், தாயாரின் காலில் ஓஷோவும் விழுந்து வணங்கினார்கள்.

தாயிடம் மகன் ஆசி பெறுவது உலக வழக்கம்.

ஆனால் -

மகனின் காலில் தாய் விழுந்து வணங்கி எழுந்தது 50 ஆண்டு களுக்கு முன்பு மிகவும் விசித்திரமான செய்தியாக ஊடகங்களில் பேசப்பட்டது.

அதற்கு மா அம்ருத் சரஸ்வதியே விளக்கம் அளித்தார்.

"ஓஷோ, உலகுக்கெல்லாம் பகவான். அவரிடம் சன்னியாசம் பெற்ற நான், அவரது காலில் விழுந்து வணங்குவதுதான் முறை. அதே நேரம், அந்த பகவானை பத்து மாதம் சுமந்து பெற்ற தாய் நான். தாய்க்கு ஒரு மகன் என்ன மரியாதை செய்யவேண்டுமோ அதை ஓஷோ செவ்வனே செய்தார்..."

ஓஷோவுக்குச் சீடர்கள் பெருகிக்கொண்டே போனதால், அவர் பொதுமக்களை கூட்டங்களில் சந்தித்துப் பேசுவது குறைந்துக்கொண்டேபோனது. எப்போதும் சீடர்கள் மத்தியிலேயே அவர் இருக்க வேண்டிய நெருக்கடி ஏற்பட்டது.

1970களின் தொடக்கத்தில் அவரிடம் சன்னியாசம் பெற்றவர் கள் பலரும் கடைசிவரை அவருடனேயே மிகவும் விசுவாசமாக பல்வேறு நெருக்கடிகளின் மத்தியிலுமிருந்து வந்தனர்.

சீடர்களின் எண்ணிக்கை அதிகமாகிக் கொண்டே சென்றதால் அவர்களை ஒழுங்குபடுத்துவதற்கான ஏற்பாடுகளில்

அணைந்தது தீ!

ஓஷோ, முற்றிலும் கனிந்தவராக 70களின் மத்தியில் மாறினார்.

உச்சிவேளையில் சுட்டெரிக்கும் கதிரவனின் வெப்பம், படிப்படியாகக் குறைந்து மாலைவேளைகளில் தென்றல் வீசுவது மாதிரியான மனநிலைக்கு இப்போது, தான் வந்திருப்பதாக அவர் கூறினார். அதாவது இதுநாள் வரை தனக்குள் எரிந்துகொண்டிருந்த தீ அணைந்துவிட்டதாகவும், இனிமேல் எதிர்மறை கருத்துகள் கொண்டிருப்போரிடம் விவாதம் செய்யப்போவதில்லை என்றும் அறிவித்தார்.

மனிதனின் இயல்பான தமோகுணம், ரஜோகுணம் கடந்த சத்வகுணம் என்கிற புதிய பரிணாமத்துக்குத்தான் உள்நுழைந்திருப்பதாகவும் அவர் குறிப்பிட்டார். பூனேவில் இருந்தபோதுதான் தன்னுடைய உரைகளை ஆங்கிலத்திலும் நிகழ்த்தத் தொடங்கினார். பகவத்கீதையின் உண்மைப்பொருளை பேருரைகளாகக் கொடுத்தார்.

உடல்நலம் குன்றிய நிலையில் தியான வகுப்புகளில் கலந்துகொள்வதையும் ஓஷோ குறைத்தார். அவருக்குப் பதிலாக அலங்கரிக்கப்பட்ட நாற்காலி ஒன்று மத்தியில் இருக்கும். அதில் ஓஷோ அமர்ந்திருப்பதாக, தியான வகுப்புகளில் கலந்துகொள்வோர் கருதி, தியானம் செய்வார்கள்.

உடல் என்பது நிலையற்றது. தன்னுடைய உடல் மறைந்தபிறகும் தனக்கான இருக்கை இருப்பதாக நினைத்து தன்னுடைய கருத்துகளைப் பின்பற்றவேண்டும். தியானமுறைகளைப் பின்பற்றி, மக்களிடமும் எடுத்துக்கூற வேண்டும் என்று சீடர்களிடம் அடிக்கடி சொல்ல ஆரம்பித்தார்.

தன்னுடைய சொந்த உடலைப் பரிசோதித்து, வேறு சில புதிய முறைகளையும் அறிமுகப்படுத்தினார். தியானம் மட்டும் போதாது, அனைவரும் தெரப்பி சிகிச்சைகளையும் எடுத்துக்கொள்ள வேண்டும். இரண்டும் இணைந்தால்தான் போதுமான பயன் கிடைக்கும் என்றார்.

ஓஷோவிடம் தெரப்பி சிகிச்சைகளில் நிபுணத்துவம் பெற்றிருந்த சீடர்களும் இருந்தார்கள். அவர்கள் மூலமாக அனைவருக்கும் தெரப்பி வழங்கப்பட்டது.

ஓஷோ இறங்கினார்.

ஓஷோவின் ஆன்மிகம், நிறுவனமயமாகத் தொடங்கியது மிகச் சரியாக இந்தக் காலக்கட்டத்தில்தான்.

ஐரோப்பிய நாடுகளிலிருந்து வரும் சீடர்களை மொழிப் பிரச்னை காரணமாக உள்ளூர் சீடர்களால் சரிவர கவனிக்க முடியவில்லை. தென்னாப்பிரிக்காவைச் சார்ந்த சன்னியாசியான சுவாமி ஆனந்த் வீட்ராக் என்பவரை இவர்களுக்காக பிரத்யேகத் தலைவர் ஆக்கினார்.

மும்பையிலிருந்து சுமார் 300 கிலோமீட்டர் தொலைவில் 'சமர்ப்பண்' என்கிற மையமும், வான் கங்கா நதிக்கரையில் கைலாஷ் என்கிற ஆசிரமத்தையும் அமைத்தார்கள். இவற்றையெல்லாம் கவனித்துக் கொள்ள ஓஷோவின் நெருங்கிய சீடர்களுக்கு பொறுப்புகள் பிரித்துக் கொடுக்கப்பட்டன.

ஓஷோவுக்கு *commune* எனப்படும் சாதி, சமயம், மொழி, நாடு வேறுபாடுகள் இல்லாமல் அனைத்துத் தரப்பும் ஒரே சமூகமாக சேர்ந்து வாழும் அமைப்பு மிகவும் பிடிக்கும். அவர் தொடங்கிய மையங்களிலும், ஆசிரமங்களிலும் இந்த கம்யூன் முறையையே செயல்படுத்தினார். எல்லோருக்கும் ஒரே மாதிரி வாழ்விடங்கள் தான். எல்லோருக்குமே பணிகள் சரிசமமாக பங்கிட்டுத் தரப்படும். உலகின் பெரிய பணக்காரர்கள் கூட ஓஷோ ஆசிரமங்களில் கோடரி கொண்டு மரம் வெட்டிக் கொண்டிருப்பார்கள். சமையலறைகளில் காய்கறி வெட்டித் தருவார்கள். வயல்களில் உழுது கொண்டிருப் பார்கள். தோட்டங்களுக்கு தண்ணீர் பாய்ச்சுவார்கள். கடுமை யான உடல் உழைப்பைச் செலுத்தி அலுத்தவர்கள், தியானம் மூலமாக தங்களைப் புத்துணர்வுக்கு உள்ளாக்கிக் கொள்வார்கள். ஆணவத்தைக் கைவிடுவதே ஆன்மிகம் என்று ஓஷோ வலியுறுத்தினார்.

பொதுவாக ஓஷோவின் ஆசிரமங்களில் இருந்த நடைமுறை இதுதான். அனைவருமே அதிகாலை நான்கு மணிக்கு எழுந் துகொள்ள வேண்டும். தியானப் பயிற்சி மேற்கொள்ள வேண்டும். அதன் பிறகு ஆசிரமப் பணிகளைக் காலை பத்து மணி வரை செய்ய வேண்டும். ஆற்றில் குளித்துவிட்டு, மதிய உணவுக்குப் பிறகு ஓய்வெடுக்கலாம். மீண்டும் நான்கு மணியிலிருந்து பணிகள் தொடங்கும். ஏழு மணி வரை கடுமையான உடல் உழைப்பைச் செலுத்தியவர்களுக்கு இரவு உணவு கிடைக்கும். அதன் பின்னர் நடனம், தியானமென்று களைகட்டும். அதன்பின் உறக்கம்.

இந்த வாழ்க்கை முறை பலருக்கு ஆனந்தத்தையும், சிலருக்கு அலுப்பையும் தந்தது. அலுத்தவர்கள் சீக்கிரமே ஆசிரமத்தை விட்டு விலகினார்கள். ஆனந்தத்தை உணர்ந்தவர்கள் ஓஷோவுக்கு மேலும் நெருக்கமானார்கள்.

வெளிநாட்டுச் சீடர்கள் பெரும்பாலும் கைலாஷ் ஆசிரமத்தில் இருந்தார்கள். உள்நாட்டுச் சீடர்களை கீர்த்தன் மண்டலி என்கிற பெயரில் சிறியளவிலான குழுக்களாகப் பிரித்தார்கள். இவர்கள் நகரங்கள், ஊர்கள், கிராமங்களுக்கு எல்லாம் சென்று மக்களுக்கு தியானம் கற்றுத் தருவார்கள். ஓஷோவின் கருத்துகளைப் பிரச்சா ரம் செய்வார்கள்.

இந்நிலையில் நாற்பது வயதைக் கடந்த ஓஷோவுக்கு சராசரியான உடல் உபாதைகள் ஏற்படத் தொடங்கின. சீடர்களின் எண்ணிக்கை

அதிகரித்த நிலையில் அவரால் சரியான சமயங்களில் உணவு எடுத்துக்கொள்ள முடியவில்லை. போதிய ஓய்வும் கிடைக்காது. ஆஸ்துமா, சர்க்கரை நோய் ஆகியவற்றால் பாதிக்கப்பட்டார்.

மும்பையிலிருந்து வேறொரு இயற்கைச்சூழல் வாய்ந்த இடத்தில் ஆசிரமம் அமைத்துக்கொண்டு தன் உடல்நலத்தை மேம்படுத்த வேண்டும் என்று எண்ணினார்.

கட்டிவா என்றால் வெட்டிவரும் சீடர்கள், தங்கள் பகவானுக்காக மும்பையிலிருந்து 130 கி.மீ தொலைவில் புதிய மையம் ஒன்றை உருவாக்கினார்கள். பூனே நகரின் சந்தடிக்கு வெளியே, கோரகன் பூங்கா என்கிற இடத்தில் இயற்கை எழில் சூழ்ந்த வளாகத்தில் ரஜனீஷ் அறக்கட்டளை இப்படித்தான் உருவானது. அதுவே உலகப் புகழ்பெற்ற ரஜனீஷ் ஆசிரமம் ஆக உருவெடுத்தது.

18

நெருக்கடி காலம் தந்த நெருக்கடி!

சோனியாகாந்தி, ஓஷோவை நேரில் பார்த்திருப் பாரா என்பதேகூட சந்தேகம்தான். ஆனால், 1999ல் தொடங்கி தொடர்ந்து நான்கு முறை சோனியா காந்தியை பாராளுமன்றத்துக்கு அனுப்பிய உத்தரப் பிரதேசத்தில் இருக்கும் ரேபரேலி தொகுதிதான் ஓஷோவின் தலையெழுத்தையே ஒரு காலத்தில் தீர்மானித்தது என்று சொன்னால் கொஞ்சம் வேடிக்கையாகத்தான் இருக்கும்.

இந்தத் தொடருக்கு சம்பந்தமில்லாத சில அரசியல் நிகழ்வுகள்தான். எனினும், ஓஷோவை

அமெரிக்காவுக்கு அனுப்ப காரணமாக இருந்தவை என்பதால் தெரிந்துவைத்துக் கொள்வதில் குற்றம் எதுவுமில்லைதானே?

1971ம் ஆண்டு நடந்த பாராளுமன்றத் தேர்தலில் ரேபரேலி தொகுதியில் சோஷலிஸ்ட் கட்சியைச் சேர்ந்த வேட்பாளர் ராஜ்நாராயணனை, காங்கிரஸ் கட்சியைச் சேர்ந்த இந்திராகாந்தி தோற்கடித்தார்.

முன்னாள் காங்கிரஸ்காரரான ராஜ்நாராயணன், பிரதமரையே எதிர்த்துப் போட்டியிட்டதால் நாடு முழுக்க பிரபலமானார். தோல்விக்குப் பிறகு வெகுண்டெழுந்த ராஜ்நாராயணன், ஊழலுக்கு எதிராக இயக்கம் அமைத்து இளைஞர்களைத் திரட்டி வந்த ஜெயப்பிரகாஷ் நாராயணன் போன்றோருடன் இணைந்து இந்திராவுக்கு எதிராக போர்க்குரல் எழுப்பி வந்தார்.

ரேபரேலி தேர்தலில் அரசு இயந்திரத்தை முறைகேடாகப் பயன்படுத்தித்தான் இந்திராவால் தேர்தலில் வெல்ல முடிந்தது என்று ஆதாரங்களை முன்வைத்து அலகாபாத் ஹைகோர்ட்டில் வழக்கும் தொடர்ந்தார்.

ஜூன் 12, 1975ல் இந்திராகாந்திக்கு எதிரான தீர்ப்பினை அலகாபாத் ஹைகோர்ட் வழங்கியது. அரசு இயந்திரத்தை முறைகேடாகப் பயன்படுத்தியதோடு அல்லாமல், வாக்காளர்களுக்கு ஓட்டுக்கு கையூட்டும் வழங்கப்பட்டது என்கிற ராஜ்நாராயணனின் குற்றச்சாட்டை கோர்ட்டு ஏற்றுக் கொண்டது.

இந்திரா காந்தியின் மக்களவை உறுப்பினர் பதவி, கோர்ட் தீர்ப்பால் பறிக்கப்பட்டது. மேலும், ஆறு ஆண்டுகளுக்கு தேர்தலில் போட்டியிட தடையும் விதிக்கப்பட்டது.

கோர்ட் தீர்ப்பு வந்ததுமே ராஜ்நாராயணன், மொரார்ஜி தேசாய் போன்றோர் தொழிற்சங்கங்கள், மாணவர் சங்கங்கள் மற்றும் அரசு ஊழியர் சங்கத்தினரைத் திரட்டி தில்லி பாராளுமன்றத்தையே முற்றுகையிட்டு போராட்டம் நடத்தினர்.

நாடு, நெருக்கடியான நிலையை எட்டியிருப்பதாகக் கூறி ஜூன் 25ம் தேதி நள்ளிரவில் மிசா சட்டத்தின் (Maintenance of Internal Security Act) துணை கொண்டு எமர்ஜென்ஸி அறிவிக்கப்பட்டது.

கலையும் தியானம்தான்!

ஓஷோவின் ஆசிரமத்தில் தியானம் மட்டுமின்றி கலைகளும் வளர்க்கப்பட்டன. கலையுணர்வும் கூட தியானத்தோடு தொடர்புடையது என்று ஓஷோ, தன் சீடர்களுக்கு அறிவுறுத்தினார். பம்பாயில் ஷேக்ஸ்பியரின் 'நள்ளிரவுக் கனவு', டெல்லியில் 'பன்னிரண்டாவது இரவு' போன்ற நாடகங்கள் ஓஷோவின் ஆசிரமத்தைச் சார்ந்தவர்களால் நாடகங்களாக நிகழ்த்தப்பட்டன.

மரணம் ஆனந்தம்!

கல்லூரிக் காலத்திலிருந்தே 'பேச்சுலர்' வாழ்க்கைதான் ஓஷோவுக்கு அமைந்தது. நீண்டகாலம் கழித்து 1978லிருந்து அவரது குடும்பம், அவரோடு வசிக்க ஆரம்பித்தது.

ஓஷோவின் தந்தையாருக்கு ஆறு முறை மாரடைப்பு ஏற்பட்டு அவர் மிகவும் பலவீனமான நிலையில் இருந்தார். 1979ல் ஓஷோவின் தந்தை காலமானார்.

தன்னுடைய தந்தையார் மறைவுக்கு யாரும் கண்ணீர் சிந்தக் கூடாது என்று கட்டளையிட்டார் ஓஷோ. தன்னுடைய தந்தையார் மகிழ்ச்சியாகவே காலமாகியிருக்கிறார். எனவே, அவரது மரணத்தை ஆனந்தமாகக் கொண்டாட வேண்டும் என்றார்.

உடலைச் சுற்றி சீடர்கள் அனைவரும் ஆடிப்பாடிக் கொண்டாடியே, ஓஷோவின் தந்தைக்கு தகனம் செய்தார்கள்.

இந்திராகாந்தியை எதிர்த்தவர்கள் கைது செய்யப்பட்டு சிறையில் அடைக்கப்பட்டார்கள். நாடு முழுக்க பல்லாயிரக்கணக்கானோர் கைதானார்கள்.

ஒரு ஜனநாயக நாட்டில் அரசியலமைப்புச் சட்டத்தை பயன்படுத்தி ஒரு பிரதமர் நினைத்தால் சர்வாதிகார ஆட்சி நடத்த முடியுமென 'மிசா'வால் நிரூபணமானது. மிசாவை வீரதீரமாக எதிர்த்துப் போராடிய பெருமை என்றுமே தமிழகத்துக்கு உண்டு.

21, மார்ச், 1977 வரை நெருக்கடி நிலை நாட்டில் அமலில் இருந்தது. ஒட்டுமொத்த சுதந்திரமும் மக்களுக்கு பறிக்கப்பட்டிருந்த அந்நிலையில் அரசியல்வாதிகள் மட்டுமின்றி பொதுமக்களும் நிம்மதியின்றி தவித்தார்கள். பழைய கணக்கு, வழக்குகள் மிசாவை பயன்படுத்தி, அதிகாரத்தில் இருந்தவர்களாலும் அவர்களுக்கு அடிவருடிக் கொண்டிருந்தவர்களாலும் தீர்த்துக்கொள்ளப்பட்டன.

கிட்டத்தட்ட இரண்டு ஆண்டு காலம் நெருக்கடி நிலை, மக்களை நிம்மதியில்லாமல் அலைக்கழிக்க வைத்தது.

இச்சமயத்தில்தான் நிம்மதி தேடி பல்லாயிரம் பேர் ஓஷோவை நாடி வந்தார்கள். ஓஷோவின் தகப்பனார் பாப்லாலே கூட நெருக்கடி நிலை அமலில் இருந்த காலத்தில்- 1975, அக்டோபர் 19ம் தேதியன்றுதான் ஓஷோவின் சீடரானார்.

"இயேசுவின் தந்தையார், இயேசுவிடமோ... கிருஷ்ணனின் தந்தை வாசுதேவன் கிருஷ்ணரிடமோ தீட்சை பெறவில்லை. ஆனால், என்னுடைய தந்தையார், என்னையே குருவாக ஏற்றுக் கொண்டார். அவ்வகையில் அவர் தனித்துவமானவர்..." என்று ஓஷோ பெருமிதப்பட்டுக் கொண்டார்.

சுவாமி தேவதீர்த்தபாரதி என்று அவருக்கு புதிய பெயர்,

பல்கலைக்கழகம்

தன்னை வெறுமனே சாமியாராக ஓஷோ என்றுமே கருதியதில்லை.

அவரது ஆசிரமத்தில் ஆடைகள் தயாரிக்கும் தொழிற்சாலை இருந்தது. அங்கே கம்பளிப் போர்வைகள், குழந்தைகளுக்கான ஆடைகள் போன்றவை சீடர்களால் தயாரிக்கப்பட்டன.

உணவுப் பொருட்கள், சோப்பு, ஷாம்பூ, எண்ணெய் வகைகளும் தயாராயின.

ஓஷோவின் ஆசிரமத்தில் தயாரானவை என்பதால், மார்க்கெட்டில் இவை நன்கு விலைபோயின.

மேலும் ஆராய்ச்சி மையம் ஒன்றும் செயல்பட்டு வந்தது. இங்கு நோய்களுக்கு மருந்துகள் கண்டறியப்பட்டன.

சூரிய ஒளியைப் பயன்படுத்தி மின்சாரம் தயாரிக்கப்பட்டது.

எந்த அரசாங்கத்தையும், கல்வி நிறுவனத்தையும் சாராமல் ரஜனீஷ் சர்வதேச தியானப் பல்கலைக்கழகம் தொடங்கப்பட்டது.

ஆசிரமத்தின் இதுபோன்ற கிளைப்பணிகளை சன்னியாசிகள் தங்களுக்குள்ளாக குழுக்கள் அமைத்து திறம்பட நடத்தி வந்தார்கள்.

ஆசிரம வாழ்க்கை என்பதைவிட பலதரப்பட்ட மக்கள் சேர்ந்து வாழும் commune வாழ்க்கை முறையையே ஓஷோ வலியுறுத்தி வந்தார்.

ஓஷோவால் சூட்டப்பட்டது.

சரி, நெருக்கடி காலத்தில் ஓஷோவுக்கு என்ன நெருக்கடி?

உண்மையைச் சொல்லவேண்டுமானால் நெருக்கடி நிலை திரும்பப் பெறப்பட்டதற்குப்பின்பே ஓஷோவுக்கு நெருக்கடிகள் அதிகமாயின.

காரணம், நெருக்கடி நிலை அமலில் இருந்தபோது நாட்டு மக்களின் ஹீரோவாக உயர்ந்த மொரார்ஜி தேசாய்!

குஜராத்தை பூர்வீகமாகக் கொண்ட மொரார்ஜி தேசாய், மகாத்மா காந்தியால் ஈர்க்கப்பட்டு ஒத்துழையாமை இயக்கத்தில் வெள்ளை அரசுக்கு எதிராகப் போராடியவர். காங்கிரஸ் சார்பாக அப்போதைய பம்பாய் மாகாணத்தில் (அப்போது குஜராத்தும் அதற்குள்தான் இருந்தது) அமைச்சரவைப் பொறுப்புகளை வகித்தவர். 1952 தேர்தலில் பம்பாயின் முதலமைச்சராகவே உயர்ந்தார்.

நேருவின் சோஷலிஸ கொள்கைகளோடு அவருக்கு முரண்பாடுகள் இருந்தன. எனினும் காங்கிரஸின் தவிர்க்க முடியாத தலைவர்களில் ஒருவராக உயர்ந்தார். நேரு மறைந்தபோதே மொரார்ஜி, பிரதமராவார் என்கிற எதிர்பார்ப்பும்கூட இருந்தது.

அந்த அளவுக்கு செல்வாக்காக இருந்த மொரார்ஜி தேசாய், மிகவும் கடுமையாக ஓஷோவை வெறுத்தார். ஏற்கனவே குறிப்பிட்ட மாதிரி குஜராத்தில் ஓஷோ ஆசிரமம் அமைப்பதற்கு தடையாக நின்றவர் மொரார்ஜிதான். காந்தி குறித்த ஓஷோவின் விமர்சனங்களே

இதற்கு அடிப்படைக் காரணம். காந்தியை, கடவுளுக்கு இணையாக பூஜித்து வந்த மொரார்ஜி, அவரை விமர்சனம் செய்பவர்களைப் பகையாளிகளாகக் கருதுவதும் இயல்புதானே?

மேலும், மொரார்ஜி, பம்பாய் அரசியலில் காட்ஃபாதர். அங்கே அரசியலில் இல்லாவிட்டாலும், மக்கள் மத்தியில் செல்வாக்கோடு ஒரு 'பகவான்' உருவாவதை அவர் எப்படி சகித்துக்கொள்ள முடியும்? அதுவுமின்றி ஓஷோவுக்கு இடதுசாரி சிந்தனைகளோடு ஈர்ப்பு இருந்ததும், பழமைவாத மதிப்பீடுகளில் பிடிப்பு கொண்டிருந்த மொரார்ஜிக்கு அலர்ஜியாகயிருந்தது.

நெருக்கடி நிலையைக்கொண்டு வந்ததன் காரணமாக 1977ல் நடந்த பொதுத்தேர்தலில் இந்திராகாந்தியின் காங்கிரஸ் தோல்வி அடைந்தது. ரேபரேலி தொகுதியில் இந்திராகாந்தியே, அதே ராஜ் நாராயணனிடம் வெற்றிவாய்ப்பை இழந்தார்.

ஓஷோவின் கடும் எதிர்ப்பாளரான மொரார்ஜி தேசாய், ஜனதா கட்சியின் தலைமையில் அமைந்த கூட்டணி ஆட்சியின் பிரதமர் ஆனார்.

இது போதாதா?

ஓஷோ வளர்வதைத் தடுப்பதற்கு ஏகப்பட்ட முட்டுக்கட்டைகள் போடப்பட்டன.

ஓஷோ அறக்கட்டளை, ஆசிரமம் உள்ளிட்டவை வளர்வதற்கு ஏகப்பட்ட நெருக்கடிகள் அரசுத்தரப்பிலிருந்து செய்யப்பட்டன.

மொரார்ஜி, ஆட்சியில் இருந்த காலம்வரை மிகவும் கவனமாகவே காய் நகர்த்தினார். முடிந்தவரை மோதலைத் தவிர்ப்பது அல்லது ஒத்திப்போடுவது என்பதே அவரது நிலைப்பாடாக இருந்தது. ஆன்மிகவாதிகளுக்கும் கூட இந்தியாவில் அரசியல்வாதிகளால் நெருக்கடி ஏற்படுத்த முடியுமென்பதை ஓஷோ உணர்ந்தார்.

பின்னாளில் ஓஷோ, முற்றிலுமாகத் தன்னுடைய ஆசிரம நடவடிக்கைகளை அமெரிக்காவுக்கு மாற்றிக்கொள்ள இந்த நெருக்கடிகளே காரணம்.

ஆனால், அமெரிக்க அரசியலும் அவரை இதைவிட மோசமாகத் துரத்தியது என்பதுதான் நகைமுரண்.

19

ஓஷோவைக் கொல்ல முயற்சி!

பூனா நகரிலிருந்து சுமார் முப்பது கிலோமீட்டர் தொலைவில் சஸ்வாத் என்றொரு ஊர். அங்கே ஓஷோவின் புதிய சன்னியாச இயக்கத்துக்காக நானூறு ஏக்கர் நிலம் வாங்கப்பட்டிருந்தது. அதையே தலைமையகமாகக் கொண்டு இயங்குவதற்குத்தான் திட்டமிட்டிருந்தார்கள்.

அன்று 11, டிசம்பர் 1979.

ஓஷோவின் 48வது பிறந்தநாள். பூனா ஆசிரமம் அதிகாரபூர்வமாக செயல்பட ஆரம்பித்தது. ஐயாயிரத்துக்கும் மேற்பட்ட சன்னியாசிகள் அந்த ஆசிரமத்தில் இணைந்தனர்.

ஓஷோ ஆசிரமத்துக்குப் புதியதாகக் கொடியும் அன்று அறிமுகம் செய்யப்பட்டது.

அந்த மையத்தில் தியான மையங்கள், பல்கலைக்கழகம், மருத்துவமனை, தொழில்நிலையங்கள் உட்பட கிட்டத்தட்ட ஐம்பது பிரிவுகள் செயல்பட ஆரம்பித்தன.

திரைப்படங்கள் தயாரிப்பதற்காக பிரும்மாண்டமான ஸ்டுடியோ ஒன்றை தொடங்கப்போவதாகக் கூட சொன்னார்கள். மேலும், வெளியூர் பக்தர்கள் வந்து தங்கிச் செல்வதற்கு வசதியாக ஐந்து நட்சத்திர ஹோட்டலுக்கும் அஸ்திவாரம் போட்டார்கள்.

இந்தியாவுக்குள்ளேயே ஓஷோவுக்கு தனி அரசாங்கமாக பூனா ஆசிரமத்தை அமைக்க புதிய சன்னியாசிகள் இயக்கத்தைச் சார்ந்தவர்கள் திட்டமிட்டிருந்தனர்.

அரசாங்கம் மட்டுமின்றி மத அடிப்படைவாதிகளும் ஓஷோவைக் கண்டு அஞ்சினர். அவர் மரபுக்கு எதிரானவர் என்று குற்றம் சாட்டினர்.

இதற்கிடையே இந்தியாவில் ஜனதா அரசாங்கம் கவிழ்ந்து, மீண்டும் காங்கிரஸ் ஆட்சி ஏற்பட்டிருந்தது. ஜனதா ஆட்சியில் இருந்த நெருக்கடிகள் ஓரளவுக்கு விலகியிருந்தாலும், புதிய ஆட்சியோடும் ஓஷோவுக்கு ஒன்றும் நெருக்கமான தொடர்புகள் இல்லை. அவர்கள் தொந்தரவும் செய்யவில்லை, ஆதரவாக அருகில் வந்து நிற்கவும் இல்லை.

1980 மே மாதம் 22ம் தேதி.

அதிகாலையிலிருந்து பூனா ஆசிரமத்து வாசலில் ஓர் இளைஞன் காத்துக்கொண்டிருந்தான்.

அவனை ஆசிரமத்துக் காவலர்கள் விசாரித்தார்கள்.

“என் பெயர் விலாஸ் விட்டல் தூபே. பகவானைப் பார்க்க நெடுந்தூரத்திலிருந்து வருகிறேன்...” என்று இந்தியில் பேசினான்.

“எதற்காக பகவானை நீ பார்க்க வேண்டும்?”

“அதை அவரிடம்தான் சொல்ல முடியும்!”

மேலும் சிறிதுநேரம் அவனிடம் பேசிப் பார்த்தார்கள்.

“எதுவாக இருந்தாலும் பகவானிடம்தான் சொல்ல முடியும்...” என்று பிடிவாதம் பிடித்தான்.

பார்வைக்கு அப்பாவியாக இருந்ததால், அவனை 8 மணி வாக்கில் ஆசிரமத்துக்குள் அனுமதித்தார்கள்.

அதிகாலை தியானத்தையெல்லாம் முடித்துவிட்டு, பக்தர்களுக்கு அப்போது பேருரை நிகழ்த்திக் கொண்டிருந்தார் ஓஷோ.

பார்வையாளனாகக் கடைசி வரிசையில் அமர்ந்தான் தூபே.

ஓஷோவின் பேச்சைக் கேட்டுக் கொண்டே ஒவ்வொரு வரிசையாக முன் நகர்ந்து வந்துகொண்டிருந்தான்.

திடீரென பார்வையாளர் கூட்டத்திலிருந்து எழுந்து,

அமைதியில் நிம்மதி

வழக்கம்போல தன் சீடர்களுக்கு 1981, மார்ச் மாதம் ஓஷோ தரிசனம் கொடுத்தார். அந்நாளுக்குப் பிறகு ஓஷோ, யாரையும் சந்திக்காமல் தவிர்க்க ஆரம்பித்தார்.

ஓஷோ, இனி அமைதியைத்தான் நாடுவார். அதற்காக யாரும் கவலைப்பட வேண்டாம் என்று மா ஆனந்தலட்சுமி அறிவித்தார்.

ஆசிரமத்தில் நடைபெற்ற கூட்டங்களில் ஓஷோ கலந்துகொண்டு, பேசுவதைத் தவிர்த்து அமைதியாக கவனித்தார். ஆசிரமத்தின் வழக்க மான தியானம், ஆடல் பாடல் நிகழ்ச்சிகளில் கலந்துகொண்டாலும் சொற்பொழிவு ஆற்றுவதை நிறுத்தினார்.

புதிதாக ஆசிரமத்தில் சேரும் சன்னியாசிகளுக்கு தீட்சை வழங்குவதையும் நிறுத்தினார். சன்னியாசம் பெறுவதற்காக மேற்கத்திய நாடுகளிலிருந்து வரும் பக்தர்களுக்கு சுவாமி ஆனந்த கீர்த்தாவும், உள்ளூர் பக்தர்களுக்கு சுவாமி சத்தியவேதாந்தாவும் தீட்சை வழங்கத் தொடங்கினர்.

1981, மே 1ஆம் தேதி சுமார் பத்தாயிரம் சீடர்கள் ஓஷோவுக்கு முன்பாக அமர்ந்து அமைதி பயின்றனர்.

அப்போது புத்தரின் 'புத்தம் சரணம் கச்சாமி, சங்கம் சரணம் கச்சாமி, தர்மம் சரணம் கச்சாமி' ஆகிய வாசகங்கள் மட்டுமே உச்சரிக்கப்பட்டன.

உலகின் தொடக்கத்தில் அமைதி இருந்தது, முடிவிலும் அதே அமைதிதான் இருக்குமென்று ஓஷோ கணித்தார்.

இந்தியில் கத்தினான்.

"ஓஷோ, நீங்கள் இந்து மத எதிரியா?"

ஓஷோ, கனிவுடன் அவனைப் பார்த்தார். கூட்டத்திலிருந்த வர்கள் அவனைப் பிடித்து வெளியேற்ற முயற்சித்தார்கள். ஓஷோ சாடை காட்டி அவர்களைத் தடுத்தார்.

"இந்து மதத்தின் கொள்கைகளுக்கு எதிராகப் பேசுகிறீர் கள். செயல்படுகிறீர்கள். நீங்களெல்லாம் அன்னியநாட்டுக் கைக்கூலிகள்!" என்று கத்திக் கொண்டு மேடையை நோக்கி ஓடிவந்தான்.

மேடையில் ஓஷோவுக்குப் பின்னால் நின்றிருந்த சன்னியாசிகள் பதறிப்போய் அவனைத் தடுக்க வந்தனர்.

பாதுகாவலர்களிடமிருந்து திமிறிக்கொண்டு ஓஷோவை நோக்கி கொலைவெறியோடு பாய்ந்தான் தூபே.

அவனது கையில் ஒரு குறுவாள் வேறு திடீரென முளைத்தது!

ஓஷோவைக் கொலை செய்யும் நோக்கத்தோடுதான் விலாஸ் விட்டல் தூபே வந்திருக்கிறான் என்பதை நொடியில்

வன்முறை ஏவப்பட்டது!

ஓஷோவின் மீது 80களின் தொடக்கத்தில் கொலைமுயற்சி மட்டுமின்றி, ஆசிரமத்தை முடக்குவதற்கான மிரட்டல்களும் பல்வேறு நாடுகளிலிருந்து மதவெறியர்களால் விடுக்கப்பட்டுக் கொண்டிருந்தது.

ஓஷோவைக் கொல்வதற்கு இலங்கையில் இருந்த தொழில்முறை கொலையாளி ஒருவரோடு ஒப்பந்தம் செய்து பெரும் பணம் கைமாறி இருந்தது குறித்த தகவல் வெளிவந்தது.

பம்பாய் மற்றும் பூனா நகரங்களில் இருந்த ஆசிரமங்களை வெடி குண்டு வைத்து தகர்க்கப்போவதாகவும் தொலைபேசி மிரட்டல்கள் வெளிவந்தன.

பூனாவில் ஒருமுறை தீவிபத்தும் ஏற்பட்டது. அது சதிவேலையாக இருக்கலாம் என்றும் சந்தேகம் கிளம்பியது. ஏனெனில் அடுத்தடுத்த நாட்களில் இதுபோன்ற சம்பவங்கள் நடந்தேறின. ஆசிரமத்தில் இருந்த புத்தகக் கிடங்கு முழுமையாக எரிக்கப்பட்டது. மருத்துவமையத்தில் வெடிகுண்டு ஒன்றும் வெடித்தது.

தான் உயிரோடு இருப்பதற்காக மகிழ்ச்சியோ, இல்லாமல் போவது குறித்து வருத்தமோ தனக்கு இல்லை என்று அறிவித்தார் ஓஷோ.

ஞானிகள் அவதரித்த இந்தியாவை விட்டு வெளியே செல்ல தனக்கு விருப்பமில்லை. ஆனாலும், அத்தகைய நெருக்கடிகள் உருவாகி வருகின்றன என்றும் சூட்சுமமாகத் தெரிவித்தார். அதற்கு முன்பாக வெளிநாட்டு அழைப்புகளைத் தவிர்த்துக்கொண்டிருந்தவர், முதன்முறையாக உடல்நலிவுக்கு சிகிச்சை பெற வெளிநாடுகளுக்குச் செல்வதற்கு ஒப்புக்கொண்டார். 1981, ஜூன் மாதம் முதுகில் தண்டுவட அறுவை சிகிச்சைக்காக அவர் தன்னுடைய நெருங்கிய சீடர்களை மட்டும் அழைத்துக்கொண்டு அமெரிக்கா சென்றார்.

புரிந்து கொண்டார்கள்.

காவலர்கள் ஓடிவந்து தூபேவை மடக்கி கட்டிப் போட்டார்கள்.

பேருரை நிகழ்த்திக் கொண்டிருந்த ஓஷோவை அவரது அறைக்கு பாதுகாப்பாக அழைத்துச் சென்றார்கள்.

பூனா காவல் நிலையத்துக்கு தொலைபேசியில் விவரம் தெரிவிக்கப்பட்டது.

காவலர்கள் உடனே வந்து தூபேவைக் கைது செய்து ஜீப்பில் ஏற்றி அழைத்துப் போனார்கள்.

இதற்கிடையே விஷயம் கேள்விப்பட்டு, பம்பாயிலிருந்து பத்திரிகையாளர்கள் படைதிரண்டு வந்து ஆசிரமத்தில் குழும ஆரம்பித்தார்கள். ஓஷோவைப் பார்க்க வேண்டும், பேச வேண்டும் என்று அவர்கள் நிர்வாகிகளிடம் வற்புறுத்தத்

தொடங்கினர்.

ஓஷோவின் சார்பாக மா லட்சுமி நிருபர்களைச் சந்தித்துப் பேசினார்.

"பகவான் என்கிறீர்கள். அவர் மீதே தாக்குதல் நடந்திருக்கிறதே?"

"மகாத்மா என்கிறோம். அவரையே மக்களில் ஒருவன்தான் சுட்டுக் கொன்றான். மக்களுக்கு அறிவுப்பால் புகட்ட முற்பட்ட புத்தர், இயேசு, மகாவீரர் போன்றோரும் இதுபோல தாக்குதலை எதிர்கொண்டிருக்கிறார்கள்..." என்று லட்சுமி விளக்கம் அளித்தார்.

காவல்துறையால் கைது செய்யப்பட்ட விலாஸ் விட்டல் தூபே, ஒரு இந்துமதத் தீவிரவாதி என்பது விசாரணையில் வெளிப்பட்டது.

ஆனால் –

பம்பாயிலிருந்து பூனா காவல்நிலையத்துக்கு மகாராஷ்டிராவில் அப்போது மதம் பேசி செல்வாக்கோடு வளர்ந்துகொண்டிருந்த ஒரு தலைவர் பேசியதாகவும், அதன் அடிப்படையில் அவன் விடுதலை செய்யப்பட்டதாகவும் தகவல்.

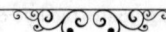

20

மரணத்தை வரவேற்போம்!

“அவர் ஓர் எழுத்தாளர். இந்த உலகத்தில் நான் நடிக்க வேண்டிய வித்தியாசமான கதாபாத்திரத்தை அவர்தான் எழுதினார். நான் புல்லாங்குழலாக இருந்தேன். என்னை இசைத்த கலைஞர் அவர்தான்!”

இவ்வாறாக இலக்கியத்தரமாக ஓஷோவை வர்ணித்தவர் மா ஆனந்த் ஷீலா.

ஓஷோவின் கதையை எழுதும்போது ஷீலாவைக் குறிப்பிடாமல் இருக்கவே முடியாது.

ஒரு முக்கியமான காலக்கட்டத்தில்

பகவானுடைய செயலராகப் பணிபுரிந்தவர் இவர்தான். ஓஷோ ஆசிரமத்தின் விரல்விட்டு எண்ணக்கூடிய சூப்பர் விஐபிக்களில் ஒருவராகத் திகழ்ந்தார். தன்னுடைய தனிப்பட்ட விஷயங்களைக் கூட இவருடன் ஓஷோ ஆலோசித்திருக்கிறார்.

ஓஷோவுடனான தன்னுடைய அனுபவங்களை *'Don't kill him! The story of my life with Bhagwan Rajneesh'* என்று மா ஆனந்த் ஷீலா நூலாக எழுதி, உலகம் முழுக்க பரபரப்பாக விற்பனையானது.

ஷீலாவின் தந்தையாரும் குஜராத்தை பூர்வீகமாகக் கொண்டவர். இந்திய அளவில் பிரபலமான விஐபிக்களை தன்னுடைய ஊருக்கு அழைத்து விருந்து அளிப்பது அவரது வழக்கம். அவ்வாறாகத்தான் ரஜனீஷூம் ஷீலாவின் வீட்டுக்கு சிலமுறை வந்திருக்கிறார். முதல் சந்திப்பிலேயே பகவானின் தொடுகை, தன்னுடைய ஆத்மாவைத் தொட்டதாக ஷீலா குறிப்பிடுகிறார்.

அப்போது படிப்புக்காக ஷீலா அமெரிக்காவில் தங்கியிருந்தார். நியூஜெர்ஸியில் ஒரு கல்லூரியில் படித்துக்கொண்டிருந்தார். ஏற்கனவே திருமணமான மார்க் சில்வர்மேன் என்பவரோடு காதலில் விழுந்தார். மார்க், கேன்சர் நோயால் பாதிக்கப்பட்டிருந்தார். தான் உலகில் இருக்கப்போவதே சில காலம்தான் என்று உணர்ந்திருந்தவர், ஷீலாவின் காதலை மறுத்தார். எனினும் உண்மையான அன்பே வென்றது.

மார்க்கை தன் பெற்றோரிடம் அறிமுகப்படுத்துவதற்காக இந்தியாவுக்கு அழைத்து வந்தார் ஷீலா. அப்போது ஷீலாவின் அம்மாவுக்கு கண் அறுவை சிகிச்சை செய்ய வேண்டியிருந்தது. உடனிருந்து கவனித்துக் கொள்ளவும் தன்னுடைய இந்தியப் பயணம் பயன்படும் என்று நினைத்தார்.

இந்தியாவில் தங்கியிருந்தபோது அப்பாவுடன் ஒரு பிசினஸ் டிரிப்பாக பம்பாய்க்கு செல்ல வேண்டியிருந்தது.

ஷீலாவின் அப்பா எப்போதுமே பயணங்களின்போது தன்னுடைய மனைவியையும் உடன் அழைத்துச் செல்வார். கண் அறுவை சிகிச்சை செய்திருந்த மனைவிக்கு பதிலாக அம்முறை தன்னுடைய மகளை அழைத்துச் சென்றார்.

ஷீலாவின் வாழ்வில் திருப்பம் ஏற்படுத்திய பயணம் அது.

ஷீலாவும், அவருடைய தந்தையும் தங்கியிருந்த வீட்டுக்கு எதிரில் தான் அப்போது ஓஷோ முகாமிட்டிருந்தார். மரியாதை நிமித்தமாக அவரைச் சந்திக்க ஷீலாவும், அவரது தந்தையும் அப்பாயின்ட்மென்ட் எதுவுமின்றி போய் நின்றார்கள். பொதுவாக முன்னறிவிப்பு ஏதுமின்றி யாரையும் ஓஷோ சந்திக்க மாட்டார்.

ஆனால் -

மா யோக லட்சுமி, ஷீலாவின் தந்தைக்கு ஏற்கனவே நன்கு அறிமுகமானவர். அவரது சிபாரிசின் பேரில் இவர்களைச் சந்திக்க

அவர் அனுமதித்தார்.

ஆயிரக்கணக்கான புத்தகங்கள் அடங்கியிருந்த பெரிய அறை அது. ஜன்னலிலிருந்து குளிர்ந்த கடற்காற்று வீசிக் கொண்டிருந்தது.

இயற்கையான வெளிச்சத்தில் ஒளி பொருந்திய பகவான் சம்மணமிட்டு அமர்ந்து ஏதோ நூலை வாசித்துக்கொண்டிருந் தார். தூய வெள்ளை நிறத்திலான ஆடையை அணிந்திருந்தார். அவருடைய இருக்கைக்கு முன்பாக இருவர் அமரக்கூடிய சோபா இருந்தது.

அறைக்குள் நுழைந்த இவர்களை அங்கே அமருமாறு மா யோகலட்சுமி கேட்டுக்கொண்டார்.

பகவான் நிமிர்ந்து இவர்களைக் கண்டார். அவரது முகத்தில் புன்முறுவல் வீற்றிருந்தது. ஆதரவாக இரண்டு கரங்களையும் நீட்டினார். இளம்பெண்ணான ஷீலாவுக்கு கொஞ்சம் கூச்சமாயிருந்தாலும், சட்டென்று ஓடிப்போய் பகவானின் மார்பில் தஞ்சமடைந்தார்.

ஆதுரமான அந்த அணைப்பு, ஷீலாவுக்கு வாழ்வின் திறவு கோலாக அமைந்தது. பகவானின் அணைப்பிலிருந்து வெளிவர மனமில்லாது சில நிமிடங்கள் அப்படியே இருந்தார். விவரிக்க இயலாத உணர்வு காரணமாக கண்களில் ஆனந்தக் கண்ணீர் தளும்பியது.

பின்னர் ஓஷோ, ஷீலாவின் தந்தையாரோடு பேசத் தொடங் கினார். குஜராத்தைச் சார்ந்தவர்கள் என்றாலே அவருக்கு தனி அபிமானம். சிறிது நேரம் அவர்கள் பேசிக்கொண்டிருந்தார் கள். ஷீலா என்ன படிக்கிறார், எதிர்காலத் திட்டங்கள் என்ன வென்றெல்லாம் பகவான் கேட்க, ஷீலாவோ மவுனமாக அவரது முகத்தை மட்டுமே பார்த்துக் கொண்டிருந்தார். எல்லாவற்றுக்கும் அவரது தந்தைதான் பதில் கொடுத்துக் கொண்டிருந்தார்.

தன்னுடைய எதிர்காலம் பகவானின் கரங்களில் பாதுகாப்பாக இருக்கிறது என்கிற எண்ணம் திடீரென்று ஷீலாவுக்கு ஏற்பட்டது. தன்னுடைய குடும்பப் பின்னணி, கோடிக்கணக்கில் கொட்டிக் கிடக்கும் செல்வம், வெளிநாட்டுப் படிப்பு, அமெரிக்கக் காதலர் அத்தனையையும் மறந்தார். பகவானின் திருவடிதான் தன்னுடைய பயணத்தின் இலக்கு என்பதாக உணர்ந்தார்.

அன்று இரவு முழுக்க ஷீலாவுக்கு தூக்கமே வரவில்லை. தன்னுடைய காதலர் மார்க்கை அழைத்து பகவானிடம் அறிமுகப்படுத்த வேண்டும் என்கிற எண்ணம் அவருக்கு ஏற்பட்டது. உடல்ரீதியாக மார்க் அனுபவித்து வரும் துன்பங்களுக்கெல்லாம் ஓஷோவிடம்தான் தீர்வு இருக்கிறது என்கிற முடிவுக்கு வந்தார்.

மறுநாள் ஓஷோவின் இருப்பிடத்தில் நிகழவிருந்த நிகழ்வு

ஒன்றுக்கு ஷீலாவுக்கு அழைப்பு வந்திருந்தது. மாலைதான் நிகழ்ச்சி என்றாலும் காலையிலிருந்தே அதற்காகக் காத்திருந்தார் ஷீலா. ஒருவழியாக அன்றைய நாளின் பகற்பொழுது கழிந்தது.

மாலை தயங்கித் தயங்கி ஓஷோவின் அப்பார்ட்மெண்டுக்கு வந்தார். அங்கே நூற்றுக்கும் மேற்பட்டவர்கள் காத்திருந்தார்கள். கடைசி வரிசையில் ஷீலா அமர்ந்தார்.

குறிப்பிட்ட நேரத்தில் பகவானின் தரிசனம் கிடைத்தது. பவுத்த சன்னியாசிகள் பாணியில் கைகளைக் குறுக்கே வைத்து அனைவருக்கும் 'நமஸ்தே' சொன்னார் பகவான். அவ்வாறு வணக்கம் தெரிவிக்கும்போதே ஒட்டுமொத்த கூட்டத்தையும் அவரது கண்கள் பார்வையிட்டன. கடைசி வரிசையில் அமர்ந்திருந்த ஷீலாவைக் கண்டதுமே, கைகளை நீட்டி அருகில் வரச்சொல்லி அழைப்பு விடுத்தார்.

ஓடிவந்து ஓஷோவின் காலடியில் அமர்ந்தார் ஷீலா. கண்களால் பகவானைச் சிறைப்பிடிக்க முனைந்தார்.

ஓஷோ உரையாற்ற ஆரம்பித்தார். கண்களை இமைக்க மறந்து அதையே கேட்டுக் கொண்டிருந்தார் ஷீலா.

"இன்றைக்கு இவ்வளவு போதும். மீண்டும் ஒருமுறை சந்திப்போம்..." என்று பகவான் உரையை முடித்தபிறகும், கனவில் வாழ்வதைப் போல அவரது காலடியே சரணம் என்று கிடந்தார் ஷீலா. மற்றவர்கள் எழுந்து அறையை விட்டு வெளியேற ஆரம்பித்தார்கள். சிலர் ஓஷோவை அருகில் வந்து சந்தித்தார்கள். அவரது கையைப் பிடித்து ஆனந்தக் கண்ணீரில் நனைத்தார்கள்.

மெல்லிய பஜனை இசை அறை முழுவதும் பரவ ஆரம்பித்தது.

ஓஷோ மெதுவாக எழுந்து தன்னுடைய அறையை நோக்கி நடக்க ஆரம்பித்தார். அறைக்கு முன்பாகச் சென்றவர், சட்டென்று திரும்பினார். ஷீலாவை உற்று நோக்கினார். அந்தப் பார்வையின் தீட்சண்யத்தை ஷீலாவால் தாங்கமுடியவில்லை.

"ஷீலா..? அதுதானே உன் பெயர்? நாளை மதியம் இரண்டரை மணிக்கு என்னை வந்து பார்..." என்று கூறியவர், மா யோக லட்சுமியிடம், "லட்சுமி, ஷீலா என்னை வந்து பார்ப்பதற்குரிய ஏற்பாடுகளைச் செய்!" என்று கூறிவிட்டுச் சென்றார்.

பம்பாய் மாநகரத்தின் பெரும் செல்வந்தர்கள் அங்கே கூடியிருந்தார்கள். தங்களுக்கெல்லாம் கிடைக்காத மரியாதை, ஒரு சிறு பெண்ணுக்கு கிடைக்கிறதே என்கிற ஆச்சரியத்தில் அத்தனை கண்களும் ஷீலாவை நோக்கித் திரும்பின.

மறுநாள் சந்திப்புக்காக அந்த நொடியிலிருந்து ஷீலா காத்திருந்தார். அன்றைய நீண்ட இரவையும், மறுநாள் பகல் பொழுதையும் கடக்க மிகவும் சிரமப்பட்டார்.

பகவான் குறிப்பிட்ட நேரம் வந்தது. அந்தச் சந்திப்பும் நிகழ்ந்தது.

"ஷீலா, என்னை நீ மிகவும் நேசிக்கிறாய். அதே அளவிலான நேசிப்பு உன்மீது எனக்கும் உண்டு..." என்று சொல்லிவிட்டு ஆதரவாக தலையைத் தடவிக் கொடுத்தார்.

"சொல்... என்னிடம் கேட்பதற்கு உனக்கு கேள்வியொன்று இருப்பது எனக்குத் தெரியும். என்னால் முடிந்த விளக்கத்தைத் தருகிறேன். அது கொந்தளித்துக் கொண்டிருக்கும் உன்னுடைய உள்ளத்தை சமநிலைப்படுத்தும்."

இதை பகவான் சொன்னதுமே, மடை திறந்த வெள்ளமாக ஷீலா கொட்ட ஆரம்பித்தார்.

தன்னுடைய காதலர் மார்க் சில்வர்மேன் பற்றியும், அவரைக் கொன்றுகொண்டிருந்த கேன்சர்நோயைப் பற்றியும் விலாவரியாக ஷீலா விவரிக்கத் தொடங்கினார்.

பகவான், கருணை ததும்பும் பார்வையோடு சொன்னார்.

"மகளே! மரணத்தை நாம் வரவேற்க வேண்டும். மரணம் என்பது முடிவல்ல..."

21

புதிய மனிதன்

"மரணத்தை வரவேற்போம்..." என்று ஓஷோ சொன்னதுமே, தலையில் ஆணிவைத்து அடித் ததைப் போல உணர்ந்தார் ஷீலா.

அவருடைய அமெரிக்கக் காதலர் மார்க்குக்கு அக்காலத்தில் குணப்படுத்த முடியாத கேன்சர் வகை நோய். எப்போது வேண்டுமானாலும் எமனின் பாசக்கயிறு உங்கள் கழுத்தில் வீசப்பட லாம் என்று மருத்துவர்கள் மார்க்கை எச்சரித் திருந்தார்கள்.

அவரது தலைக்கு மேலே மரணம் கயிற்றில் கட்டப்பட்ட கத்தியாய் தொங்கிக்கொண்டிருந்தது.

கயிறு எப்போது அறுந்து, கத்தி தலையில் பாயும் என்பது தெரியாமல் வேதனையில் வாடிக் கொண்டிருந்தார். எனவேதான், ஷீலாவின் காதலையும் ஆரம்பத்தில் புறக்கணித்தார்.

காதலுக்குத்தான் கண்ணில்லையே?

எப்படியோ மார்க்கும், ஷீலாவும் உயிருக்குயிரான காதலர்கள் ஆனார்கள். அதன்பிறகு காதலனின் மரணபீதி, காதலிக்கும் தொற்றிக் கொண்டது.

இத்தகைய சூழலில்தான் ஓஷோவோடு ஷீலாவுக்கு நல்ல அறிமுகம் கிடைக்க, மரணம் குறித்த தன்னுடைய சந்தேகங்களுக்கு விளக்கங்களைக் கேட்டுக் கொண்டார்.

"பிறப்பைப் போலவே மரணமும் மனித வாழ்க்கையில் ஒரு நிகழ்வு. மக்கள் மரணத்தைப் பற்றி நினைக்கவே விரும்புவது இல்லை. நடக்கப்போகிற ஓர் உண்மையை, நடக்கவே நடக்காது என்று போலியாகவேனும் நம்புவது எப்படிப்பட்ட முட்டாள்தனம்?

பொதுவாக மனிதர்களுக்கு அவர்களது மரணம் எப்போது என்று தெரியாது. உன் காதலனுக்கு அது முன்கூட்டியே தெரிந்திருக்கிறது. அவ்வளவுதான் வித்தியாசம். மரணத்தை மகிழ்ச்சியோடு வரவேற்க அவனைத் தயார்படுத்து!" என்று ஷீலாவுக்கு அட்வைஸ் செய்தார் ஓஷோ.

பகவான் சொன்னது ஷீலாவின் மனதுக்கு ஆறுதலாக இருந்தது. மரணம் மட்டுமே தங்களது காதலைப் பிரித்துவிட முடியாது என்பதைப் புரிந்துகொண்டார்.

"சுவாமி, எனக்கு மரணத்தைப் பற்றி புரியவைத்ததைப் போல என் காதலரையும் உணரச்செய்யுங்கள்..." என்று அவரிடம் மன்றாடிக் கேட்டுக்கொண்டார்.

புன்னகையோடு அதற்கு சம்மதித்தார் ஓஷோ.

உடனடியாக அமெரிக்காவுக்கு தந்தி பறந்தது. இந்தக் காலத்தைப் போல நினைத்தவுடன் அங்கிருந்து இங்கு பறந்து வந்துவிட முடியாதே?

மார்க், பம்பாய்க்கு வருவதற்கும் பதினைந்து நாட்கள் ஆயின. அன்றே ஓஷோவைச் சந்திக்க மார்க் - ஷீலா காதலர்களுக்கு அப்பாயின்ட்மென்ட் வழங்கப்பட்டது.

மரணம் குறித்த ஓஷோவின் போதனைகளையெல்லாம் மார்க் அமைதியாகக் கேட்டுக் கொண்டார். அவரது பேச்சின் போது குறுக்கிட்டு சந்தேகமோ, விளக்கமோ கேட்காமல் அமைதியாக இருந்தார்.

"அடுத்து ஒரு பத்து நாட்களுக்கு தியான முகாம் நடைபெற இருக்கிறது. நீங்கள் இருவரும் தவறாமல் பங்குகொள்ள வேண்டும்..." என்று அவர்களிடம் ஓஷோ கேட்டுக்கொண்டார்.

முகாமின் முதல் நாள் நிகழ்வுகள் அமெரிக்கரான மார்க்குக்கும்,

யார் அந்த புதிய மனிதன்?

உடலும், மனதும் ஒன்றான Homo Novus என்கிற புதிய பரிமாணத்துக்கு மனிதர்கள் மாறவேண்டும் என்று ஓஷோ விரும்பினார். இவர்களை புதிய மனிதன் என்று வர்ணித்தார்.

ஓஷோ உருவாக்க விரும்பிய புதிய மனிதன் ஒவ்வொருவனும் புத்தரின் புத்திக்கூர்மையைக் கொண்டிருப்பான். Zorba என்கிற பழமையான ஆன்மீக மார்க்கத்தையும், பவுத்தத்தையும் இணைத்து புதிய மனிதனை உருவாக்க நினைத்தார்.

அதாவது ஓஷோ உருவாக்கும் புதிய மனித இனத்தில் ஆண் – பெண் வேறுபாடு இருக்காது. செக்ஸும், மரணமும் ஒன்றே. எல்லாவற்றையும் சமப்படுத்துவதின் மூலமாக உலகவாழ்வில் முரண்பாடுகளே இல்லாமல் மகிழ்ச்சியாக வாழமுடியும் என்று கருதினார்!

கிட்டத்தட்ட அமெரிக்கராகிவிட்ட ஷீலாவுக்கும் வினோதமாக இருந்தது.

எனினும் வழக்கமான மதச் சம்பிரதாயங்களற்ற புதிய சன்னியாசிகள் கூட்டத்தின் மத்தியில் நிலவிய சமத்துவமான நட்புறவு அவர்களைக் கவர்ந்தது.

முகாமின் இரண்டாம் நாள் ஷீலாவையும், மார்க்கையும் தன்னுடைய கூடாரத்துக்கு வெளியே சந்தித்தார். அவரைச் சுற்றி நிறைய வெளிநாட்டு சன்னியாசிகள் இருந்தார்கள்.

பொதுவாக பகவானிடம் சன்னியாசம் கேட்டு வருபவர்களுக்கு உடனே வழங்கிவிட மாட்டார். அது அவர்களுக்குத் தேவையா என்பதை ஒன்றுக்கு நான்கு முறை உறுதிப்படுத்திக்கொண்டே செய்வார்.

ஆனால் –

ஷீலாவைப் பொறுத்தவரை பகவானே முடிவெடுத்துவிட்டார்.

"ஷீலா! உனக்கு என்ன பெயர் வைக்க வேண்டும்?" என்று கேட்டவாறே, மணிமாலையை அவரது கழுத்தில் போட்டார்.

அந்தக் கணம் வரை சன்னியாசியாகும் எண்ணம் ஷீலாவுக்கு அறவே இல்லை. அவருக்கு பகவான் தன்னுடைய மாஸ்டர் என்கிற எண்ணம் மட்டுமே இருந்தது. திடீரென்று பகவான் தன்னை சன்னியாசியாக்குவார் என்று அவர் எதிர்பார்க்கவில்லை.

எனினும் மகிழ்ச்சியாக ஏற்றுக் கொண்டார்.

"சுவாமி, உங்களுக்கு என்ன பெயர் பிடிக்குமோ அதையே வையுங்கள்..."

"எனக்குப் பிடித்த பெயரா?" என்று சிரித்தார் ஓஷோ.

"ஷீலா என்றால் வலிமையானவள் என்று பொருள். வலிமை மட்டுமல்ல. உன் வாழ்க்கையில் ஆனந்தமும் நிலைத்திருக்க

வேண்டும். எனவே, இன்று முதல் நீ ஆனந்த் ஷீலா. உன்னை எல்லோரும் மா ஆனந்த் ஷீலா என்று அழைப்பார்கள்!" என்று கூறிவிட்டு, மார்க் பக்கமாகத் திரும்பினார்.

இன்னொரு மணிமாலையை எடுத்து மார்க்கின் கழுத்தில் இட முயற்சித்தார்.

சட்டென்று மார்க் பதற்றப்பட்டு, "நோ... நோ..." என்று மறுத்தார்.

"பகவான் உன்னுடைய நலனுக்காகத்தான் சன்னியாசம் கொடுக்கிறார் மார்க். ஏற்றுக்கொள்..." என்று ஷீலாவும் வற்புறுத்தினார்.

ஓஷோ, ஷீலாவை நோக்கி, "விடு. இரண்டு நாள் கழித்து அவனே ஏற்றுக்கொள்வான்!" என்று தீர்க்கதரிசனம் போலச் சொன்னார்.

அதுதான் நடந்தது.

மார்க்கின் மனப்போக்கில் பகவான் என்ன மேஜிக் செய்தாரோ தெரியவில்லை.

அதுவேதான் நடந்தது.

மார்க்குக்கு பகவான், சுவாமி பிரேம் சின்மயா என்று புதிய நாமகரணம் சூட்டி சன்னியாசி ஆக்கினார்.

இதெல்லாம் நடந்தது 1972 வாக்கில்.

திரும்பவும் அமெரிக்காவுக்கு திரும்பும் திட்டத்தை கைவிட்டு, இயக்கத்தின் கொள்கைகளைப் பரப்பவும், மேலும் ஏராளமானோரை ஓஷோவின் இயக்கத்தில் சேர்ப்பதற்காகவும் நாடு முழுக்க முகாம்கள் நடத்த புதிய சன்னியாசிகள் ஷீலாவும், மார்க்கும் கிளம்பினார்கள்.

சில காலம் கழித்து மார்க், மிக மகிழ்ச்சியான முறையில் தன்னுடைய மரணத்தை எதிர்கொண்டார்.

மார்க்கின் மறைவுக்குப் பிறகு ஓஷோ, தன்னுடைய வெளிநாட்டு பக்தர்களில் ஒருவரை ஷீலாவுக்குத் துணையாக்கினார்.

ஷீலாவின் அமெரிக்க, ஐரோப்பிய தொடர்புகள் பலவும் ஓஷோவின் ஆசிரமத்துக்கு பலம் சேர்த்தன.

பூனாவில் ஆசிரமம், எழுபதுகளின் இறுதியில் நிலைபெற்றபோது ஒரு நாளைக்கு ஐயாயிரத்துக்கும் கூடுதலான பக்தர்கள், பகவான் தரிசனத்துக்காக வரத் தொடங்கினார்கள்.

அவர்களை இன்முகத்தோடு வரவேற்று ஒழுங்குபடுத்தியதில் மா ஆனந்த் ஷீலாவின் பங்கு அளப்பரியது.

கிட்டத்தட்ட ஓஷோவின் மக்கள் தொடர்பாளரைப் போல ஷீலா பணியாற்றிக் கொண்டிருந்தார்.

குறிப்பாக ஐரோப்பிய, அமெரிக்க பக்தர்களின் எண்ணிக்கை நாளுக்கு நாள் அதிகரித்துக்கொண்டே சென்றதற்கு அவர் முக்கியமான காரணமாக இருந்தார்.

இப்போது சொன்னால் நம்புவதற்கு சற்று சிரமமாக இருக்கும்.

ஓஷோவைக் காண்பதற்காகவே அயல்நாடுகளிலிருந்து பக்தர்கள் கூட்டம் கூட்டமாக வந்ததால் அப்போதைய இந்தியாவின் சுற்றுலா வருவாய் 15% கூடியது!

பூனா என்கிற நகரமே, ரஜனீஷ் ஆசிரமத்தின் காரணமாகத்தான் உலக வரைபடத்தில் இடம்பெற்றது.

ஆசிரம பக்தர்கள் பெரும்பாலும் செல்வந்தர்கள் என்பதால் ஏகத்துக்கும் செலவழித்தார்கள். பூனாவில் புதியதாக ஹோட்டல்கள், வெளிநாட்டவர்களைக் கவரக்கூடிய அம்சங்கள் என்று புதிய தொழில் வாய்ப்புகள் ஏற்பட்டன.

தொழில் முதலீடுகளுக்கான அம்பாஸடராக, தான் இருப்பதையே ஓஷோ, வெகுகாலம் அறியவில்லை. தன்னுடைய ஆசிரமம் எப்படி நடக்கிறது, யாரால் நடக்கிறது என்பதையெல்லாம் உணராமல், 'புதிய மனிதன்' என்பவனை உருவாக்கும் முயற்சியில் கவனமாக இருந்தார்.

தன்னால் எவ்வளவு விரைவில் புதிய மனிதனை உருவாக்க முடிகிறதோ, அவ்வளவு விரைவில் உருவாக்க வேண்டுமென்று அவசரம் காட்டினார்.

'இப்போது இல்லாவிட்டால் எப்போதுமே இல்லை' என்பது தான் ஓஷோவின் தாரகமந்திரம்.

எனவே, ஏதேனும் நடைபெறவேண்டுமென்று அவர் சொன்னால், அதற்கான வேலை உடனே தொடங்கப்பட வேண்டும்!

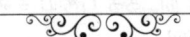

22

இரண்டு பெண்கள்

ஓஷோவின் வாழ்வில் இரண்டு பெண்கள் முக்கிய மானவர்கள்.

ஒருவர், இந்தியாவில் மகத்தான ஒரு சாம்ராஜ் யத்தை பூனாவில் ஓஷோ கட்டமைக்க பாடுபட்ட மா யோகலட்சுமி.

மற்றொருவர், அமெரிக்காவுக்குள்ளேயே ஒரு தனித்துவமான (கிட்டத்தட்ட) ஒரு நாட்டினை 'ரஜனீஷ்புரம்' என்கிற பெயரில் ஓஷோ உருவாக்க காரணமான மா ஆனந்த் ஷீலா.

ஓஷோ, நான்கரை ஆண்டு காலம் அமெரிக்கா வில் ஒரேகான் மாநிலத்தில் வசித்தார்.

1981 ஜனவரியிலிருந்து யோகலட்சுமிக்கு பதிலாக ஆனந்த் ஷீலா, ஓஷோவுக்கு செயலராக பணியாற்றத் தொடங்கினார். 1985 செப்டம்பர் வரை - அதாவது ஓஷோ அமெரிக்காவில் இருந்தவரை - ஷீலாவின் கொடிதான் ரஜனீஷ்புரத்தில் உயரப் பறந்தது.

பகவான் மீதான பிற்கால விமர்சனங்கள் பலவற்றுக்கும் அதுவே காரணமாகவும் ஆனது.

எழுபதுகளின் இறுதியில் ஓஷோ ஆசிரமத்துக்கு அரசு சார்பாக கொடுக்கப்பட்ட நெருக்கடி, ஓஷோவை வெறுத்த பெரும்பான்மை மதவாதம் உள்ளிட்ட காரணங்களால் அவரை அமெரிக்காவுக்கு இடம்பெயரும்படி ஷீலா வற்புறுத்திக் கொண்டேயிருந்தார். இந்தியர்களைக் காட்டிலும் அமெரிக்கர்களுக்கு சகிப்புத்தன்மை அதிகம் என்று அமெரிக்காவில் வளர்ந்த ஷீலா கருதினார்.

பூனாவில் ஓஷோ உருவாக்கிய சர்வதேச சமுதாயம், பெரும்பாலும் அமெரிக்க மோஸ்தர் வாழ்க்கை முறையையே கொண்டிருந்தது. அன்றாட வாழ்வுக்காக ஆசிரமத்தில் உபயோகப்படுத்தப்பட்ட சாதாரணமான பொருட்கள் கூட அமெரிக்காவிலிருந்து இறக்குமதி செய்யப்பட்டவையே.

அந்தக் காலத்தில் இவற்றை இங்கு கொண்டுவர 125 சதவிகி தத்தில் தொடங்கி 200 சதவிகிதம் வரை இறக்குமதி வரி கட்ட வேண்டியிருந்தது.

மேலும் பூனா ஆசிரமத்துக்கு பல்லாயிரக்கணக்கில் மேற்கத் திய நாடுகளின் பக்தர்கள் வரத்தொடங்கினார்கள். அவர்கள் இந்தியாவுக்கு வருவதைவிட அமெரிக்காவுக்குச் செல்வதே (விசா உள்ளிட்ட அலுவல்பூர்வமான காரணங்கள் மட்டுமல்ல, தங்குமிடம் உள்ளிட்ட வசதிகளையும் உத்தேசித்தால்) சுலபமாக இருந்தது.

எழுபதுகளின் இறுதியில் ஷீலாவின் வற்புறுத்தல் மற்றும் பக்தர் களின் வசதிக்காக அமெரிக்காவுக்கு ஓஷோ ஆசிரமம் இடப்பெயர்வு அடையப் போகிறது என்கிற பேச்சு பலமாக இருந்தது.

ஆனால் -

ஓஷோவுக்கு மட்டும் இந்தியாவை விட்டு வெளியேறக்கூடிய விருப்பம் சுத்தமாக இல்லை.

எனினும் அவரது உடலை வருத்திக்கொண்டிருந்த முதுகுத் தண்டுப் பிரச்னைக்கு அமெரிக்காவில்தான் தகுந்த சிகிச்சை கிடைக்கும் என்று ஷீலா திரும்பத் திரும்ப சொல்லிக் கொண்டிருந்தார்.

ஏப்ரல் 1, 1981-ல் நடந்த நிகழ்வு ஒன்று இந்தியா முழுக்க இருந்த பகவான் பக்தர்களை கடுமையான அதிர்ச்சிக்கு உள்ளாக்கியது.

பூனாவில் இருந்த ரஜனீஷ் ஆசிரமம், அமெரிக்காவின் நியூ ஜெர்ஸி மாகாணத்தில் இயங்கிக் கொண்டிருந்த சைல்ட்விலாஸ்

ரஜனீஷ் தியான மையத்தோடு ஓர் ஒப்பந்தத்தில் கையெழுத்திட்டது. அதன்படி ஓஷோவின் பேச்சு, எழுத்துகள் உள்ளிட்டவற்றுக்கான காப்பிரைட் உரிமையை அமெரிக்க மையம் கையகப்படுத்தியது.

இந்தியரான ஓஷோவின் பேச்சு, எழுத்துகளை அமெரிக்க மையம் சொந்தமாக்கிக் கொண்டது பெரும் சர்ச்சைக்குள்ளானது. அந்த மையத்தை அமெரிக்காவில் நிறுவியவர் மா ஆனந்த் ஷீலா என்பதுதான் இங்கே அடிக்கோடிட்டு வாசிக்கப்பட வேண்டியது.

1981 ஜனவரியில் பகவானின் தனிச்செயலராகி விட்ட ஆனந்த் ஷீலா, அவரை எப்படியாவது அமெரிக்காவுக்குக் கடத்திச் செல்வது என்பதில் உறுதியாக இருந்தார். அதற்காக புதிய காரணங்களை அவரே உருவாக்கவும் தொடங்கினார்.

அதே ஆண்டு ஜூன் மாதம் தண்டுவட அறுவை சிகிச்சைக்காக தன்னுடைய நெருங்கிய சீடர்கள் சிலருடன் அமெரிக்காவுக்கு விமானம் ஏறினார் ஓஷோ.

அமெரிக்காவில் அவருக்கு அறுவை சிகிச்சை செய்யவேண்டிய மருத்துவமனை, நியூஜெர்ஸியில் பகவான் தங்குவதற்காக மாண்டி கிளேர் என்கிற இடத்தில் வீடு எல்லாம் ஷீலாவின் கண்காணிப்பில் ஏற்பாடு செய்யப்பட்டிருந்தன.

அறுவை சிகிச்சை வெற்றிகரமாக நடந்தது. கொஞ்சம் கொஞ்சமாக உடல் தேறி வர ஆரம்பித்தது பகவானுக்கு.

ஓஷோவின் வாழ்க்கையில் இந்த இடம் கொஞ்சம் குழப்பம். நியூயார்க் நகரில் இருந்த பிரபலமான மருத்துவமனை ஒன்றில் தான் அவருக்கு அறுவைசிகிச்சை ஏற்பாடு செய்யப்பட்டிருந்தது. முதுகுத்தண்டில் தேவைக்கு அதிகமாக வளர்ந்திருந்த திசுக்களை அகற்றும் சிகிச்சை அது.

இந்த அறுவை சிகிச்சை ஓஷோவுக்கு நடைபெறவே இல்லை, அவரே தன்னுடைய உள்ளுணர்வைப் பயன்படுத்தி அற்புதம் நிகழ்த்தி தன் உடலைத்தானே சீர் செய்துகொண்டிருந்தார் என்று சில பக்தர்கள் இன்றும் சொல்லிக் கொண்டிருக்கிறார்கள்.

இருந்தாலும், அவருக்கு அறுவை சிகிச்சை நடந்திருக்கும் என்றேதான் நாம் நம்ப வேண்டியிருக்கிறது.

இந்தக் காலக்கட்டத்தில் உலகின் பணக்கார நிறுவனங்களுக்கு இணையாக ரஜனீஷ் ஆசிரமத்துக்கு சொத்துகள் சேர ஆரம்பித்தன. பணக்கார பக்தர்கள் பலரும் தங்கள் சொத்துகளை ஆசிரமத்துக்கு எழுதிவைக்க ஆரம்பித்தனர்.

பகவானோ, இம்மாதிரி லௌகீக கணக்கு வழக்குகளை ஆராயாமல் தன்னுடைய உடல்நலத்திலும், மனநலத்திலும் கண்ணும் கருத்துமாக இருந்தார். அவரை யாரும் அணுகாதபடி, வெளி யுலகில் என்ன நடக்கிறது என்பதைத் தெரிவிக்க முடியாதபடி பெரும் பாதுகாப்புச் சுவராய் பகவானுக்கும் மற்றவர்களுக்கும்

மத்தியில் எழுந்து நின்றார் ஷீலா.

இந்தக் காலக்கட்டத்தில்தான் தாடி, தொப்பி என்று தன்னுடைய தோற்றத்தை முற்றிலுமாக மாற்றிக் கொண்டார் பகவான். யோகப்பயிற்சி, நடைப்பயிற்சி என்று வீட்டுக்குள்ளேயே முடங்கிக் கிடக்க அவருக்குப் பிடிக்கவில்லை.

வேடிக்கை என்னவென்றால், பகவானுக்கு அமெரிக்காவில் எங்கே சிகிச்சை நடந்தது, எங்கே தங்கியிருக்கிறார் போன்ற விவரங்கள் வெளியே தெரியாதவாறு ஷீலா பார்த்துக் கொண்டார். உடல் நலம் முற்றிலுமாக தேறும்வரை அமெரிக்காவிலேயேதான் பகவான் தங்கியிருக்க வேண்டுமென்று அன்புக்கட்டளையும் இட்டிருந்தார்.

ஷீலாவின் பேச்சுக்கு அப்போது பகவானாலேயே கூட மறுப்பு சொல்ல முடியாத அளவுக்கு, ரஜனீஷ் ஆசிரமத்தின் அதிகார மட்டத்தில் ஷீலா எல்லோரையும் விட உயரத்துக்குப் போய்விட்டார்.

இருப்பினும், தான் ஒரு வீட்டுக்குள்ளேயே முடங்கிக் கிடப்பதை ஓஷோ விரும்பவில்லை. அவ்வப்போது அவரே தனியாக ரோல்ஸ்ராய்ஸ் காரை நீண்ட தூரத்துக்கு ஓட்டிக்கொண்டு அக்கம் பக்க கிராமங்களுக்குச் சென்றுவர ஆரம்பித்தார்.

பகவான் தன்னிச்சையாக தன்னை வெளிப்படுத்திக் கொண்டதால், அவர் தங்கியிருக்கும் இடத்தைப் பக்தர்கள் கண்டுபிடித்துவிட்டனர். அவரது தரிசனத்துக்கு நூற்றுக்கணக்கில் வர ஆரம்பித்தனர். ஓஷோ, காரில் தனியாக வரும்போது வரிசையாக நின்று அவரது காருக்கு முன்பாக மலர்களைத் தூவினார்கள். மாலைகளை கார் பேனட் மீது அணிவித்தார்கள்.

எழுபதுகளின் தொடக்கத்தில் பம்பாயில் தங்கியிருந்தபோது எப்படி கூட்டம் கூட்டமாக பக்தர்கள் வரத்தொடங்கினார்களோ, அதுபோல மாண்டிகிளேர் இல்லத்துக்கும் வரத்தொடங்கினார்கள். எப்படி பம்பாய் போதாமல், பூனாவில் ஆசிரமம் உருவாக்கினார்களோ, அதுபோலவே அமெரிக்காவின் ஒரேகான் மாகாணத்தில் இருந்த கட்டாந்தரையான இடம் ஒன்றைத் தேர்வு செய்தார்கள்.

மொத்தம் 64,000 ஏக்கர் நிலம். 125 சதுர மைல். அந்தக் காலத்திலேயே கிட்டத்தட்ட 5.75 மில்லியன் டாலர் (இன்றைய மதிப்பில் 40 கோடி ரூபாய்க்கும் மேலே) விலை கொடுத்து இந்த இடம் வாங்கப்பட்டது. எல்லா ஏற்பாடுகளையும் ஷீலாதான் செய்தார்.

அந்த இடத்தின் போட்டோ ஆல்பத்தைக் காட்டி ஓஷோவை சம்மதிக்க வைத்தார். இடம் வாங்கியபிறகு தனியாக ஜெட் விமானம் அமர்த்தி ஓஷோவை அந்த இடத்துக்கு நேரடியாக அழைத்துச் சென்றும் காட்டினார்கள்.

"அமெரிக்க பக்தர்கள் உங்கள் மீதான அன்பால் இவ்வளவு

செலவு செய்து ஆசிரமம் அமைக்கிறார்கள். அப்படியிருக்க நீங்கள் மீண்டும் இந்தியாவுக்குத் திரும்பிச் சென்றால் அவர்கள் மனரீதியாகப் புண்பட மாட்டார்களா சுவாமி?” என்று ‘லாஜிக்கலாக’க் கேட்டார் ஷீலா.

ஓஷோ, மெதுவான தலையசைப்பின் மூலமாக ஷீலாவை ஆமோதித்தார்.

இது போதாதா?

அவருக்கு முன்பாக கையெழுத்திட சில ஆவணங்கள் முன் வைக்கப்பட்டன.

அமெரிக்காவில் நிரந்தரமாக ஓஷோ குடியேறக் கோரி விண்ணப்பித்த விண்ணப்பங்கள் அவை. மவுனமாக, நீட்டிய இடத்தில் எல்லாம் கையெழுத்திட்டார் பகவான்.

23

நிஜமான அமெரிக்கா!

நமக்கு ஊடகங்களில் காட்டப்பட்டிருக்கும் அமெரிக்கா வேறு. நிஜ அமெரிக்கா வேறு. நமக்கு காட்டப்படும் நவீனமான அமெரிக்கா என்பது, நிஜமான அமெரிக்காவில் ஐந்து சதவிகிதம் கூட இல்லை.

மீதி?

காடுகள், ஆறுகள், பாலைவனங்கள், மனிதர்களே வசிக்காத *no man land* எனப்படும் தரிசு நிலங்கள்.

அதிலும் ரஜனீஷ் ஆசிரமம் அமைக்கப்படுவதற்காக வாங்கப்பட்டிருந்த 64,000 ஏக்கர் நிலம்

அமைந்திருந்த ஓரேகான், அமெரிக்காவின் மேற்கு மாநிலங்களில் ஒன்று.

Western America என்பது இன்றும்கூட தனித்துவமான பண்பாடு கொண்ட ரத்தபூமி. கடந்த நூற்றாண்டின் தொடக்கம் வரை பழங்குடியினரான செவ்விந்தியர்கள் கூட்டம் கூட்டமாக வசித்து வந்த இடம். அறுபது சதவிகித இடங்கள் இன்றும்கூட காடுகள்தான்.

அமெரிக்காவிலும் சேலம் என்றொரு நகரம் இருக்கிறது என்று பத்திரிகைகளில் துணுக்குச் செய்தியாக எப்போதோ படித்திருப்பீர்களே? அந்த சேலம்தான் ஓரேகானின் தலைநகரம்.

ஏராளமான நிலங்கள் இருப்பதால் ஏகத்துக்கும் பண்ணை விவசாயம். ஆறுகளிலும், ஏரிகளிலும் மீன்பிடித்தொழில் என்று நாம் அறிந்த வாஷிங்டன், நியூயார்க்குக்கு நேரெதிரான பகுதி அது. இன்றும் கூட அமெரிக்காவின் டிம்பர் (மரங்கள்) தேவையை பெரும்பாலும் ஓரேகான் காடுகள்தான் பூர்த்தி செய்து வருகின்றன.

ஓரேகான் மாகாணத்தில் ரஜனீஷின் பக்தர்கள் இடம் வாங்கியது ஆண்டலோப் என்கிற கைவிடப்பட்ட நகரத்துக்கு அருகில்.

அப்போது ஆண்டலோப்பில் 60க்கும் குறைவானவர்களே வசித்து வந்தார்கள். அவர்கள் சிறிய அளவில் மாட்டுப்பண்ணை வைத்திருந்தவர்கள்.

அன்னியர்கள் திடீரென தங்கள் பகுதியில் பெரும் நிலங்களை வாங்கியதை அவர்கள் தங்கள் வாழ்க்கைக்கு இடையூறாகக் கருதினார்கள்.

மா ஷீலா ஆனந்த்தான் ஆசிரமத்தை எப்படி கட்ட வேண்டும் என்று திட்டமிடுவதற்காக அடிக்கடி அங்கே வருவார்.

ஒரு பணக்கார விதவை பெரிய நிலப்பரப்பை வாங்கி, பெரிய பண்ணை அமைக்கப் போகிறார் என்றுதான் அவர்கள் நினைத்தார்கள். ரஜனீஷ் பற்றியோ, அவருக்கு அங்கே ஒரு நகரம் அளவுக்கு ஆசிரமம் அமைக்கப்படுவதற்கு திட்டமிட்டிருப்பது பற்றியோ அவர்களுக்கு அப்போது தெரியாது.

உள்ளூர்வாசிகளை சரிக்கட்ட அடிக்கடி தங்களது நிலத்தில் டெண்ட் அமைத்து பார்ட்டி கொடுக்கத் தொடங்கினார் ஷீலா.

இம்மாதிரி பார்ட்டி கொடுத்தால், உள்ளூர் வாசிகளோடு நட்புறவினை ஏற்படுத்திக் கொள்ள முடியும்; தங்களது திட்டங்களுக்கு அவர்களது ஆதரவினைப் பெற முடியும் என்பது அவரது எண்ணம்.

இந்த பார்ட்டிகளில் மது தாராளமாக ஓடும். பெரிய ஸ்பீக்கர்களை வைத்து மைக்கேல் ஜாக்சன் பாடல்களை சப்தமாக ஒலிக்கச் செய்வார்கள். நாட்டுப்புறத்தான்களாகிய ஆண்டலோப் பண்ணையாட்களோடு ஷீலா நடனமாடுவார். வெகு குறைவான

எண்ணிக்கையிலான சன்னியாசிகளே அப்போதும் ஷீலாவுடன் இருந்தனர்.

ரஜனீஷ்புரத்தின் ஆரம்பகால நாட்களை நாம் தெரிந்து கொள்ள சாட்சியாக, முன்னாள் சன்னியாசியான சூஸன் ஹார்ஃபோ என்கிற அமெரிக்கப் பெண் எழுதிய கட்டுரை உதவுகிறது.

'ஓரேகான் மாகஸின்' என்கிற பத்திரிகையில் *'Memoirs of an Ex-Sannyasin'* என்கிற தலைப்பில் 1983ல் அவர் எழுதிய கட்டுரை, முப்பத்தைந்து ஆண்டுகளுக்கு முன்பான சூழலை அப்படியே படம் பிடித்துக் காட்டுகிறது.

இனி சூஸனின் குரலிலேயே அந்நாட்களுக்குள் செல்வோமா?

நெடுநாட்களாக நான் காத்துக் கொண்டிருந்த அழைப்பு அது. புதியதாக கட்டப்பட்டுக் கொண்டிருக்கும் ரஜனீஷ் நகரத்தை நிர்மாணிக்க உதவுவதற்காக ஒரு கோடை நாளில் அழைத்திருந் தார்கள். ஏற்கனவே மா ஷீலா ஆனந்துக்கு நான் கடிதம் எழுதியி ருந்தேன். பகவானுடன் நானும் இருக்க பிரியப்படுகிறேன் என்று கேட்டிருந்ததைத் தொடர்ந்து இந்த அழைப்புக் கடிதம் வந்திருந்தது.

அதற்கு இரண்டு ஆண்டுகளுக்கு முன்புதான் நான் பகவானின் பக்தை ஆனேன். கடிதம் வாயிலாகவே எனக்கு சன்னியாசம் வழங்கப்பட்டு சன்னியாசியாகவும் ஆகியிருந்தேன். அதுநாள் வரை நான் இந்தியாவின் பூனா நகரத்துக்கும் சென்றதில்லை. பகவானை நேரில் தரிசித்ததும் இல்லை.

இந்தியாவுக்குச் செல்ல திட்டமிட்டு, அதற்காக கொஞ்சம் கொஞ்சமாக பணம் சேர்த்துக் கொண்டிருந்த வேளையில்தான் பகவானே அமெரிக்காவுக்கு இடப்பெயர்வு செய்கிறார் என்கிற இனிய செய்தி எங்களுக்குக் கிடைத்தது. அமெரிக்க பக்தர்கள் அடைந்த மகிழ்ச்சியை வார்த்தைகளால் விவரிக்க முடியாது.

அவர் அமெரிக்காவுக்கு வந்துவிட்டார் என்றார்கள்.

ஆனால், எங்கே தங்கியிருக்கிறார், என்ன செய்துகொண்டி ருக்கிறார் என்கிற தகவல்கள் ரகசியமாக பாதுகாக்கப்பட்டது. எங்களுக்கெல்லாம் அது மர்மமாகவே இருந்தது.

சில மாதங்கள் கழித்துதான் ஓரேகான் மாகாணத்தில் ஆண்ட லோப் நகருக்கு அருகே புதியதாக 'ரஜனீஷ்புரம்' என்கிற நகரம் நிர்மாணிக்கப்படுவதாக கடிதம் மூலம் தகவல் தெரிவிக்கப்பட்டது. எங்கள் ஒவ்வொருவருக்கும் அங்கே இடமுண்டு என்கிற வாக்குறு தியும் கொடுக்கப்பட்டது.

நமக்கான நகரத்தை நாமே அமைக்கிறோம் என்பதால் அவரவர வால் முடிந்தளவு பொருளுதவி செய்யவேண்டும்; உடல் உழைப்பும் தேவைப்படும் என்றார்கள்.

ஏற்கனவே என்னிடம் வங்கியில் இருந்த பணத்தைத் தர நான்

120 பகவான்

முடிவு செய்தேன். என்னைப் போன்ற பக்தர்கள் சிலர் அவர்களது சொத்துகளை விற்று ஆசிரமத்துக்கு பணம் கொடுத்தார்கள்.

கையிருப்போ, சொத்தோ இல்லாதவர்கள் உறவினர்கள், நண்பர்களிடம் கடனாகக் கேட்டு பணம் அனுப்பினார்கள். பகவானுடனேயே வசிக்கும் பாக்கியம் நமக்கெல்லாம் கிடைக்கப் போகிறது என்கிற எண்ணம்தான் இதற்கெல்லாம் காரணம்.

ஆனால், பக்தர்களாக இருக்கும் காரணத்தால் எல்லோருக்குமே அங்கே உடனடியாக இடம் கிடைக்காது என்று சில காலம் கழித்துதான் தெரியவந்தது. அழைப்பு இருப்பவர்கள் மட்டுமே அங்கே செல்ல முடியும். அதற்கு அவர்கள் சொன்ன காரணமும் ஏற்புடையதாகவே இருந்தது.

இப்போதுதான் நகரத்தை உருவாக்க ஆரம்பித்திருக்கிறோம். கட்டுமான வேலை தெரிந்தவர்கள், பண்ணை வேலையாட்கள் போன்றவர்கள் வந்தால் மட்டும் போதும்.

ஏனெனில், அங்கே நிலம் இருக்கிறதே தவிர, மனிதர்களுக்கு தங்குமிடங்களை இனிமேல்தான் உருவாக்க வேண்டும். இப்போதைக்கு ஒரு பண்ணை, சிறிய கட்டடங்கள் இருக்கின்றன. பனிக்காலம் வேறு ஆரம்பித்துவிட்டது. அங்கே டெண்ட் அடித்தும் தங்க முடியாது என்று காரணம் சொன்னார்கள்.

அப்போது முப்பத்தாறு வயது குண்டுப் பெண்மணி நான். ஒரு நகரத்தை நிர்மாணிக்கும் பணியில் ஈடுபடுமளவுக்கு எவ்வித திறமைகளும் என்னிடம் இல்லை. இருப்பினும் வெகுவிரைவிலேயே பகவானுக்கு அருகில் எனக்கும் ஒரு இடம் கிடைக்கும் என்கிற நம்பிக்கை இருந்தது.

வேலைநேரம் போக என்னுடைய சிறிய அப்பார்ட்மெண்டிலேயே மீதி நேரத்தையெல்லாம் கழித்துக் கொண்டிருப்பேன். என்னுடைய இருப்பிடத்தில் எங்கு நோக்கினாலும் பகவான் படம் இருக்கும். எப்போதும் அவரது நூல்களை வாசித்துக் கொண்டிருப்பேன். பஜனை கேசட்டுகளை கேட்டுக் கொண்டிருப்பேன். பகவான் செய்யச் சொல்லியிருந்த யோகாவை பயிற்சி செய்து கொண்டிருப்பேன்.

பகவானுக்கு கடிதம் எழுதுவேன். எனக்குள் ஊற்றெடுத்த ஒட்டு மொத்த அன்பையும் எழுத்துகளில் கொட்டுவேன். ஒரே ஒரு முறை மட்டும் அவரிடமிருந்து பதில் கடிதம் வந்திருந்தது. அந்நாட்களில் என்னுடைய ஒரே லட்சியம் எப்படியாவது பகவானுக்கு அருகில் வசிக்க எனக்கு ஒரு இடம் என்பதாகத்தான் இருந்தது.

எனவேதான் தைரியத்தை வரவழைத்துக் கொண்டு மா ஷீலா ஆனந்துக்கு ஒரு கடிதம் எழுதினேன்.

எத்தகைய கடினமான வேலையாக இருந்தாலும் செய்வதற்குத் தயாராக இருக்கிறேன். பகவானுக்கு அருகில் ஓரிடம் என்பதே

போதும் என்று அந்தக் கடிதத்தில் உருக்கமாகக் குறிப்பிட்டிருந்தேன்.

இச்சூழலில்தான் நான் முதலில் சொன்ன அழைப்புக் கடிதம் எனக்கு வந்திருந்தது.

உடனடியாக நான் பார்த்துக்கொண்டிருந்த வேலையை ராஜி னாமா செய்தேன். புதிய இருப்பிடத்தில் தங்குவதற்கு அவசியமான சில விஷயங்களை வாங்கிக் கொண்டேன். ஒரேகான் மாகாணத்தில் இருந்த போர்ட்லேண்ட் நகருக்கு விமான டிக்கெட் வாங்கினேன். இதற்கெல்லாம் கிட்டத்தட்ட 2000 டாலர் பணம் செலவானது. என் கையிருப்பாக வெறும் 400 டாலரை வைத்துக்கொண்டு என் எதிர்காலத்தை பகவானிடம் ஒப்படைக்கக் கிளம்பினேன்.

24

பிதாகரஸ் – பாலியல் மருத்துவ சோதனை!

ஓஷோவுக்கு என்றே பிரத்யேகமாக அமெரிக்காவில் உருவாக்கப்பட்டுக் கொண்டிருந்த ரஜனீஷ் புரத்துக்கு எப்படி அமெரிக்க பக்தர்கள் வரவைக்கப் பட்டார்கள் என்று கடந்த அத்தியாயத்தில் சூஸன் ஹார்ஃபோ என்கிற அமெரிக்க பெண் சன்னியாசினி விவரித்துக் கொண்டிருந்தார். அவரே தொடர்கிறார்...

போர்ட்லேண்ட் நகரை நோக்கி விமானம் பறக்கத் தொடங்கியது. அதுநாள் வரை பகவான் ரஜனீஷை தரிசித்தது இல்லை. அவர் எப்படியான

சூழலில் வாழ்கிறார், ஆசிரமம் எப்படியிருக்கும் என்பதைப் பற்றி யெல்லாம் கேள்வி ஞானம்தான்.

பூமியில் படைக்கப்படும் சொர்க்கமாக அவர் அமெரிக்காவில் ரஜனீஷ்புரத்தை உருவாக்குகிறார் என்கிற பெருமிதத்தைத்தான் எங்களுக்கு ஏற்படுத்தி இருந்தார்கள். அந்த சொர்க்கத்தில் எனக்கும் ஓர் இடம் என்கிற நினைப்பே இனித்துக்கொண்டிருந்தது.

போர்ட்லேண்டில் விமானம் லேண்ட் ஆனது. அங்கிருந்து 'மெட்ராஸ்' (அமெரிக்காவிலும் 'மெட்ராஸ்' உண்டு) என்கிற சிறுநகருக்கு ஐந்து மணிநேர பஸ் பயணம். மெட்ராஸிலிருந்து ஆண்டலோப் நகருக்குச் செல்ல அக்காலத்தில் போக்குவரத்து வசதிகள் சரியாக இல்லை. என்னை வரவேற்க ஏற்பாடு செய் திருப்பார்கள்; ஆடம்பரமாக வரவேற்பார்கள் என்றெல்லாம் பஸ்ஸில் வரும்போது கனவு கண்டு கொண்டிருந்தேன்.

நான் வந்த பஸ்ஸிலேயே ஆரஞ்சு நிற உடையணிந்த இன் னொரு நடுத்தர வயதுப்பெண்ணும், அவரது இரண்டு குழந்தைக ளும் இருந்தார்கள். நல்ல வசதியான பெண்மணி என்று அவரது தோற்றத்திலேயே தெரிந்தது. சராசரி கீழ்நடுத்தர வர்க்கத்தைச் சார்ந்த எனக்கும் ரஜனீஷ்புரத்திலிருந்து அழைப்பு வந்திருக்கிறது என்பதை அவர் நம்பவேயில்லை. ஏனெனில் ரஜனீஷ்புரத்தில் இடம் கிடைப்பது என்பது பெரும் பணம் படைத்தவர்களுக்கே சாத்தியம் என்று அவர் நம்பிக் கொண்டிருந்தார்.

மெட்ராஸில் எங்களை வரவேற்க பெரும் தொப்பையோடு ஓர் ஆண் சன்னியாசி நின்று கொண்டிருந்தார். ஆள் பயங்கர முசுடு. ஆரஞ்சு உடை, கழுத்தில் பகவான் படம் பொறித்த மாலையென்று பக்கா சன்னியாசினி தோற்றத்தில் இருந்தும் அந்த முசுடு, என்னை ஏகத்துக்கும் கேள்விகள் கேட்டார். அழைப்புக் கடிதம் காண்பித்த பிறகே அவர் கொண்டு வந்திருந்த போக்ஸ்வேகன் காரில் அமர அனுமதித்தார். சன்னியாசிகளுக்கும் வர்க்கம் உண்டு என்கிற கசப்புணர்வு எனக்கு ஏற்பட்டது.

மெட்ராஸிலிருந்து ஆண்டலோப்புக்கு சென்ற பயணம் மிகவும் வறட்சியானது. கண்ணுக்குத் தெரிந்த தூரம் மட்டும் வெறும் மணல். மோசமான சாலைப்பயணம். இப்படியொரு வனாந்தரத்திலா நமக்கான சொர்க்கத்தை உருவாக்குகிறார்கள் என்று சந்தேகம் ஏற்பட்டது.

வறண்ட இந்த பூமிக்கு நடுவில்தான் பகவான் ஒரு சோலையில் மலரப்போகிறார். அவர் இங்கே வசிக்கத் தொடங்கியபிறகு இந்த ஒட்டுமொத்த பகுதியுமே பசுமையாக மாறும் என்கிற நம்பிக்கையும் எனக்கு இருந்தது.

காருக்குள் இருந்த நாங்கள் ஒருவருக்கு ஒருவர் எதுவும் பேசிக் கொள்ளவில்லை. எங்களோடு வந்த குழந்தைகள், நெடுநேரப்

பயணத்தால் சோர்வில் தூங்கிவிட்டார்கள்.

அந்த வறண்டபூமியில் எங்களை வரவேற்க மழை பெய்யத் தொடங்கியது. பாதையெல்லாம் சேறு. ஆங்காங்கே ஓரிரண்டு பண்ணைகளைத் தவிர்த்து ஜீவராசிகளின் நடமாட்டமே இல்லாத இடம் அது. பல்லாயிரம் மைல் தூரத்தில்லிருந்து கடல் கடந்து, வானம் கடந்து இங்கே வந்து பகவான் ஏன் ஆசிரமம் அமைக்கிறார் என்கிற ஆச்சரியம் எழுந்தது.

சுமார் ஒரு மணி நேர பயணத்துக்குப் பிறகு ரஜனீஷ்புரத்துக்கு நாங்கள் வந்து சேர்ந்தோம். விமானம், பஸ், கார் என்று தொடர்ந்து பயணித்துக் கொண்டேயிருந்ததால் எனக்கு உடலெல்லாம் வலி. வழியெல்லாம் தூசை சுவாசித்து, அலர்ஜி காரணமாக இருமிக் கொண்டேயிருந்தேன்.

நேராகப் போய் குளித்துவிட்டு, பசிக்கு நல்ல சாப்பாடு உண்டுவிட்டு, சொகுசான படுக்கையில் உல்லாசமான உறக்கம் போடவேண்டும் என்பதே என் ஆசையாக இருந்தது.

ஆனால், நாங்கள் அங்கே சென்றடைந்ததுமே, ‘பிதாகரஸ்’ என்கிற இடத்துக்கு சோதனைக்கு செல்ல வேண்டுமென்று அங்கிருந்த பாதுகாவலர்கள் கண்டிப்பாகச் சொன்னார்கள். ரஜனீஷ்புரத்தில் இருந்த ஒவ்வொரு இடத்துக்குமே இதுபோல ஒரு சிறப்பு புனைபெயர் சூட்டியிருப்பார்கள். ‘பிதாகரஸ்’ என்பது மருத்துவ சோதனை மையம். ரஜனீஷ்புரம் என்கிற கனவுநகரத்தில் வசிக்க இருப்பவர்களுக்கு உடல்ரீதியாக அவர்கள் எதிர்பார்க்கும் குறைந்தபட்சத் தகுதி இருக்கிறதா என்று பரிசோதிப்பார்களாம்.

நானும், என்னோடு வந்த நடுத்தர வயதுப் பெண்ணும் பிதாகரஸ் அலுவலகத்தில் அமர்ந்திருந்த ஒரு ‘மா’ சன்னியாசினி யால் ஏகப்பட்ட குறுக்குக் கேள்விகளால் விசாரிக்கப்பட்டோம். அவர் கேட்ட கேள்விகள் பெரும்பாலும் ‘பாலியல்’ தொடர்பான தாக இருந்ததால் நான் கடும் அதிர்ச்சி அடைந்தேன்.

ரஜனீஷ்புரத்தில் வசிப்பவர்களுக்கு உடல்ரீதியான சுதந்திரம் வரையறுக்கப்பட்டிருக்கிறது என்று விளக்கினார். அதாகப்பட்டது, உடல்தேவை இருக்கும் பட்சத்தில் இந்த *commune*ல் வசிப்பவர்க ளுக்குள்ளாக மட்டுமே அது பகிர்ந்துகொள்ளப்பட வேண்டும், வெளியாட்களோடு *‘stricly no’* என்று விளக்கினார்கள்.

அதன் பிறகு ஒரு டெண்டில் இருந்த மருத்துவ பரிசோதனை மையத்துக்குள் அனுமதிக்கப்பட்டோம். அங்கு வழக்கமான உடல் பரிசோதனைகளாக இல்லாமல் பாலியல் நோய் மாதிரியான பிரச்னைகள் இருக்கின்றனவா என்று பரிசோதிப்பதிலேயே கவனம் காட்டினார்கள். *VD* சோதனைகள் மேற்கொள்ளப்பட்டன.

பகவானே! இதென்ன சோதனை என்று நினைத்துக் கொண்டேன்.

இந்த உடல் தேர்வில் (?) தேறியவர்களின் பெயர்கள் மட்டுமே ரஜனீஷ்புரத்தின் குடியிருப்பு வாசிகள் பட்டியலில் இடம்பெறும். அந்தப் பட்டியலில் இடம்பெறாதவர்களுக்கு சோறுகூட கிடைக்காது.

ஆம்.

'மகதலேனா' என்று பெயரிடப்பட்டிருந்த உணவுக்கூடத்தின் பெரிய சுவரில் நம்முடைய பெயர் இடம்பெற்றிருந்தால் மட்டுமே நாம் அங்கு அனுமதிக்கப்படுவோம்.

புதியதாகக் குடியேறிய எங்களுக்கு சில சன்னியாசிகள் பாடமெடுத்தார்கள். பகவான் குறித்து ஏற்கனவே நாங்கள் அறிந்து வைத்திருந்த தகவல்களைத்தான் அவர்கள் மீண்டும் மீண்டும் சொல்லிக்கொண்டேயிருந்தார்கள்.

மேலும் ரஜனீஷ்புரத்தில் யாரும், யாரைப்பற்றியும் 'கிசுகிசு' பேசக்கூடாது. நீங்கள் பார்த்ததோ, கேள்விப்பட்டதோ உண்மையாகவே இருந்தாலும்கூட அதை மற்றவர்களிடம் விவாதிப்பதற்குத் தடை இருக்கிறது. நம்முடைய *commune*ல் மற்ற இடங்களில் இருக்கும் பிரச்சினைகள் எதுவும் ஏற்படக்கூடாது என்கிற எண்ணத்திலேயே கருத்துச் சுதந்திரத்துக்கு கட்டுப்பாடு விதித்திருக்கிறோம் என்று வியாக்கியானம் பேசினார்கள்.

உறவினர்களிடமோ, நண்பர்களிடமோ தொலைபேசியில் பேசினாலும் வெறுமனே நலவிசாரிப்பு மட்டும் வைத்துக் கொள்ள வேண்டும். ரஜனீஷ்புரம் பற்றி எந்தவொரு சிறு தகவலும் கொடுத்து விடக்கூடாது என்று எச்சரித்தார்கள். அப்படி ஏதேனும் கேள்விப்பட்டால் உடனே வெளியேற்றுவோம் என்று கண்டிப்பு காட்டினார்கள். தொலைபேசி அழைப்புகள் எல்லாமே 'டேப்' செய்யப்படும் என்பதையும் சூசகமாகத் தெரிவித்தார்கள்.

யாருக்கேனும் நாம் கடிதம் எழுதினாலும், உறையை ஒட்டி விடக்கூடாது. அதற்கென்று அலுவலர்கள் இருக்கிறார்கள். அவர்கள் நம்முடைய கடிதங்களை ஒட்டி, போஸ்ட் ஆபீஸில் சேர்த்துவிடுவார்கள் என்று சொன்னார்கள். அதாவது நம்முடைய கடிதங்கள், நிர்வாகிகளால் வாசிக்கப்படுகின்றன என்பதைப் புரிந்துகொள்ளலாம்.

இதையெல்லாம் கேட்டபிறகு எனக்கு அச்சம் பாதத்திலிருந்து மூளைவரை தீவிரமாகப் பரவியது. நாம் ரஜனீஷ்புரம் என்கிற கனவு நகரத்துக்கு வந்திருக்கிறோமா அல்லது ஏதேனும் ஜேம்ஸ்பாண்ட் படத்தில் இடம்பெறும் வில்லனின் பாசறைக்கு வந்திருக்கிறோமா என்றே சந்தேகம் வந்துவிட்டது.

இதெல்லாம் முடிந்தபிறகு இரவு எட்டு மணி வாக்கில் நாங்கள் எங்களுக்கான தற்காலிக முகாமுக்கு அனுப்பப்பட்டோம். உணவு உண்பதற்காக 'மகதலேனா'வுக்குச் செல்லலாம் என்று பெரிய மனசு

வைத்து அனுமதித்தார்கள்.

நாங்கள் உணவு உண்டுகொண்டிருந்தபோது வாசலில் பரபரப்பு ஏற்பட்டது. ரோல்ஸ்ராய்ஸ் கார் ஒன்று வந்து நின்றது. ரோல்ஸ் ராய்ஸ் என்றாலே எனக்கு பகவான்தான் நினைவுக்கு வருவார். அட, பகவான் இங்கேதான் இருக்கிறாரா என்று ஆவலுடன் எழுந்துநின்று வாசலை நோக்கினேன்.

ரோல்ஸ்ராய்ஸிலிருந்து இறங்கியவர்....

25

Product ஆக பகவானை மாற்றியவர் இவர்தான்!

ரோல்ஸ்ராய்ஸ் கார் வந்து நிற்கிறது என்றதுமே 'மகதலேனா' உணவகத்தில் இருந்த சூஸன் ஹார்ஃபோ உட்பட, புதியதாக வந்து சேர்ந்திருந்த சன்னியாசிகள் அத்தனை பேருமே பகவானைத்தான் எதிர்நோக்கினார்கள்.

ஆனால், வந்தவர் மா ஆனந்த் ஷீலா!

இனி சூஸன் ஹார்ஃபோ, அவர் குரலிலேயே தொடர்வார்.

ரஜனீஷ்புரத்துக்குச் செல்லும் வரை பகவானை

மட்டுமல்ல. மா ஆனந்த் சில்வர்மேனையும் (இந்தியாவில் அவரை மா ஆனந்த் ஷீலா என்று அழைப்பார்கள்) நான் கண்டதில்லை. சில பத்திரிகைச் செய்திகளில் அவருடைய போட்டோக்களைப் பார்த்திருக்கிறேன்.

முதன்முதலாக அவரை 'மகதலேனா'வில்தான் அன்று பார்த்தேன்.

சட்டென்று அவரை எனக்கு அடையாளம் தெரியவில்லை. ஒட்டுமொத்த உணவுக்கூடமும் அவரது நுழைவுக்குப் பிறகு அமைதியானது. அவர் அமர்வதற்காக அங்கே ஒரு சிறிய மேடையும், அதில் இருக்கையும் அமைக்கப்பட்டிருந்தது.

ரோல்ஸ்ராய்ஸ் காரிலிருந்து ஷீலா இறங்கி நடந்து வருகிறார். இருபுறமும் நின்று ஆண், பெண் சன்னியாசிகள் அவரை வரவேற்கிறார்கள்.

கொஞ்சம் குள்ளமாக, ஆரஞ்ச் உடையென்றாலும் அதை நேர்த்தியாக ஸ்டைலாக அவர் அணிந்திருக்கிறார். சில சன்னியாசிகளை அவர் கட்டியணைத்து வணக்கம் சொல்கிறார். புதியதாக வந்த சன்னியாசிகள் அவரை மெய்மறந்து பார்த்துக் கொண்டிருக்கிறார்கள்.

பொதுவாக எல்லோரையும் நோக்கி புன்னகை புரிந்தார் ஷீலா.

இப்போது ஐடி கம்பெனிகளில் பிரபலமாக இருக்கும் *Cafeteria* பாணியில்தான் 'மகதலேனா' உணவகம் அமைக்கப்பட்டிருந்தது. தங்களுக்கு வேண்டிய உணவை அவரவரே எடுத்துக்கொண்டு, அங்கு அமைக்கப்பட்டிருக்கும் நாற்காலிகளில் போய் அமர்ந்து உண்ண வேண்டும்.

ஆசிரமம் என்பதற்கான எவ்வித அடையாளங்களும் இல்லாமல் கம்பெனி கேன்டீன்களில் ஜாலியாக அரட்டையடித்துக் கொண்டே உண்பதைப் போலத்தான் அனைவரும் அங்கே இருந்தனர்.

ஒரு சிறிய கிண்ணத்தில் கொஞ்சம் பழத்துண்டுகளை எடுத்துக் கொண்டார் ஷீலா. ஒவ்வொரு டேபிளாக வந்து அமர்ந்து ஓரிரண்டு நிமிடங்கள் எல்லோரிடமும் சிரித்துப் பேசினார்.

பொதுவாக அப்போது ரஜனீஷ் ஆசிரமத்தைச் சேர்ந்த நிர்வாகிகள் யாரிடம் பேசினாலும் தத்துவம் தெறிக்கும். அதை வாசித்தீர்களா, இதை வாசித்தீர்களா என்று அறிவுபூர்வமாக உரையாடி கழுத்தறுப்பார்கள்.

ஷீலா, இவர்களிடமிருந்து முற்றிலும் வேறுபட்டவர். அவருக்கும், ஆன்மிகத்துக்கும் ஏதாவது சம்பந்தம் இருக்கிறதா என்றே சந்தேகம் வருமளவுக்கு அவர் பேசினார்.

ஹாலிவுட் நடிகைகள் குறித்த கிசுகிசுவில் தொடங்கி, மூன்றாம் தர செக்ஸ் ஜோக் வரை அவருடைய பேச்சில் இருந்தது. அவருடைய அணுகுமுறை தனித்துவமானது. என்னுடன் பேசும்

போது என் ஆர்வத்துக்கு ஏற்ற விஷயங்களையே பேசினார். இன்னொருவரிடம் பேசும்போது அவரது ஆர்வத்துக்கு தக்க அவரது பேச்சு மாறியது. ஷீலாவின் பெரும்பலம் அவருடைய கலகலப்பான சுபாவம். நூறு பேர்களுக்கு மத்தியில் இருந்தாலும் அவர் தனித்துத் தெரியுமளவுக்கு ஆளுமை கொண்டவர்.

பகவான், கிட்டத்தட்ட தனக்கு இணையான இடத்தை ஷீலாவுக்கு கொடுத்திருக்கிறார் என்றால் அதில் ஏதோ அர்த்தமிருக்கிறது என்றுதான் எனக்குத் தோன்றியது.

ஏனெனில், ஷீலாவுக்கு முன்பான பகவான் சற்றே எளிமையானவராக இருந்தார். பகவானை உலகெங்கும் branding செய்து ஆடம்பரமான, நிறைய முதலீடு கோருகிற product ஆக மாற்றியவர் ஷீலாதான்.

'உங்களுக்கு நிறைய நிம்மதி தேவையென்றால் நிறைய செல வழிக்க வேண்டும்' என்று வெளிப்படையாகவே அமெரிக்கத் தொழிலதிபர்களிடம் பேசி, ஏராளமான நிதியைத் திரட்டினர். பெரும் பணக்காரர்கள் பணத்தைக் கொட்டிக் கொடுத்தாலும் எளிமையான பின்னணியைச் சார்ந்த பக்தர்களிடமும் வசூல் விஷயத்தில் அவர் கறார் காட்டினார்.

பங்களிப்பு செய்தால்தான் ஆசிரமத்தின் மீது உரிமையும், பற்றும் உங்களுக்கு வரும் என்பார்.

கிட்டத்தட்ட நூறு ரோல்ஸ்ராய்ஸ் கார்கள் கொண்ட உலகின் பணக்கார சாமியாராக பகவான் உருவெடுக்க ஷீலாவே முதன்மையான காரணம் என்று சொல்வதில் எனக்கு தயக்கம் ஏதுமில்லை. அவரை ஆன்மிகவாதி என்று சொல்வதைவிட ஒரு கார்ப்பரேட் நிறுவனத்தின் CEO போலவேதான் நடந்து கொண்டார்.

ஆன்மிகமும், கார்ப்பரேட் பிசினஸாக மாறுமென்று அந்தக் காலத்தில் யாருமே கற்பனைகூட செய்து பார்த்திருக்க முடியாது. மதம், கடவுள், இனக்குழுக்கள், பிரிவுகள் எல்லாமே முதலீட்டியத்தோடு தொடர்பு உடையவைதான் என்றாலும், இவ்வளவு பச்சையாக பணத்தையும், ஆன்மிகத்தையும் இணைத்தது ரஜனீஷ்ஃபவுண்டேஷன்தான். இதை முன்னெடுத்ததில் ஷீலாவுக்கு எந்த விதமான குற்றவுணர்வும் இல்லை. ஓஷோவின் அனுமதியோடுதான் இதையெல்லாம் அவர் செய்கிறாரா என்றுகூட பக்தர்களுக்கு சந்தேகம் உண்டு.

ஷீலாவுடனான முதல் சந்திப்பு மகிழ்ச்சியைக் கொடுத்திருந்தாலும், என்னுடைய லௌகீகமான வாழ்க்கையை விட்டுவிட்டு 'பகவானே சரணம்' என்று முற்றுமுதலாக இங்கு வந்து சேர்ந்து விட்டது சரிதானா என்கிற சந்தேகத்தை அப்போதைய ரஜனீஷ் புரத்தின் அமைப்பு மற்றும் நடவடிக்கைகள் தோற்றுவித்தன.

நெடும் பயணம், அதன் விளைவான களைப்பு காரணமாக

நிம்மதியான உறக்கத்தை நாடி எனக்கு தரப்பட்டிருந்த டெண்டுக்கு செல்ல ஆயத்தமானேன்.

ஆனால், 'ஒரு டிஸ்கோ பார்ட்டி நடக்கிறது. அனைவரும் கலந்துகொண்டு குதூகலமாக இருக்கவேண்டும்' என்றொரு அறிவிப்பு செய்யப்பட்டது.

என் கண்கள் தூக்கத்தை நாடினாலும், டிஸ்கோ பார்ட்டியில் கலந்துகொள்வதற்கும் ஆசையாகத்தான் இருந்தது.

நான்கு புறமும் முரட்டுத்துணிகளால் தடுப்பு ஏற்படுத்தப்பட்டு மேய்ச்சல் வெளி போல இருந்த புல்தரையில் டிஸ்கோவுக்கான ஏற்பாடுகள் செய்யப்பட்டிருந்தன.

ஸ்பீக்கர்கள் அலற, ஆண் பெண் சன்னியாசிகள் இணைந்து வேகவேகமாக நடனமாடிக் கொண்டிருந்தனர். ஆசிரமம் சாராத பல வெளியாட்களும் அந்த பார்ட்டியில் இருந்ததைக் கண்டு அதிர்ச்சியடைந்தேன். அவர்களெல்லாம் உள்ளூர்வாசிகள். அவர்களை அனுசரித்துச் செல்லாவிட்டால் நம்மால் இங்கு ரஜனீஷ்புரத்தை நாம் எதிர்பார்த்தமாதிரி உருவாக்க முடியாது என்று மெதுவாக என் காதைக் கடித்தார் அங்கிருந்த நிர்வாகி ஒருவர். *Obviously*, அங்கே மது உள்ளிட்ட லாகிரி வஸ்துகள் தாராளமாகக் கிடைத்தன.

ஒரேகானில் அது குளிர் காலம். வாட்டியெடுத்த குளிருக்கு கதகதப்பாக ஜோடிகள் தங்களை பரஸ்பரம் இறுக அணைத்துக் கொண்டு கதகதப்பாக நடனமாடிக் கொண்டிருந்தார்கள். அங்கே ஒலித்த பாடல்கள் மேலும் மேலும் அவர்களுக்கு வெறி கூட்டுவதாக அமைந்திருந்தன. என்னையும் ஒருவர் நடனமாட அழைத்தார். நடனத்தில் அவ்வளவாகப் பயிற்சியற்ற நான் ஏனோதானோவென்று அவரோடு ஆடினேன்.

நடுவில் நெருப்பு கொளுத்தப்பட்டு அதனுடைய வெம்மையை பலரும் அனுபவித்துக் கொண்டே கையில் மது, வாயில் சுருட்டு என்று ஆனந்தமாக இருந்தார்கள். நாம் வாழும் ஒவ்வொரு நொடியையும் மகிழ்ச்சியாக வாழ்வதே வாழ்க்கை என்று ஒருவர் உச்சபட்ச போதையில் தத்துவமாகப் பேசத் தொடங்கினார்.

"இந்தியாவிலும் இப்படித்தானா?" என்று அவரிடம் கேட்டேன்.

"இந்தியாவில் வேறுமாதிரி. இது அமெரிக்கா இல்லையா? அமெரிக்காவுக்குத் தகுந்தபடி நாம் மாறிக்கொள்ள வேண்டியது தான்..." என்றார். அவர் ஓர் இந்திய சன்னியாசிதான்.

ஆன்மிகத்தில் இதுமாதிரி கொண்டாட்டங்களை இணைப்பதின் மூலமாக 'ஹரே ராமா ஹரே கிருஷ்ணா' இயக்கத்து ஹிப்பிகள் பலரையும், ரஜனீஷ்புரவாசிகளாக மாற்ற முடியுமென்கிற திட்டம் அவர்களிடம் இருந்ததைப் புரிந்துகொண்டேன்.

விடியற்காலையில் என்னுடைய டெண்டுக்கு கடுமையான உடல்

அசதியோடு போய்ச் சேர்ந்தேன்.

அங்கு எனக்கு அதிர்ச்சிதான் மிஞ்சியது.

ஏனெனில் டென்டுக்குள்ளே வெறும் கட்டாந்தரையாக இருந்தது. படுக்கை வசதியே இல்லை.

உலகில் உருவாக்கப்படும் சொர்க்கமான ரஜனீஷ்புரத்தில் எல்லா வசதிகளும் இருக்குமென்கிற எண்ணத்தில் எவ்வித முன் னேற்பாடுகளும் இல்லாமல் அங்கே கிளம்பிவந்த என்னுடைய முட்டாள்தனத்தை நொந்துகொண்டேன்.

தூசியும் தும்புமான அந்த இடத்தில் கடுமையான குளிரில் உறங்கவேண்டிய கொடுமையை நினைத்தாலே பகீரென்றது.

என்னுடைய பைக்குள் இருந்த துணிமணிகளைச் சுருட்டி தலையணை போல ஏற்பாடு செய்துகொண்டேன். தரையில் துணிவிரித்துப் படுத்தேன். போர்வை வேறு இல்லை. இருமல் வேறு வந்தது. இரவு முழுக்க இருமிக்கொண்டேயிருந்தேன். எனினும் தூங்கிவிட்டேன்.

இப்படித்தான் ரஜனீஷ்புரத்தில் என்னுடைய முதல்நாள் கழிந்தது!

26

அரசியலுக்கு வா தலைவி!

கடந்த மூன்று அத்தியாயங்களாக அமெரிக்க வாழ் பெண் சன்னியாசி சூஸன் ஹார்ஃபோவின் சாட்சியத்தை வாசித்து வந்தோம். அமெரிக்கா வில் ரஜனீஷ்புரத்துக்கு எப்படி ஆட்கள் திரட்டப் பட்டார்கள் என்பதற்கு ஒரு பானைச் சோற்றுக்கு ஒரு சோறு பதமாக அவரது வாக்குமூலம் அமைந்திருக்கிறது.

இந்தியாவில் இருந்தபோது ரஜனீஷ், தான் உருவாக்குவதற்காக கனவு கண்ட

commune அமைப்பே வேறு. அது சகோதரத்துவம், சமத்துவம் நிரம்பியதாக, சர்ச்சைகள் ஏதுமற்ற அமைதிப் பூங்கா.

மாறாக, அமெரிக்காவில் ரஜனீஷுக்காக ஒரேகானில் ஷீலா அமைத்துக் கொண்டிருந்த ரஜனீஷ்புரமோ நூற்றாண்டுகளுக்கு முந்தைய அரசு அமைப்பாக வளர்ந்துகொண்டிருந்தது.

அங்கே வர்க்கம் இருந்தது. பணமிருப்பவர்களுக்கு அதிகாரம் அள்ளித்தரப்பட்டது. சூஸன் ஹார்ஃபோ போன்ற நடுத்தர வர்க்கத்தினர், உழைப்புச் சுரண்டலுக்காக மட்டுமே உள்ளே அனுமதிக்கப்பட்டனர்.

நூற்றுக்கணக்கான அமெரிக்க ரஜனீஷ் பக்தர்கள், அங்கே காசு வாங்கிக் கொண்டு அனுமதிக்கப்பட்டு கடுமையான உடல் உழைப்பைச் செலுத்தி ரஜனீஷ்புரத்தை உருவாக்கிக் கொண்டிருந்தார்கள்.

இதைச் சொல்லும்போது பகவானை நாம் புனிதராகக் கட்டமைக்கிறோம்; அதற்காக மா ஷீலா ஆனந்தை வில்லியாக்குகிறோம் என்று பொருள் அல்ல.

பொருள் இல்லார்க்கு இவ்வுலகமில்லை என்கிற யதார்த்தத்தை ஷீலா உணர்ந்தவர் என்றே சொல்ல வருகிறோம்.

முதலில் ஐந்தே ஐந்து சன்னியாசிகளை வைத்துக்கொண்டுதான் வேலைகளைத் தொடங்கினார் ஷீலா. வெளிநாட்டு சாமியார் ஒருவரை உள்ளூரில் நிலைநிறுத்தி பெரும் அரசாங்கம் போன்ற அமைப்பை உருவாக்குவதை உள்ளூர் ஆட்கள் கண்டிப்பாக எதிர்ப்பார்கள் என்று அவர் எதிர்பார்த்தார்.

எனவேதான், அவ்வளவு கெடுபிடிகளைப் போட்டார். பொது மக்கள், ஊடகங்கள், அவ்வளவு ஏன், ரஜனீஷ் பக்தர்களுக்கே கூட பெரிதாகத் தெரியாமல் ரகசியமாகத்தான் ரஜனீஷ்புரத்தை உருவாக்கிக் கொண்டிருந்தார்.

ஏனெனில், அதற்கு முன்பாக இந்தியாவில் 'செக்ஸ் சாமியார்' என்று ஓஷோ முத்திரை குத்தப்பட்டு, அவர் குறித்த எதிர்மறையான பிம்பங்கள் ஊடகங்களால் ஏற்படுத்தப்பட்டிருந்தன. ஓஷோவுக்கு விசுவாசமாக ஆயிரக்கணக்கானோர் திரண்டாலும், அவர் குறித்த ஒவ்வாமை பல லட்சம் இந்தியர்களுக்கு பல்வேறு காரணங்களால் ஏற்படுத்தப்பட்டிருந்தது.

அமெரிக்காவிலும் ஜிம் ஜோன்ஸ் என்கிற கார்ப்பரேட் சாமியார் ஒருவரும் அப்போது இதே காலகட்டத்தில் சர்ச்சைக்குரியவராக ஊடகங்களில் விமர்சிக்கப்பட்டுக் கொண்டிருந்தார்.

எனவேதான் ஷீலா தன்னுடைய ஒவ்வொரு அடியையும் மிகவும் கவனமாக எடுத்து வைத்துக் கொண்டிருந்தார்.

எனினும் அருகிலிருந்த ஆண்டலோப் நகர்வாசிகளுக்கு இவர்களது நடமாட்டம் சந்தேகத்துக்கு உரியதாகவேயிருந்து வந்தது.

ஆண்டலோப், அப்போதே கிட்டத்தட்ட ஒரு கைவிடப்பட்ட சிறுநகரம். அங்கே விவசாயம் பொய்த்து, எந்தத் தொழிலுக்கும் ஏதுவாக அமையாத ஒரு கட்டாந்தரையாக மாறிக்கொண்டிருந்தது. ஊரிலிருந்த இளைஞர்களெல்லாம் வேலை வாய்ப்புக்காக வேறு பசையான அமெரிக்க நகரங்களுக்கு இடம் பெயர்ந்து விட்டிருந்தார்கள். காலம் காலமாக அங்கே வசித்துவந்த பெருசுகள் மட்டும்தான் பெரும்பான்மை.

அந்நகரின் மேயராக ஒரு பெண் இருந்தார். அவருக்கு ஆரம்பத்திலிருந்தே ஷீலாவைக் கண்டால் ஆகாது. ஏனெனில், ஷீலா நகருக்குள் வரும்போதெல்லாம் அங்கிருந்த நகரவாசிகளை மயக்கும்படியாகப் பேசுவார். அவர்களுக்காக 'தண்ணீ'யாக செலவழிப்பார். ஒருவேளை ஷீலாவால் தன்னுடைய பதவிக்கு ஆபத்து வருமோ என்றுகூட மேயர் அஞ்சியிருக்கலாம்.

ஆனால், ஷீலாவோ மேயரோடு சமரசமாகப் போகவே விரும்பினார். எனவே, மேயரை ஒருநாள் இரவு உணவுக்கு அழைத்தார்.

மேயரும், தன்னுடைய படை பரிவாரங்களோடு அரைகுறையாகக் கட்டப்பட்டுக் கொண்டிருந்த ரஜனீஷ்புரத்துக்கு வருகை தந்தார்.

அங்கே ஐம்பதுக்கும் மேற்பட்ட வீடுகள் கட்டப்பட்டுக்கொண்டிருந்ததைக் கண்டதுமே மேயருக்கு சந்தேகம் அதிகரித்தது.

"நீங்கள் ஒரு பணக்கார விதவை. இங்கே பண்ணை அமைத்து வாழ்வதற்காக வந்திருக்கிறீர்கள் என்று கருதினேன். இங்கே நடக்கும் வேலைகளைப் பார்த்தால் அப்படித் தோன்றவில்லையே?" என்று கேட்டார்.

"இந்தியாவில் பண்ணை என்பது ஒரு சிறிய கிராமம் அளவுக்கு இருக்கும். விவசாயப் பணிகள், கால்நடை வளர்ப்பு என்பதற்கெல்லாம் நிறைய ஆட்கள் தேவைப்படுவார்கள். அவர்களுக்கு எல்லாம் நாங்களே வீடு கட்டிக் கொடுப்போம்..." என்று கூறி சமாளித்தார் ஷீலா.

ஆனால், மேயரோ அதில் சமாதானமாகவில்லை. "உங்களுக்கு வேறு ஏதோ திட்டம் இருக்கிறது என்று கருதுகிறேன். அமெரிக்காவின் சட்ட திட்டங்கள் வேறு. பார்த்துக்கொள்ளுங்கள்..." என்று அதிருப்தியை நேரடியாகவே சொல்லிவிட்டுக் கிளம்பினார்.

கிளம்பிய மேயர் சும்மா இல்லை. அவருடைய மகனிடம் சொல்லி ஷீலாவின் பின்புலத்தை விசாரிக்கச் சொன்னார்.

மேயரின் மகனோ, தன்னுடைய இந்தியத் தொடர்புகள் மூலமாக ஓரளவுக்கு ரஜனீஷ், ஷீலா ஆகியோரைப் பற்றித் தெரிந்துகொண்டார்.

அப்போதெல்லாம் மேற்கத்திய நாடுகளின் மக்கள் இந்தியாவை பாம்புகளுக்கும், யானைகளுக்கும் மத்தியில் மனிதர்கள் வசிக்கும்

காட்டுமிராண்டி நாடு என்று கருதிக்கொண்டிருந்தார்கள். ரஜனீஷ் என்பவர், நிர்வாணசாமியார்; அவர் ஓர் நிர்வாண இயக்கம் நடத்து கிறார் என்கிற உறுதியான முடிவுக்கு மேயரின் மகன் வந்துவிட்டார்.

அதாவது, இந்தியாவிலிருந்த சமண சாமியார்களோடு போட்டுக் குழப்பிக்கொண்டார் (ரஜனீஷூம் அடிப்படையில் சமணர் என்பதும் காரணம்).

மேலும் ஒரு ஜெர்மானியப் பத்திரிகையில் சில நிர்வாணப் புகைப்படங்களைப் பிரசுரித்து, அவற்றை ஓஷோவின் ஆசிர மத்தோடு சம்பந்தப்படுத்தி எழுதப்பட்டிருந்த கட்டுரைகள், ஐரோப்பாவில் பரபரப்பை ஏற்படுத்தியிருந்தன. அந்தப் பத்திரிகை கட்டிங்குகளையும் மேயரின் பார்வைக்குக் கொண்டு வந்தார் அவருடைய மகன்.

இது போதாதா? அடுத்த தேர்தலிலும், தானே ஜெயிப்பதற்கு ஏதாவது பிரச்னை சிக்காதா என்று காத்துக்கொண்டிருந்த மேயர், அரசியல் செய்ய ஆரம்பித்தார்.

உள்ளூர்வாசிகளிடம் ஷீலா குறித்த பொய்யான அவதூறுகளைப் பரப்ப ஆரம்பித்தார்.

"நம்முடைய ஊரில் நிர்வாண சாமியார்கள் மடம் கட்டு கிறார்கள். நம் அமெரிக்கக் கலாச்சாரத்தை காட்டுமிராண்டிகள் குழிதோண்டிப் புதைக்க வருகிறார்கள். நாகரிகமிக்க மக்களான நாம் அனுமதிக்கலாமா?" என்று 'மண்ணின் மைந்தன்' இனவாதத்தைக் கையில் எடுத்தார்.

ஒரே கான் மாகாணத்திலிருந்து தேர்ந்தெடுக்கப்பட்டி ருந்த செனட்டர்களுக்கு (நம்மூர் எம்பிக்களைப் போல அங்கு செனட்டர்கள்) நிலவரத்தை கலவரமாகச் சித்தரித்து புகார்க் கடிதங்களை அனுப்பினார்.

செனட்டர்களும் அடுத்த தேர்தலைச் சந்திக்க வேண்டும் அல்லவா? எனவே, தம் ஊரில் ஒரு பெரிய பிரச்னை உருவாகிக் கொண்டிருப்பதாகவும், அதற்கு எதிராகத் தாங்கள் போராடிக் கொண்டிருப்பதாக 'சீன்' கிரியேட் செய்யவும், சில வேலைகளைச் செய்தார்கள்.

அதன் அடிப்படையில் 'லாஸ் ஏஞ்சல்ஸ் டைம்ஸ்' என்கிற பத்திரிகையின் நிருபர்கள் கேமிராவும், கையுமாக ரஜனீஷ் புரத்துக்கு வந்து சேர்ந்தார்கள். ஷீலாவிடம் கிடுக்கிப்பிடி போட்டார்கள்.

ஓஷோ யார், அவருடைய அருமை பெருமைகள் என்ன என்பதையெல்லாம் விளக்கமாகச் சொல்லிவிட்டு; பகவான் அமெரிக்காவில் தன்னுடைய ஆசிரமத்தை அமைக்கிறார். இதுவரை உலகம் காணாத ஒரு புதிய சமூகத்தை இங்கே உருவாக்குகிறார் என்றெல்லாம் உண்மைகளைப் போட்டு உடைத்தார் ஷீலா.

'லாஸ் ஏஞ்சல்ஸ் டைம்ஸ்' பத்திரிகை மிக விரிவாக இதுகுறித்த செய்திகளைப் படங்களோடு வெளியிட்டது. அதுநாள் வரை மிகவும் குறைவானவர்களுக்குத்தான் பகவான், அமெரிக்கா வந்து சேர்ந்திருப்பது தெரிய வந்திருந்தது. பத்திரிகைச் செய்திக்குப் பிறகு அது பற்றிக்கொண்டது.

ஏராளமான அமெரிக்க பக்தர்கள் உடனடியாக ஷீலாவுக்குக் கடிதங்கள் அனுப்பி, தங்களுக்கும் ரஜனீஷ்புரத்தில் இடம் வேண்டும், எவ்வளவு செலவானாலும் பரவாயில்லை என்று வலியுறுத்தத் தொடங்கினர். ஆசிரமத்துக்கு மேலும் நிறைய பணம் சேரத் தொடங்கியது.

அதே நேரத்தில் உள்ளூரான ஒரேகான் மாகாணத்தில் ரஜனீஷ்புரம் அமைவதற்கு எதிர்ப்பும் ஆங்காங்கே எழுந்தது. ஆண்டலோப் நகர மேயரின் தலைமையில் நூற்றுக்கணக்கானோர் கூடி ஆர்ப்பாட்டமெல்லாம் நடத்தினார்கள்.

எதிர்ப்பின் காரணமாக ரஜனீஷ்புரத்தைக் கைவிட்டுவிட்டு வேறு இடத்துக்கு இடம்பெயரலாம் என்று அமைதி நாடும் பெரும்பாலான சன்னியாசிகள் கருதினார்கள்.

ஆனால், ஷீலாவின் திட்டமோ வேறாக அமைந்தது. முள்ளை முள்ளால்தான் எடுக்க வேண்டும். அரசியலை அரசியலால்தான் எதிர்கொள்ள வேண்டும். ஆண்டலோப் நகரத்தின் அரசியலையே நாம் கைப்பற்றினால் என்னவென்று விபரீதமாக யோசித்தார்.

இந்தியாவில் தனக்குக் கடுமையான அரசியல் அழுத்தங்கள் இருந்தபோதேகூட ரஜனீஷ், இப்படிப்பட்ட முடிவை எடுக்க வில்லை.

ஷீலாவோ தைரியமாகக் களத்தின் இறங்கினார்.

27

சிட்டி ஆஃப் ரஜனீஷ்

"சர்ச்சை சாமியார் ரஜனீஷ், அமெரிக்காவில் செட்டில் ஆகிறார்!"

'லாஸ் ஏஞ்சல்ஸ் டைம்ஸ்' பத்திரிகை பரபரப்பைக் கிளப்பியது.

அதுநாள்வரை நூற்றுக்கணக்கானவர்களுக்கு மட்டுமே ரஜனீஷ்புரம் உருவாகிக் கொண்டிருந்தது தெரிந்திருந்தது. பத்திரிகைகளில் பரபரப்புச் செய்தியாக ஆனபிறகு லட்சக்கணக்கானோர் அறிந்துகொண்டனர்.

அமெரிக்காவில் மட்டுமின்றி கனடா உள்ளிட்ட

நாடுகளிலிருந்தும் ஏராளமானோர் ஒரேகான் மாகாணத்துக்கு படையெடுத்தனர். சின்னஞ்சிறு நகரமான ஆண்டலோப் நகருக்கு வந்து பகவானுக்காக அவர்களும் செட்டில் ஆகத் தொடங்கினார்கள்.

அதுநாள் வரை வெறும் நூற்றுக்கணக்கில் இருந்த நகரின் மக்கள்தொகை, ஆயிரக்கணக்காக பெருகத் தொடங்கியது. இங்கே தங்கத் தொடங்கியவர்கள் தங்களையும் ஆண்டலோப்வாசிகளாக வாக்காளர் பட்டியலில் இணைத்துக் கொண்டார்கள்.

ஆண்டலோப் நகரின் மேயருக்கு எதையோ பிடிக்கப் போய் எதுவோ ஆனது.

அடுத்து நடந்த தேர்தலில் இவர்களும் போட்டியிட்டு அதிகாரத்தை வென்றெடுத்தார்கள். நகர கவுன்சிலில் ஆண்டலோப் நகரின் பெயரையே 'சிட்டி ஆஃப் ரஜனீஷ்' என்று மசோதா கொண்டுவந்து பெயர் மாற்றுமளவுக்கு பெரும்பான்மை கொண்டிருந்தார்கள்.

"நாங்கள் எதையும் அடாவடியாகச் செய்யவில்லை. ஜனநாயக பூர்வமாகவே நடந்துகொண்டோம்..." என்று பின்னாளில் இந்நிகழ்வுகளைப் பற்றி மர்மப் புன்னகையோடு சொன்னார் ஷீலா.

"ஆசிரமம் அமைப்பது மட்டுமே எங்கள் திட்டமாக இருந்தது. ஆனால், உள்ளூர் அரசியல்வாதிகளோ வம்படியாக எங்களையும் அரசியலில் குதிக்க வைக்கும் நிர்ப்பந்தத்தை ஏற்படுத்தினார்கள். குறிப்பாக ஆண்டலோப் நகரின் மேயரும், அவரது மகனும். அவர்கள் ஏற்படுத்திய நெருக்கடியை நாங்கள் எங்கள் பிரசாரத்துக்கு பயன்படுத்திக் கொண்டோம். ஆசிரமப் பிரச்னையை தேசியப் பிரச்னையாக முன்வைத்து ஊடகங்களில் பரப்பினோம். பகவானின் அமெரிக்க ஸ்லீப்பர்செல்கள் சரியான காலத்தில் உதவ முன்வந்தனர். ஆண்டலோப் நகரின் அதிகாரத்தையே கைப்பற்றுமளவுக்கு அந்த ஆதரவு இருந்தது..." என்று மேலும் விளக்கினார் ஷீலா.

எனினும் –

இது பகவானின் பக்தர்களுக்கு கிடைத்த தற்காலிக வெற்றிதான். ஒரேகான் மாகாணத்தின் ஒரு பகுதியை எங்கிருந்தோ இந்தியா என்கிற நாட்டிலிருந்து இடம்பெயர்ந்து வந்த ஒரு சாமியாரால் கைப்பற்ற முடிகிறது என்றால், இந்த சிறுபொறி நாளைக்கு பெரிதாக வளர்ந்து அமெரிக்க தேசியத்துக்கே ஆபத்தாக முடியலாம் என்று அந்நாட்டின் அரசியல்வாதிகள் கொஞ்சம் மிகையாகவே சிந்தித்தார்கள்.

அடிபட்ட புலியின் ஆக்ரோஷம் அவர்களது சிந்தனையில் இருந்தது. பின்னாளில் பகவானின் கையில் விலங்கு மாட்டி, கிரிமினலைப் போல அவர்கள் நடத்துவதற்கும் ஒருவகையில் இதுவே காரணமாக அமைந்தது.

சரி. இப்போதைக்குக் கதைக்கு வருவோம்.

ரஜனீஷ்புரம் அமைப்பதற்கு அப்போதிருந்த சிக்கல்கள்

பலவும், அதிகாரத்தைக் கைப்பற்றியதால் உடனடியாகத் தீர்ந்தன. கட்டடங்கள் கட்டுவதற்கு இருந்த சட்டபூர்வமான ஆட்சேபணைகளைத் தகர்க்கவும் இவை உதவின. ஏற்கனவே திட்டமிட்டதைவிட ரஜனீஷ்புரம் மிகவும் பெரிதாக அமைக்கப்படவும் இதுவே காரணமானது.

முன்னூறுக்கும் மேற்பட்ட சன்னியாசிகள் இரவும் பகலுமாக உழைக்கத் தொடங்கினர். அதுநாள் வரை நியூஜெர்ஸியில் தங்கியிருந்த பகவானும் அடிக்கடி ஷீலாவை நச்சரிக்கத் தொடங்கினார்.

“என்னுடைய புதுவீட்டுக்கு நான் எப்போது குடிபெயரலாம்?”

இந்தியாவிலிருந்து அமெரிக்காவுக்குக் குடிபெயர்வதில் தான் பகவானுக்கு ஏகத்துக்கும் சிக்கல் இருந்தது. பாஸ்போர்ட், விசா, குடியுரிமை மாதிரியெல்லாம். இம்முறை அம்மாதிரியான பிரச்னைகள் இல்லை.

ஆனால் -

இடம் வாங்கியதிலிருந்தே அங்கு குடிபோகும் நாளை சிறு குழந்தை மாதிரி பகவான் எதிர்பார்த்துக் காத்துக் கிடந்தார்.

திடீரென ஒரு நாள் காலை ஷீலாவை தொலைபேசியில் அழைத்தார் பகவான்.

“ஷீலா, இதற்கும் மேல் என்னால் பொறுத்துக் கொள்ள முடியாது. இன்னும் இரு நாட்களில் நான் ரஜனீஷ்புரத்துக்கு வந்து விடுவேன்...”

ஷீலா பதில் சொல்வதற்கு முன்பாகவே தொலைபேசி அழைப்பைத் துண்டித்து விட்டார்.

ஷீலாவுக்கு என்ன செய்வதென்றே புரியவில்லை. அரையும் குறையுமாகத்தான் ரஜனீஷ்புரம் தயாராயிருந்தது. தூசியும், தும்புமாக இருந்த அந்த இடத்தில் பகவானை எப்படித் தங்க வைப்பது?

பகவானுக்கு என்று பார்த்துப் பார்த்து வீட்டை அமைத்துக் கொண்டிருந்தவர் இன்னொரு சன்னியாசியான பத்மா. ரஜனீஷ்புரத்தில் இந்த ஒரு வேலை மட்டுமே அவருக்கு ஒதுக்கப்பட்டிருந்தது.

பூனா ஆசிரமத்தில் பகவானுக்கு அமைந்திருந்ததைப் போலவே, இயற்கை எழில் சூழ்ந்த குடிலை மாதக்கணக்கில் இன்ச் பை இன்ச்சாக செதுக்கிக் கொண்டிருந்தார். குடிலைச் சுற்றி கண்ணுக்கு எட்டிய தூரம் வரை பசுமையான புல்வெளியை உருவாக்கவே அவருக்குச் சில மாதங்கள் பிடித்திருந்தன.

பத்மாவை அழைத்தார் ஷீலா.

“முதலில் ஒரு நல்ல செய்தி. பகவான் நம்முடன் இருக்கப் போகிறார். அடுத்தது ஓர் எச்சரிக்கைச் செய்தி. இன்னும் இரண்டே

நாட்களில் பகவானுடைய தங்குமிடம் தயாராக வேண்டும்..!”

வழக்கம்போல ஷீலா ஜோக் அடிக்கிறார் என்றுதான் பத்மா நினைத்தார்.

“சும்மா சும்மா என்னிடம் காமெடி செய்யாதீர்கள் ஷீலா. இப்போதுதான் வீடு முடிந்திருக்கிறது. இன்னும் எலெக்ட்ரிக்கல் பணிகள் செய்யவேண்டும். வாட்டர் கனெக்‌ஷன் ஏற்பாடு பண்ண வேண்டும். அது தவிர்த்து டிரைனேஜ் வேலைகள் வேறு இருக்கின்றன. இன்னும் ஓரிரு மாதங்கள் ஆகும்...”

“இல்லை பத்மா. பகவான் சொல்லிவிட்டார். இன்னும் இரண்டே நாளில் அவர் இங்கே குடியேறிவிடுவாராம். வீடு தயாராக இல்லையென்றாலும் ஏதேனும் டெண்டிலாவது வசிக்கிறேன் என்று அடம் பிடிக்கிறார்...”

ஷீலா சீரியஸாகத்தான் பேசுகிறார் என்பதை பத்மா உணர்ந்தார்.

“பகவான் அற்புதம் நிகழ்த்தாமல், இந்தப் பணிகள் இரண்டு நாளில் முடிய சாத்தியமில்லை...” என்று புலம்பினார்.

“பகவானை ஏமாற்றத்துக்கு உள்ளாக்காதே...” என்று புன்னகையோடு, அதே நேரம் எச்சரிக்கும் குரலில் சொல்லிவிட்டு, அடுத்தகட்ட வேலைகளைப் பார்க்கக் கிளம்பினார் ஷீலா.

நியூஜெர்ஸியிலிருந்து - ரஜனீஷ்புரத்துக்கு அருகிலிருந்த - போர்ட்லேண்ட் நகரில்தான் அப்போது ஏர்போர்ட் இருந்தது. பின்னாளில் ரஜனீஷ்புரத்துக்கு என்றே தனி ஏர்போர்ட்டெல்லாம் அமைந்தது வரலாறு.

பகவானை அழைத்துவர நியூஜெர்ஸிக்கு உடனடியாகக் கிளம்பினார் ஷீலா. அங்கே சிறப்பு விமானம் ஒன்றை பகவானின் பயணத்துக்காக பெரும் பொருட்செலவில் ஏற்பாடு செய்தார். வார இறுதிகளில் இதுபோல தனி விமானம் கிடைக்காது. ‘பகவானுக்கு’ என்று அழுத்திக் கேட்டபிறகுதான் கிடைத்தது. இதற்காக அப்போதே 15,000 டாலருக்கு மேல் செலவானது.

நியூஜெர்ஸியிலிருந்து விமானத்தில் கிளம்பிய பகவான், ஷீலாவிடம் அவ்வளவாகப் பேசவில்லை. பொதுவாக கண்ணை மூடி தியானத்தில் ஆழ்ந்து கொண்டேயிருந்தார்.

போர்ட்லேண்ட் நகரிலிருந்து பகவானின் டிரேட்மார்க்கான ரோல்ஸ்ராய்ஸ் காரில் சாலைமார்க்கப் பயணம். சாலையின் இருபுறமும் வறண்ட பாலைவனமாக இருப்பதைப் பார்த்துக்கொண்டே வந்தார் ரஜனீஷ்.

“இன்னும் சில காலத்தில் இப்பகுதி சோலைவனமாக பூத்துக் குலுங்கவேண்டும் ஷீலா...” என்று தன்னுடைய விருப்பத்தை மெல்லிய குரலில் சொன்னார்.

சம்மதத்துக்கு அடையாளமாக ஷீலா தலையாட்டினார்.

அங்கே ரஜனீஷ்புரத்தில் பகவானுக்கு வீடு தயாராகி

இருக்குமா என்று தெரியாத டென்ஷனில் இருந்தார் அவர். ‘முடியாது. முடியாது. கால அவகாசம் இல்லை’ என்று பத்மா புலம்பிய குரல் மட்டுமே அவருக்குள் ரீங்காரமிட்டுக் கொண்டிருந்தது.

மாற்று ஏற்பாடாக ஆண்டலோப் நகரில் ஏதேனும் விடுதியில் அறையெடுத்துக் கொடுக்கலாமா என்றுகூட யோசித்தார். ஆனால், அதை பகவான் தனக்கு செய்யப்பட்ட அவமதிப்பாக எடுத்துக் கொள்வாரோ என்றும் டென்ஷனாக இருந்தது.

ஒருவழியாக கார், ரஜனீஷ்புரத்தில் நுழைந்தது. ஆங்காங்கே கட்டடப்பணிகள் ஜரூராக நடந்து கொண்டிருப்பதை குழந்தையின் குதூகலத்தோடு வேடிக்கை பார்த்துக்கொண்டே வந்தார் பகவான்.

அவருக்காக திட்டமிடப்பட்டிருந்த வீட்டுக்கு அருகே கார் வந்தது. ஷீலாவால் தன் கண்களையே நம்பமுடியவில்லை!

முந்தைய சந்தர்ப்பத்தில் பார்த்தபோது கல்லும், முள்ளுமாக இருந்த அந்தப் பகுதி ஏதோ மலைவாசஸ்தலத்து விருந்தினர் மாளிகை மாதிரி மாறி இருந்தது. கண்ணுக்கு எட்டிய தூரம் வரை பசுமையான புல்வெளி. உயரமான மரங்கள். அவற்றுக்கு இடையில் அழகாக அமைக்கப்பட்டிருந்த குடில்.

ரஜனீஷ்புரத்தின் முக்கியஸ்தர்கள் அத்தனை பேரும் ஆரஞ்சு நிற உடையில் கையில் மலர் மாலைகளோடு பகவானை வரவேற்கத் தயாராகக் குழுமியிருந்தார்கள்.

இரவும் பகலுமாக இரு நாட்கள் வேலை பார்த்து சோர்ந்துபோன தோற்றத்தில் இருந்தாலும் கண்களில் மட்டும் மின்னல் பொங்க ஷீலாவை அர்த்தத் தோடு பார்த்தார் அங்கிருந்த பத்மா.

பகவான் காரை விட்டு இறங்கினார். மெதுவாக சன்னியாசிகளை நோக்கி நடந்தார். அவர்களது மரியாதையை ஏற்றுக் கொண்டார். அவர்களுக்கு மத்தியில் அமைதியாக அமர்ந்தார். கண்களை மூடிக்கொண்டார்.

பத்மாவை நெருங்கிய ஷீலா, “தேங்க்ஸ்...” என்று மெல்லிய குரலில் சொல்லி கைகுலுக்கினார்.

“நான் எதுவும் செய்யவில்லை. பகவான்தான் அற்புதம் நிகழ்த்தி இருக்கிறார்...” என்றார் பத்மா.

அங்கிருந்த மரங்கள், மெல்லிய காற்றில் அசைந்தன. மலர்ந்திருந்த பூக்கள், பகவானை வரவேற்றன. மெல்லிய தென்றல் இதமாக வீசத்தொடங்கியது!

28

எல்லைகளை மீறாதீர்கள்!

1984, அக்டோபர் 30ஆம் தேதி.

தன்னுடைய மூன்று ஆண்டுகால மவுனத்தைக் கலைத்து பக்தர்கள் மத்தியில் ஓஷோ பேசினார்.

இம்முறை அவரது பேச்சில் மத எதிர்ப்பு அதிகமாகக் காணப்பட்டது. எல்லா மதங்களையும், அவற்றின் அடக்குமுறை சிந்தனைகளையும் கடுமையாக எதிர்த்தார். குறிப்பாக கிறிஸ்தவமதம் அவரது பேச்சில் தாக்குதலுக்கு உள்ளானது.

இந்தியாவிலிருந்து அவரை அமெரிக்காவுக்குத் துரத்தியது அரசியல். அதே அரசியல்

அமெரிக்காவிலும் அவருக்கு முட்டுக்கட்டைகள் போட்டது குறித்த கோபம் அவரது பேச்சில் வெளிப்பட்டது. ஒரேகான் மாகாணத்தில் நிலை கொள்வதற்காக ரஜனீஷ் பக்தர்கள் நடத்திக் கொண்டிருந்த சட்டரீதியான போராட்டங்களுக்கு ஆதரவு தரும் வகையில் அவரது பேச்சு அமைந்தது. அமெரிக்க அரசியலமைப்புச் சட்டத்தில் கொடுக்கப்பட்டிருக்கும் சுதந்திரம் ஏட்டளவில்தானா என்றும் கேள்வி எழுப்பினார்.

இதையடுத்து ஆசிரமத்துக்கு ரத்தத்தால் எழுதப்பட்ட ஓர் எச்சரிக்கைக் கடிதம் வந்தது.

"எல்லைகளை மீறாதீர்கள்..." என்கிற வாசகத்தோடு அடியில் KKK என்று எழுதப்பட்டிருந்தது.

KKK என்றதுமே ஆசிரமத்து நிர்வாகிகள் அலறிவிட்டனர்.

அமெரிக்காவில் 1865ல் உருவானது 'கு குளக்ஸ் கிளான்' *(ku klux klan)* என்கிற இனவெறி அமைப்பு. வெள்ளையர் தேசியம்தான் அந்த அமைப்பின் குறிக்கோள்.

வரலாற்று ரீதியாகவே தங்கள் கொள்கைகளுக்காக படுகொலைகள், தீவிரவாதமென்று அராஜகம் செய்துவருவதே அந்த அமைப்பின் செயல்பாடுகள்.

குறிப்பாக இடம்பெயர்ந்து அமெரிக்காவுக்கு வருகிறவர்களுக்கு கு குளக்ஸ் கிளான் ஓர் எமன்.

1860களில் கருப்பினத்தவருக்கு எதிராக ஏராளமான வன்முறைச் சம்பவங்களை நடத்தியதின் மூலம் வளர்ந்த அமைப்பு இது.

ரகசிய அமைப்பான இதில் யார் யார் உறுப்பினர்களாக இருக்கிறார்கள் என்பதே மற்றவர்களுக்குத் தெரியாது. தீவிர வலதுசாரி அமைப்பான கேகேகே-வின் அரசியல் ஃபாசிஸத்தை அடிப்படையாகக் கொண்டது. வெள்ளை நிறத்திலான முகமூடி, நீண்ட அங்கி இவர்களது அடையாளம்.

1870களிலேயே அமெரிக்க அரசால் இரும்புக்கரம் கொண்டு அடக்கப்பட்டு விட்டாலும், இந்த அமைப்பினர் இன்றுவரை ஏதோ ஒரு வகையில் வன்முறைச் செயல்களில் ஈடுபட்டுத்தான் வருகின்றனர். இருபதாம் நூற்றாண்டின் தொடக்கத்தில் மீண்டும் வலிமை பெற்றனர். 1925 வாக்கில் இந்த அமைப்பில் 40 முதல் 60 லட்சம் பேர் வரை இணைந்திருந்தார்கள் என்று சொல்கிறார்கள்.

கடந்த 150 ஆண்டுகால வரலாற்றில் கு குளக்ஸ் கிளான் அமைப்பினரால் அமெரிக்காவில் பலநூறு வன்முறை வெறியாட்டங்கள் நடந்திருக்கின்றன.

இப்போதும் கூட கேகேகே அமைப்பில் சுமார் பத்தாயிரம் பேர் வரை இருக்கிறார்கள் என்று சொல்லப்படுகிறது. அமெரிக்காவின் காவல் அமைப்பான எஃப்.பி.ஐ.யிலேயே கூட இந்த அமைப்பின் ஊடுருவல் இருப்பதாகத் தகவல்.

அப்படிப்பட்ட அமைப்பினர்தான் ரஜனீஷ்புரத்துக்கு எதிராகக் களத்தில் குதித்தனர்.

ரத்தக் கடிதம் வந்த நாள் முதலாக தினம்தோறும் தொலை பேசி மிரட்டல்கள், எச்சரிக்கைக் கடிதங்கள் ஆசிரமத்துக்கு வந்து கொண்டேயிருந்தன.

சொல் மட்டுமின்றி செயலிலும் இறங்கினார்கள்.

கடுமையான கோடை இரவு ஒன்றில் ஆசிரமத்தின் ஒரு பகுதி திகுதிகுவென எரிய ஆரம்பித்தது. அலறிப் புடைத்துக்கொண்டு பாதுகாவலர்கள் அங்கே திரண்டபோது குதிரையில் வந்திருந்த கவுபாய் தொப்பி அணிந்த சிலர், பண்ணை வீடுகளுக்குத் தீ வைத்துக் கொண்டிருந்ததைக் கண்டனர்.

அவர்களைக் கையும், களவுமாகப் பிடித்து காவல் நிலையத்தில் ஒப்படைத்தனர்.

விசாரணையில் அந்த கவுபாய்கள் தங்களை *'rednecks'* என்று பெருமையாக சொல்லிக் கொண்டனர். ரெட்நெக்ஸ் என்பவர்கள் பழமைவாதமும், இனவாதமும் பேசக்கூடிய பண்ணை விவசாய அமைப்பினர்.

'ரஜனீஷ்புரத்தில் அமெரிக்க தேசியத்துக்கு அச்சுறுத்தல் விளைவிக்கக் கூடிய கருத்துகள் பரிமாறப்படுகின்றன. அவற் றைத் தடுப்பதற்கே அழிக்க முயற்சிக்கிறோம்...' என்று அந்த குடிகார கவுபாய்கள் திமிராகப் பேசினர்.

உள்ளூர் காவல்துறையினரோ அவர்கள் மீது நடவடிக்கை எடுக்க அச்சப்பட்டனர். அவர்கள் மீது சார்ஜ்ஷீட் கூட போடவில்லை. விபத்து என்று சொல்லி கேஸ் ஊத்தி மூடப்பட்டது. ஒருவேளை அவர்கள் மீது நடவடிக்கை எடுத்தால் தங்கள் காவல் நிலையமே கூட தீப்பற்றி எரியும் என்று காவலர்கள் அச்சப்பட்டனர்.

காவல்துறை நடவடிக்கை எடுக்காது என்பது புரிந்தவுடன் வன்முறையாளர்களுக்கு ஊக்க மருந்து குடித்தது போலானது. அடுத்தடுத்து வன்முறைச் சம்பவங்களில் ஈடுபட்டனர். ரஜனீஷ் புரத்தில் இந்தச் சம்பவங்களைக் கட்டுப்படுத்துவதற்காகவே சிறப்பு தீயணைப்பு நிலையம் ஒன்று உருவானது.

அவர்கள் தீ வைப்பதும், இவர்கள் அணைப்பதும், காவல் துறை கையைக் கட்டிக் கொண்டு வேடிக்கை பார்ப்பதும் ரஜனீஷ் புரத்தின் இயல்பான காட்சிகளாக மாறின.

அடுத்து வன்முறை அமைப்பினர் வேறு ரீதியான மிரட்டல்களை விடுக்கத் தொடங்கினர்.

'மா ஷீலா ஆனந்தை கடத்தப் போகிறோம்' என்று மிரட்டல் கடிதம் வந்தது.

இதையடுத்து ஷீலாவுக்கு பாதுகாப்பு அம்சங்கள் அதிகரிக்கப் பட்டன. ஆசிரமத்தை விட்டு வெளியே செல்வதை அவர் நிறுத்திக்

கொண்டார். தவிர்க்க முடியாத சந்தர்ப்பங்களில் மட்டும் துப்பாக்கி ஏந்திய பாதுகாவலர்கள் துணையோடு வெளியே சென்று வந்தார்.

ஷீலாவின் மீது கை வைக்க முடியாது என்று தெரிந்தவுடன், அடுத்த மிரட்டல் கடிதம் வந்தது.

இம்முறை பகவானையே கடத்தப் போகிறோம் என்று எச்சரித்தனர். அவ்வாறு கடத்தாமல் இருக்க தங்களுக்கு ஒரு மில்லியன் டாலர் பணம் வேண்டும் என்றும் குறிப்பிட்டிருந்தனர்.

ஆசிரமத்து சன்னியாசிகள் கொதித்துப் போய்விட்டனர். முந்தைய மிரட்டல் மாதிரி இல்லாமல், தங்கள் ஆணிவேரையே அசைத்துப் பார்க்கும் இந்த போக்கிரித்தனத்துக்கு முடிவு கட்ட, அமெரிக்கத் தலைநகர் வாஷிங்டனில் இருந்த தங்கள் தொடர்பு களைப் பயன்படுத்தினர்.

மேலிடத்திலிருந்து வந்த அழுத்தம் காரணமாக வேறு வழியின்றி வேண்டா வெறுப்போடு காவல்துறை களத்தில் இறங்கியது. யார் யாரால் மிரட்டல் கடிதங்கள் வந்திருக்கலாம் என்று பட்டியல் எடுத்தது. மிரட்டியவர்கள் என்று உறுதியாகத் தெரிந்தவர்களைக் கைது செய்து கோர்ட்டில் நிறுத்தியது.

அமெரிக்க நீதிமன்றங்களில் நீதிபதிகள் மட்டுமே முடிவெடுத்து விட முடியாது. 'ஜூரிகள்' என்று சொல்லப்படக்கூடிய நீதிபதிக்கு ஆலோசனை சொல்லும் குழுவினரின் கருத்துகளும் பரிசீலனைக்கு எடுத்துக் கொள்ளப்பட வேண்டும். இந்த ஜூரி குழுவினரில் பெரும் பாலும் உள்ளூர் விஐபிகள் துண்டு போட்டு இடம்பிடித்திருப்பர்.

ரஜனீஷ்புரத்தை வெறுத்த ஜூரிகளின் பரிந்துரையின் படி, காவல்துறையால் கைது செய்யப்பட்டவர்கள் அத்தனை பேரும் அப்பாவிகள் என்று விடுவிக்கப்பட்டனர்.

ஒரு நாள் இரவு.

ஷீலா அயர்ந்து தூங்கிக்கொண்டிருந்தார். அப்போது அவருக்குத் தொலைபேசி அழைப்பு வந்தது.

மறுமுனையில் பேசியவர், மிகவும் பதற்றத்தோடு சொன்னார். "ஆசிரமத்தில் குண்டு வைக்கப் போகிறார்கள்..."

பதறிப்போன ஷீலா, அந்த நடு இரவில் அத்தனை பேரையும் எழுப்பினார்.

முந்தைய நாள் ஆசிரமத்துக்கு வந்திருந்தவர்கள் யார் யாரென்று உடனடியாக கணக்கெடுக்கப்பட்டது. அதில் அடையாளம் தெரியாத இருவர் இருந்தார்கள் என்கிற தகவலும் கிடைத்தது. அந்த இருவர் எங்கேயென்று ரஜனீஷ்புரம் முழுக்க தேடுதல் நடந்தது. அவர்கள் மாயமாக மறைந்து விட்டிருந்தார்கள். எனவே, குண்டு வைக்க வந்தவர்கள் அவர்களாகத்தான் இருக்க முடியும் என்கிற முடி வுக்கு வந்து, அசம்பாவிதம் எதுவும் நடப்பதற்கு முன்பாகத் தவிர்க்க வேண்டுமே என்கிற பதைபதைப்பில் ரஜனீஷ்புரம் முழுக்க

அலர்ட் ஆனது.

பகவான் தங்கியிருந்த குடிலுக்கு பாதுகாப்பு ஏற்பாடுகள் பலப் படுத்தப்பட்டன. சுமார் நூறு பேர், ரஜனீஷ்புரத்தை அங்குலம் அங்குலமாக அலசி, ஆபத்து ஏதுமில்லையென்று ஷீலாவுக்கு விடியற்காலையில் ரிப்போர்ட் செய்தனர்.

ஒருவாறாக ஷீலா சமாதானப்பட்டாலும், அவரது மனசுக் குள் வேறு ஏதோ விபரீதம் விளையப்போகிறது என்று அலாரம் அடித்துக் கொண்டேயிருந்தது.

அதற்கு ஏற்ப, தொலைபேசி கிணுகிணுத்தது.

29

பகவானின் இராணுவம்!

"குண்டு வெடிச்சிடிச்சி..."

பதறிப்போன ஷீலா அப்படியே போன் ரிசீவரை போட்டுவிட்டு வெளியே ஓடிவந்து பார்த்தார்.

அந்த விடியற்காலையில் ரஜனீஷ்புரம் அமைதியாக இருந்தது. குண்டு வெடித்ததற்கான தடயம் எங்கேயும் காணோம்.

மறுபடியும் அறைக்கு ஓடிவந்து, ரிசீவரை காதில் வைத்தார்.

"ரஜனீஷ்புரத்தில் அல்ல. போர்ட்லேண்ட் ஹோட்டலில்..." எதிர்முனை விளக்கமாகச்

சொல்லியது.

போர்ட்லேண்ட் நகரில் தங்கும் விடுதி ஒன்றினை அமைத்திருந்தார்கள்.

விமானத்தில் வெளியூர் செல்லும் சன்னியாசிகளுக்கும், வெளியூர்களிலிருந்து வரும் பக்தர்கள் ஓய்வு எடுப்பதற்கும் ஆசிரமமே அங்கு ஒரு ஹோட்டலை நடத்தி வந்தது.

"ஏதாவது உயிரிழப்பு?" ஷீலாவின் குரலில் சோகம் கப்பியிருந்தது.

"இல்லை. குண்டு வைக்க முயற்சித்தவனே படுகாயம் அடைந்திருக்கிறான்..."

உடனடியாக ஷீலாவும், ரஜனீஷ்புரத்தின் முக்கியஸ்தர்களும் காரை எடுத்துக்கொண்டு போர்ட்லேண்ட் நோக்கி விரைந்தார்கள்.

ரஜனீஷ்புரத்தில்தான் குண்டு வைக்க அவர்கள் முயற்சி செய்தார்கள்.

ஆனால் -

இவர்கள் உஷாராகிவிட, பொன்னை வைக்கும் இடத்தில் பூவையாவது வைப்போமென்று போர்ட்லேண்ட் ஹோட்டலில் 'தீபாவளி' கொண்டாடச் சென்றிருக்கிறார்கள்.

அதிர்ஷ்டவசமாக, குண்டு வைக்கும் முயற்சியின்போதே வெடித்து விட்டது. குண்டு வைத்தவனின் முகத்தின் ஒரு பாதி சிதைந்து, ஒரு கை துண்டானது.

வேறு எவருக்கும் காயமில்லை.

இப்படியொரு சம்பவம் அமெரிக்காவில் வேறெங்காவது நடந்திருந்தால் ஒட்டுமொத்த எஃப்.பி.ஐ படையும் குவிந்திருக்கும்.

ஆனால் -

ஒரு கண்ணில் வெண்ணெய், ஒரு கண்ணில் சுண்ணாம்பு கணக்காகத்தான் ரஜனீஷ்புரம் விவகாரத்தில் அமெரிக்க போலீஸார் நடந்துகொண்டனர்.

ஒரேகான் கவர்னர் அலுவலகத்தில் இருந்த ரஜனீஷ் அனுதாபி ஒருவர், அதிகாரபூர்வமற்ற முறையில் தனிச்செய்தி அனுப்பியிருந்தார்.

அதாவது, ரஜனீஷ்புரத்தை முற்றிலுமாக முடக்கிவிட அமெரிக்க அதிகார வர்க்கம் விரும்புகிறது. அதை தாங்கள் நேரடியாக செய்யாமல் உள்ளூர் போக்கிரிகளுக்கு ஆதரவாக பின்நின்று செய்ய விரும்புகிறது.

அந்த தனிச்செய்தியை வாசித்த ஷீலாவுக்கு அச்சம் ஏற்பட்டது. இதுவரையில் தங்களுக்கு நிகழ்ந்த உள்ளூர் எதிர்ப்புகள் குறித்த தகவல்களை பகவானின் பார்வைக்குக் கொண்டு செல்லாமல் தானே சமாளித்து வந்தார். இனியும் அப்படிச் செய்வது சாத்தியமில்லை என்று உணர்ந்தார்.

ரஜனீஷிடம் நிலவரத்தைச் சொன்னார்.

"அதிகாரத்தின் குணமே இதுதான். எல்லோரையும் சந்தேகிப்பார்கள். தங்கள் அதிகாரத்தை பங்குபோட யாரோ சதி செய்கிறார்கள் என்கிற பதற்றத்திலேயே இருப்பார்கள். அவர்களை நம்பி பிரயோசனமில்லை. ஊடகங்களிடம் பேசு..." என்றார்.

ரஜனீஷின் வழிகாட்டுதல்படி பத்திரிகையாளர் சந்திப்பு ஒன்றை நடத்தினார் ஷீலா. அமெரிக்காவின் முக்கிய ஊடகங்கள் அனைத்தும் அந்த சந்திப்புக்கு வந்திருந்தன.

ரஜனீஷ்புரம் அமைக்கப்பட்டதின் நோக்கம், உள்ளூர் மக்களுக்கு தேவையே இல்லாமல் அச்சம் ஊட்டப்பட்டது, தங்களுக்கு எதிராக தீவிரவாதிகளை அரசியல்வாதிகள் கொம்பு சீவிவிடுவது, நெருப்பு வைக்கப்பட்டது உள்ளிட்ட வன்முறைச் சம்பவங்கள், சமீபத்தில் நடந்த போர்ட்லேண்ட் ஹோட்டல் குண்டுவெடிப்பு என்று அத்தனையையும் கொட்டினார் ஷீலா.

ஊடகவியலாளர்கள் பலரும் பத்திரிகையாளர் சந்திப்பிலேயே கொதித்தார்கள். இவ்வளவு நடந்திருக்கிறது; உடனே எங்களிடம் சொல்லியிருக்கலாமே என்று ஆதங்கப்பட்டார்கள்.

அதோடு சரி.

குண்டுவெடிப்பு பற்றி ஒரு ஊடகத்தில்கூட சிறிய செய்திகூட வரவில்லை.

செய்தியாளர் சந்திப்புக்கு வந்திருந்த ஒவ்வொரு செய்தியாளரிடமும் தனிப்பட்ட முறையில் ஷீலா பேசினார்.

"நாங்கள் என்ன மேடம் செய்யமுடியும்? செய்தியாக்கிக் கொடுத்தோம். எங்கள் முதலாளிகள் வெளியிட மறுக்கிறார்கள். அவர்களுக்கு மேலிடத்திலிருந்து அழுத்தம் போலிருக்கிறது..." என்று பாலிஷாக நழுவினார்கள்.

பகவான் கொதித்துப் போனார்.

"இனிமேல் நம்மை நாமேதான் பாதுகாத்துக் கொள்ள வேண்டும். அமெரிக்கா அடிப்படையில் வலதுசாரி நாடு. மக்களையும் வலதுசாரிகளாகவே வளர்த்தெடுத்திருக்கிறார்கள் இந்த அரசியல்வாதிகள். இவர்களை எதிர்கொள்ள முடியாமல்தான் இங்கே ஜோன்ஸ் என்கிற சாமியார், ஆயிரம் பேரோடு தற்கொலை செய்துகொண்டார்..." என்று சொல்லிவிட்டு கொஞ்சம் நிறுத்தினார்.

பக்தர்கள் கூட்டம் அப்படியே அமைதி காத்தது. சாமியார் ஜோன்ஸ் பற்றியும், அவருக்கு என்ன நிகழ்ந்தது என்பதைப் பற்றியும் பகவான் விவரிக்கத் தொடங்கினார்.

அமெரிக்காவின் இண்டியானா மாகாணத்தில் ஜிம் ஜோன்ஸ், தன்னுடைய ஆன்மிகப் பணிகளை 1950களில் தொடங்கினார். 'கடவுளரின் சபை' என்கிற அமைப்பைத் தோற்றுவித்தார். 'இயேசுவின் சீடர்கள்' என்கிற பெயரில் அவருக்கு ஆயிரக்கணக்கான பக்தர்கள் திரண்டனர்.

இப்படியே போனால் ஜிம் ஜோன்ஸ் அமெரிக்க அதிபர் தேர்தலிலேயே போட்டியிட்டு அதிகாரத்தை கைப்பற்றக்கூடும் என்று அங்கிருந்த அரசியல்வாதிகள் நடுங்கினர். அவருக்கும், அவரது பக்தர்களுக்கும் எண்ணிலடங்கா தொந்தரவுகளைத் தந்தனர்.

இதைத் தொடர்ந்து தென்னமெரிக்க நாடான கயானாவுக்கு இடம்பெயர்ந்தார் ஜோன்ஸ். இந்தியர்கள் பெரும்பான்மையாகக் குடியேறி வாழும் நாடு கயானா. ஆன்மிகத்தின் மீது மதிப்பு கொண்ட இந்தியர்கள் தங்களைப் பாதுகாப்பார்கள் என்கிற நம்பிக்கை யோடுஅந்நாட்டுக்கு இடம்பெயர்ந்த ஜோன்ஸ், அங்கே ரஜனீஷ் புரத்தைப் போலவே 'ஜோன்ஸ் டவுன்' என்று தங்களுக்கென பிரத்யேக நகரத்தை உருவாக்கினார்.

ஜோன்ஸ் டவுன் நகருக்கு பல்லாயிரக்கணக்கில் அமெரிக்காவிலிருந்து பக்தர்கள் வந்து சென்றனர். இதையடுத்து ஜோன்ஸ் டவுனில் மனித உரிமை மீறப்படுகிறது, அதை விசாரிக்க அமெரிக்கக்குழு ஒன்று செல்லும் என அமெரிக்கா அறிவித்தது. நாடு விட்டு நாடு வந்தும் தங்களை அமெரிக்கா டார்ச்சர் செய்துகொண்டிருக்கிறது என்கிற கடுப்பில் இருந்தார்கள் சாமியார் ஜோன்ஸின் பக்தர்கள்.

அமெரிக்காவின் பிரதிநிதியாக லியோ ரயான் என்கிற அரசியல் தலைவர் தலைமையிலான குழு ஜோன்ஸ்டவுனுக்கு வந்து விசாரணையைத் தொடங்கியது. சிஐஏ செட்டப் செய்திருந்த போலி பக்தர்கள், சாமியார் ஜோன்ஸ் பற்றியும் ஜோன்ஸ் டவுன் பற்றியும் போலியான சாட்சியங்களை உருவாக்கினார்கள்.

ஜோன்ஸ் டவுன் குறித்து எதிர்மறையான விசாரணை அறிக்கையை சமர்ப்பிப்பதற்காக அங்கிருந்து விமானத்தில் கிளம்பும் முயற்சியில் இருந்த லியோ ரயான் குழுவினர் மீது சாமியாரின் பக்தர்கள் துப்பாக்கிச்சூடு நடத்தினார்கள். இதில் லியோ ரயான் கொல்லப்பட்டார்.

ஆத்திரமடைந்த அமெரிக்கா, ஜோன்ஸ் டவுன் மீது ராணுவ நடவடிக்கை எடுக்க உத்தேசித்தது.

அமெரிக்க ராணுவம் நுழைந்தால் பக்தர்களைச் சூறையாடி விடுவார்கள் என்கிற அச்சத்தில் சாமியார் ஜோன்ஸூம், அவரது பக்தர்களும் குளிர்பானத்தில் சயனைடு கலந்து குடித்தார்கள். இச்சம்பவத்தில் 918 பேர் உயிரிழந்தனர். இவர்களில் 304 பேர் குழந்தைகள்.

பகவான், இந்த சோகமான சரித்திரத்தை விவரித்தபோது அதைக் கேட்டுக் கொண்டிருந்த பக்தர்களில் பலர் வாய்விட்டு அழுதனர்.

"பகவானே! நமக்கும் அதுதான் கதியா?" என்று சிலர் கதறியவாறே கேட்டனர்.

"இல்லை. அவர்களிடம் நாம் சண்டையிடப்போகிறோம்.

அவர்கள் நம்மை அழிப்பதற்கு நாம் அனுமதிக்கப்போவதில்லை. அவர்கள் நம்மில் ஒருவரைத் தொட்டால், நாம் அவர்களில் பதினைந்து பேரைத் தொடுவோம். நம்முடைய ஆட்கள் இனிமேல் ராணுவமாக மாறவேண்டும். நம்முடைய வலிமை என்னவென்பதை அவர்களுக்குக் காட்டவேண்டும்.நெருப்பை நெருப்பு கொண்டு சுடுவோம்...”

இதுநாள் வரை அன்பை மட்டுமே போதித்துக் கொண்டிருந்த பகவானை, இவ்வளவு ஆவேசமாக யாருமே கண்டதில்லை.

ஷீலாவை நோக்கிச் சொன்னார்.

“ஷீலா, நமக்கான ராணுவத்தைக் கட்டமைக்க என்னென்ன ஏற்பாடுகள் செய்ய வேண்டுமோ செய். நம் பக்தர்களில் சிலர் முன்னாள் ராணுவத்தினர். அவர்களைப் பயன்படுத்தி நமக்கான படையை உருவாக்கு. அவர்களுக்கு ஆயுதங்களைத் கொடு!”

பகவானே சொல்லிவிட்டார். மறுபேச்சு ஏது?

உடனடியாக பக்தர்களிலிருந்து சண்டையிடத் தயாராக இருப்பவர்களைக் கொண்டு ஒரு படை தயாரானது. அவர்களுக்கு ஆயுதப்பயிற்சி உள்ளிட்ட ராணுவப் பயிற்சிகள் தரப்பட்டன. இஸ்ரேல், சுவிட்சர்லாந்து மற்றும் தென்னாப்பிரிக்காவைச் சார்ந்த ராணுவ நிபுணர்கள் அவர்களுக்கு பயிற்சியளிக்க முன்வந்தார்கள்.

சிறந்த, நம்பிக்கைக்குரிய, வலிமையான சன்னியாசிகள் பகவானின் ராணுவத்தில் இணைந்தனர். தினமும் நான்கு முதல் ஆறு மணி நேரம் அவர்களுக்கு பயிற்சி வழங்கப்பட்டது.

பகவான் மற்றும் பக்தர்களின் பாதுகாப்பு மட்டுமே இந்த ரஜனீஷ்புர ராணுவத்தின் லட்சியமாக இருந்தது. ரஜனீஷ்புரம் முழுக்க ஆங்காங்கே கண்காணிப்பு மையங்கள் நிறுவப்பட்டன. ஆயுதம் தாங்கிய பாதுகாவலர்கள் 24 மணி நேரமும் பாதுகாப்புப் பணிகளில் ஈடுபடுத்தப்பட்டனர். பகவானின் வீட்டை பாதுகாக்க மட்டுமே தனியாக ஒரு கண்காணிப்பு கோபுரம் அமைக்கப்பட்டது.

அது மட்டுமின்றி, ஏதேனும் அசம்பாவிதம் ஏற்பட்டால் பகவானைக் காப்பதற்காக ஒரு சுரங்க அமைப்பும் நிறுவினார்கள்.

30

Hunt Rajneeshees!

ஒரு சாமியாருக்கு சுரங்க வீடு அவசியமா?

பொதுவாக போர்ச்சூழல் நிலவும் இடங்களில்தான் சுரங்க வீடு அமைப்புகள் அமைக்கப்படும். போரில் ஒரு முக்கியமான தலைவரையோ, தளபதியையோ பாதுகாக்க இதுபோன்ற சுரங்க அமைப்புகள் உருவாக்கப்படும். ஹிட்லர், சதாம் உசேன் போன்றவர்கள் இதுபோன்ற சுரங்க வீடுகளில் தங்கியிருக்கிறார்கள் என்று வரலாற்றில் வாசித்திருக்கிறோம்.

ஆனால், அன்பையும், அறநெறியையும்

போதிக்கும் பகவானுக்கு எதற்கு சுரங்கவீடு, ரஜனீஷ்புரத்தில் என்ன போரா நடந்துகொண்டிருந்தது என்பதைப் போன்ற கேள்விகள் உங்களுக்கு எழலாம்.

ஆமாம். கிட்டத்தட்ட போர்தான் நடந்துகொண்டிருந்தது.

அமெரிக்க அரசு, அறிவிக்கப்படாத ஒரு போரை ரஜனீஷ்புரம் மீது கட்டவிழ்த்து விட்டிருந்தது. நேரடியாகத் தாங்கள் தலையிடாத மாதிரி காட்டிக்கொண்டாலும் உள்ளூர் மக்களை ரஜனீஷ்புரத் துக்கு எதிராக அணிதிரட்டி போராட வைத்துக்கொண்டிருந்தது.

ரஜனீஷ்புரத்தின் பாதுகாவலர்கள் ஆயுதம் ஏந்தி, பாதுகாப் புப் பணிகளில் ஈடுபட்டதை சுட்டிக்காட்டி, அவர்கள் நம்மை ஆக்கிரமிக்க வருகிறார்கள் என்று உள்ளூர் மக்களை அச்சப்படுத்திக் கொண்டிருக்கிறார்கள்.

உண்மையில் தங்களைப் பாதுகாத்துக் கொள்ளத்தான் சன்னியாசிகள் ஆயுதம் ஏந்தவேண்டிய நிலைமை வந்ததே தவிர, யாரையும் அச்சுறுத்த அல்ல.

எனினும், ஒரேகான் மாகாணத்தில் பண்ணைத் தொழிலில் ஈடுபட்டு வந்தவர்களையும், அவர்களிடம் பணியாற்றும் பணியா ளர்களையும் அரசியல்வாதிகள் ஏகத்துக்கும் பயமுறுத்தி வைத்தி ருந்தார்கள்.

எனவே, பண்ணையில் வேலை பார்க்கும் கவுபாய்கள், ‘நெருக்கடி’ ஏற்படும் பட்சத்தில் போருக்குத் தயாராக இருந்தார்கள்.

அவர்களுக்கு தாராளமாக துப்பாக்கிகள் சப்ளை செய்யப் பட்டன. குறி பார்த்துச் சுடுவதற்கு ஏதுவாக ரஜனீஷின் படம் அச்சிடப்பட்டிருந்த போஸ்டர்கள் வழங்கப்பட்டன.

ரஜனீஷை சுட்டு துப்பாக்கியை இயக்கப் பழகிக் கொண்டிருந் தார்கள்.

ஊரெங்கும் ‘*Don’t Hunt Deer - Hunt Rajneeshees*’ என்று வன்முறை யைத்தூண்டும் விதமாக போஸ்டர்கள் ஒட்டப்பட்டன. சுவர்களில் இந்த வாசகங்களை எழுதினார்கள். அதாவது ‘மான்களை வேட் டையாடாதீர்கள்! பதிலாக ரஜனீஷ் ஆசிரமத்திலிருப்பவர்களை சுடுங்கள்’ என்று நேரடியாகவே உள்ளூர் ஆட்கள் சட்டத்தை கையில் எடுத்துக் கொண்டார்கள்.

இதைத் தட்டிக் கேட்க வேண்டிய போலீஸ்காரர்களோ, “அவங்க கிட்டே கொஞ்சம் ஜாக்கிரதையாகவே இருங்க...” என்று ஆசிரமத்து ஆட்களைத்தான் காப்ரா செய்து கொண்டிருந்தார்கள்.

பிற்பகல் வேளைகளில் ரோல்ஸ்ராய்ஸ் காரை ஓட்டிக்கொண்டு பகவானே நகர்வலம் வருவது வழக்கம். ஆரம்பத்தில் தனியாகத்தான் போய்க் கொண்டிருந்தார்.

ஆனால், சூழல் எதிராகப் போய்க்கொண்டிருக்கும் நிலையில் பகவானின் காருக்கு முன்பாகவும், பின்பாகவும்

பாதுகாப்பு வாகனங்கள் அணிவகுக்கத் தொடங்கின. அந்த வாகனங்களில் ராணுவச் சீருடையில் சன்னியாசிகள் துப்பாக்கி ஏந்தி வலம்வரத் தொடங்கினார்கள்.

இந்தக் காட்சியைக் காண்பதற்கு ஏதோ ஒரு நாட்டின் அதிபருடைய 'கான்வாய்' வாகனம் செல்வதைப் போலத் தெரியும்.

"இவ்வளவு ஆடம்பரமெல்லாம் தேவைதானா ஷீலா?" பகவான் அமைதியாகக் கேட்டார்.

"இதைப் பற்றியெல்லாம் நீங்கள் கவலைப்படாதீர்கள். புதிய மனிதனை உருவாக்கும் இலட்சியத்தில் நீங்கள் உறுதியாக நில்லுங்கள்!"

இந்த காலக்கட்டத்தில் ஷீலாவின் தொனி நிறையவே மாறியிருந்தது.

தன்னை 'பகவான் 2.0' என்கிற மாதிரியாகவே அவர் நினைத்துக் கொண்டார். முன்பெல்லாம் ஒரு வேலை ஆகவேண்டும் என்றால் கோரிக்கைதான் வைப்பார். இப்போதோ ஆசிரமத்தில் அனைவருக்கும் உத்தரவிட ஆரம்பித்தார்.

பகவானுடன் ஆரம்பக் காலங்களில் இருந்தே பயணித்து வரும் சீனியர்கள் கூட ஷீலாவின் உத்தரவுகளுக்குக் கீழ்ப்படிந்து நடக்கவேண்டிய நிலைமை. அந்த அளவுக்கு அவரது அதிகாரம் கொடிகட்டிப் பறந்து கொண்டிருந்தது.

அவர் குறித்து யாரேனும் பகவானுக்கு அனுப்பும் புகார்க் கடிதங்கள்கூட ஷீலாவாலேயேதான் பிரித்து வாசிக்கப்பட்டன. புகார் கொடுத்தவரின் மீதே ஏதோ பொய்ப்புகார் கொடுக்கப்பட்டு நடவடிக்கை எடுக்கப்படும்.

ரஜனீஷ்புரத்தில் தனக்குத்தானே வானளவு அதிகாரத்தை ஷீலா வழங்கிக் கொண்டதால் அவருக்குப் பின்னாலும் அல்லக்கைகள் திரள ஆரம்பித்தார்கள். சில உண்மையான பக்தர்களோ, அமெரிக்க அரசை பகவான் பகைத்துக்கொள்ள ஷீலாவின் தடாலடியான அவசர நடவடிக்கைகளே காரணம் என்று தங்களுக்குள் முணுமுணுத்துக் கொண்டனர். தாங்கள் ஆன்மிகத்தை பரப்பிக்கொண்டிருக்கிறோமா அல்லது புதியதாக ஒரு நாட்டை உருவாக்கிக் கொண்டிருக்கிறோமா என்கிற சந்தேகம் அவர்களுக்குள் எழுந்தது.

உள்ளூர் நடப்பு பகவானுக்கு எந்த அளவுக்கு தெரியும் என்று எவருக்குமே தெரியவில்லை.

"அன்பும், சுதந்திரமும் ரஜனீஷ்புரவாசிகளுக்கு முழுமையாக வழங்கப்படுகின்றன. அளவில்லா மகிழ்ச்சியை இங்கு வாழ்பவர்கள் அனுபவிக்கிறார்கள். இங்கு வசிக்கும் ஒவ்வொருவரும் தங்களுக்குள் உதவிக்கொண்டு ஒற்றுமையாக வாழ்கிறார்கள். ஒரு புதிய சமுதாயம் எப்படி இருக்க வேண்டும் என்பதற்கு எடுத்துக்காட்டாக

ரஜனீஷ்புரம் திகழ்கிறது...” என்று ஊடகங்களிடம் பேசினார் ஓஷோ.

அப்போது அமெரிக்க அதிபராக இருந்தவர் ரொனால்டு ரீகன். நடிகராகயிருந்து நாட்டின் அதிபராகி சாதனை படைத்தவர். இளம் வயதில் கம்யூனிஸ்டு சிந்தனைகளோடு இருந்த ரீகன், அப்படியே யூ-டர்ன் அடித்து பழமைவாத அரசியலைக் கையிலெடுத்து பெரும் செல்வாக்கு பெற்றார். இன்றளவும் உலகில் பழமைவாதிகளின் ஹீரோவாக ரீகன் பார்க்கப்படுகிறார்.

ரஜனீஷ்புரம் அமெரிக்காவில் அமைக்கப்பட்டபோது அவர் அதிபராக இருந்தது, பகவானுக்கு பெரும் பின்னடைவாக ஆகிப் போனது. ஆன்மிகத்தில் புதிய, புரட்சிகரமான கருத்துகளை பகவான் சொல்லிவந்ததை பழமைவாத ரீகனால் ரசிக்கமுடியவில்லை.

ரஜனீஷ்புரத்தில் என்னென்ன விதிமுறைகள் மீறப்படுகின்றன, சட்டத்தை எப்படி அவர்கள் வளைக்கிறார்கள் என்று கண்டறிந்து அறிக்கை தருமாறு கிட்டத்தட்ட இருபது அமைப்புகளுக்கு ரகசியக் கட்டளை இட்டிருந்தார் ரீகன். ஒரு சிறிய வாய்ப்பு கிடைத்தால் போதும், பகவானையும், அவரது பக்தர்களையும் ஒட்டுமொத்தமாக காலி செய்துவிடலாம் என்று மீனுக்குக் காத்திருக்கும் கொக்கு மாதிரி காத்திருந்தார்.

அப்போது அமெரிக்காவின் அட்டர்னி ஜெனரலாக இருந்த எட்வின் மீசே, வெளிப்படையாகவே பகவான் மீது வெறுப்பினைக் கக்கினார். “அந்த இந்திய சாமியாரின் பெயர் என் காதில் விழும்போதெல்லாம் ஈயத்தைக் காய்ச்சி ஊற்றியது மாதிரி எரிகிறது” என்றார்.

அவருக்கு மேலும் எரிச்சல் ஊட்டும் விதமாக அவ்வப்போது ஊடகங்களைக் கூட்டி தங்கள் ராணுவ பலத்தைக் காட்டிக்கொண்டிருந்தார் ஷீலா.

ராணுவ அணிவகுப்பு, நவீன ஆயுதங்கள், அவற்றைக் கையாளுவதற்கு முறையான பயிற்சி பெற்றவர்கள் என்று திரும்பத் திரும்ப ராணுவப் பெருமை பேசிக்கொண்டிருந்தார் ஷீலா.

“இதெல்லாம் நல்லதுக்கு இல்லை. பகவான்தான் நம்மை காப்பாத்தணும்...” என்று சில அமைதி விரும்பிகள் பகவான் காதுபடவே சொன்னார்கள்.

அதன்பிறகுதான் ஷீலாவைக் கட்டுப்படுத்த ஓஷோ முயற்சித்தார்.

“ஷீலா, நாம் வன்முறையாளர்கள் அல்ல. நாம் ஆயுதம் ஏந்த வேண்டியது காலத்தின் கட்டாயமே தவிர, நமக்கு அதிகாரப் பசி இல்லை. இதை அமெரிக்க அரசுக்கும், மக்களுக்கும் தெளிவுபடுத்த வேண்டியது நம்முடைய கடமை. நம்மில் ஆயுதம் ஏந்தும் யாரும் கோபத்தோடு ஏந்தவில்லை. எவரையும் காயப்படுத்தும், உயிரெடுக்கும் நோக்கம் நமக்கு இல்லை...” என்றார்.

எனினும் ஷீலா, தன்னை ராணுவப்படையின் தளபதியாகவே

கருதிக்கொண்டு மேலும் மேலும் இராணுவத்தை பலமாக்கிக் கொண்டிருந்தார்.

ஒருகட்டத்தில் அமெரிக்க அரசை சமாளிப்பதைவிட ஷீலாவைக் கட்டுப்படுத்தவதே பெரும் சிரமமாகப் போகலாம் என்று பகவானுக்குத் தோன்றியது.

எனவே, அவரே ஆயுதம் ஏந்திய பாதுகாவலர்களின் அணிவகுப்பின் போது பேசத் தொடங்கினார்.

ஆயுதப்பயிற்சி எடுப்பதற்கு முன்பாக ஒவ்வொருவரும் பிரார்த்தனை செய்ய வேண்டும் என்கிற நடைமுறையைக் கொண்டு வந்தார்.

ரஜனீஷ்புரத்தைப் பாதுகாக்கும் பாதுகாவலர்கள் நவீன ராணுவமாக அல்லாமல் பழங்கால சீனத் தற்காப்புக்கலை அறிந்த துறவிகளைப் போல உருவெடுக்க வேண்டுமென்று பகவான் விரும்பினார்.

தன்னுடைய பணிகளில் பகவான் தலையிடுகிறார் என்று ஷீலா முணுமுணுக்கத் தொடங்கினார். அவரது அல்லக்கைகள் வேறு அவரை ஏற்றிவிடத் தொடங்கினர்.

விளைவு?

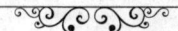

31

முப்பெரும் தேவியர்

நாளொரு பிரச்னையும் பொழுதொரு போராட்டமுமாக ரஜனீஷ்புரம் கடுமையான அமெரிக்க அரசுத் தரப்பு மற்றும் உள்ளூர் எதிர்ப்புகளையும் மீறி வளர்ந்துகொண்டேயிருந்தது.

இப்போது தோராயமாக ஐயாயிரம் சன்னியாசிகள் ரஜனீஷ்புரத்தில் நிரந்தரமாக வசிக்கத் தொடங்கியிருந்தனர். ரஜனீஷ்புரத்தின் வளர்ச்சிக்காக கடுமையாக உழைப்பது, தியானம் செய்வது என்பது மட்டுமே அவர்களது வாழ்வியல் செயல்பாடாக இருந்தது.

இந்த சன்னியாச வாழ்க்கை அவர்களைச் சலிப்படையச் செய்துவிடக் கூடாது என்பதில் பகவான் உறுதியாக இருந்தார். எனவே, அவர்களை மகிழ்விக்கும் விதமாக அவ்வப்போது விழாக் களும், கொண்டாட்டங்களும் குறிப்பிட்ட இடைவெளிகளில் தொடர்ந்து நடக்குமாறு பார்த்துக் கொண்டார்.

இம்மாதிரி விழாக்களுக்கு உலகம் முழுக்க இருந்து தோராய மாக பதினைந்தாயிரம் விருந்தினர்கள் (பெரும் பணக்காரர்கள் என்பதைக் குறிப்பிட்டுச் சொல்ல வேண்டியதில்லைதானே?) வருவார்கள். அவர்கள் ஒரு வாரத்திலிருந்து ஆறு வாரம் வரை தங்கி, பகவானின் அருளாசிகளைப் பெற்றுச் செல்வார்கள்.

பகவானுக்கு ரோல்ஸ் ராய்ஸ் கார் என்றால் விருப்பம் என்பதைப் புரிந்துகொண்டு, ஆளுக்கு ஒரு ரோல்ஸ் ராய்ஸ் பரிசளிக்கத் தொடங்கினார்கள். ரோல்ஸ் ராய்ஸ் கார் வைத்திருப்பது என்பது அந்தஸ்தின் சின்னம்.

உங்களிடம் பெரும் பணம் இருக்கிறது என்பதால் மட்டுமே அந்தக் காரை வாங்கிவிட முடியாது. தங்களுடைய தயாரிப்பை யார் பயன்படுத்த வேண்டும் என்பதற்கு ரோல்ஸ் ராய்ஸ் நிறுவனம் சில வரையறைகளை வைத்திருந்தது. அதன்படி உலகின் மிகப்பிரபலமான, முக்கியமான ஆட்களுக்கு மட்டுமே ரோல்ஸ் ராய்ஸ் கிடைக்கும்.

ஒரு வண்டி கிடைப்பதே அவ்வளவு அரிது எனும்போது, ஒருகட் டத்தில் ஓஷோவிடம் 96 புதிய ரோல்ஸ் ராய்ஸ் கார்கள் இருந்தன என்றால், அவர் வாழ்ந்த காலத்தில் உலகின் மிக செல்வாக்கான மனிதராகத் திகழ்ந்திருக்கிறார் என்பதைப் புரிந்து கொள்ளலாம்.

ஒட்டுமொத்த ரஜனீஷ்புரத்தின் கட்டுப்பாட்டையும் தன்னி டமே வைத்திருந்தார் ஷீலா. பகவானுக்கே ஏதாவது தேவையென் றாலும் கூட அவர் ஷீலாவிடம்தான் கேட்க வேண்டியிருந்தது. பகவான் யாரைச் சந்திக்க வேண்டும், யாரைத் தவிர்க்க வேண்டும் என்பதையெல்லாம் முடிவெடுக்கக் கூடிய செல்வாக்கான இடத்தில் இருந்தார் ஷீலா.

ஷீலாவுக்கு நம்பிக்கையான இரண்டு உதவியாளர்கள் இருந்தார் கள். இவர் கட்டி வா என்றால், அவர்கள் வேரோடும் மண்ணோடும் வெட்டி வருவார்கள்.

ஒருவர் வித்யா, தென்னாப்பிரிக்காவைச் சார்ந்த பேரழகி. ரஜனீஷ்புரத்தின் நிதியமைச்சர் என்று இவரைச் சொல்லலாம். கணக்கு, வழக்கு மொத்தமும் இவர் வசம்தான். ஷீலா எவ்வளவு பணம் கேட்டாலும் திரட்டித் தருவார். யாரிடம் கேட்பார், எப்படி கேட்பார் என்பதெல்லாம் யாருக்குமே தெரியாது.

நிதி மேலாண்மை செய்பவர் என்பதால் கறாரானவர் என்று சொல்ல முடியாது. ஓரளவுக்கு ஊழலை அனுமதித்தார்.

அபரிமிதமான வளர்ச்சி, ஊழலின்றி சாத்தியமில்லை என்கிற அராஜகமான யதார்த்தத்தை உணர்ந்தவர். எப்போது பார்த்தாலும் ஆசிரமத்தில் 'ஏ ஜோக் அடித்துக்கொண்டு, வாய் முழுக்க சிரிப்போடே வலம் வருவார். கிளாமரான இவரது டிரெஸ்ஸிங் சென்ஸுக்கு ரஜனீஷ்புரத்தில் மட்டுமின்றி, உலகம் முழுக்க பரவியிருந்த பகவானின் பணக்கார பக்தர்கள் பலரும் பெரும் ரசிகர்கள்!

அடுத்தவர் சவிதா. வித்யாவுக்கு நேரெதிர். ரஜனீஷ்புரத்தின் எச்.ஆர். என்று இவரைச் சொல்லலாம். செல்லமாக இவரை 'ஹிட்லர்' என்று அடைமொழியிட்டு அழைப்பார்கள். கண்டிப்பும், கறாருமாக இருப்பார். முகத்தில் புன்னகையே இருக்காது. சிறு தவறுகளைக் கூட மன்னிக்க மாட்டார். எப்போதும் யாரையாவது திட்டிக்கொண்டேயிருப்பார்.

நெருப்பு மாதிரி இருந்த வித்யாவிடம் யாரும் நெருங்கிப் பழக முடியாது. ஷீலாவைத் தவிர வேறு எவரிடமும் அவர் பணிவாகப் பேசி யாரும் பார்த்ததில்லை.

ஷீலா தலைமையில் வித்யாவும், சவிதாவும் கிட்டத்தட்ட ஓர் அரசாங்கம் மாதிரி ரஜனீஷ்புரத்தை ஆண்டு வந்தார்கள். ரஜனீஷ் புரத்தின் 'அவெஞ்ஜர்ஸ்' என்று இம்மூவரையும் குறிப்பிடலாம். உலகம் முழுக்க ஆச்சரியத்துடன் பார்க்கப்பட்ட ஆன்மிக குருவான பகவானின் மகத்தான வெற்றிகளுக்குப் பின்னர் இவர்கள் மூவரின் மறைமுகப் பங்களிப்பு இருந்ததை மறுக்க முடியாது.

அதே நேரம் பகவான் குறித்த எதிர்மறையான விமர்சனங்களுக்கும் நூறு சதவிகிதம் இவர்களே காரணம். ஓர் ஆன்மிக நிறுவனத்தை, கார்ப்பரேட் கம்பெனி மாதிரி இரக்கமேயில்லாமல் லாபநோக்கத்தில் நடத்திக்கொண்டிருந்தார்கள்.

நிர்வாகத்தில் கில்லிகளாக இருந்தாலும் அடிப்படையான ஆன்மிகம் மாதிரி விஷயங்களில் இந்த 'அவெஞ்ஜர்ஸ்' கொஞ்சம் மக்குகளாகத்தான் இருந்தார்கள். எனவேதான் சன்னியாசிகளில் தீர்த்தர்களும், சோமேந்திரர்களும் இந்த முப்பெரும் தேவியரை மதிக்கவே மாட்டார்கள்.

சன்னியாசிகளில் தீர்த்தர்களும், சோமேந்திரர்களும் சம்திங் ஸ்பெஷல். பக்தர்களுக்கு மனதளவிலும், உடலளவிலும் சிகிச்சை அளிக்கக்கூடிய நிபுணர்கள்.

தீர்த்தர்களிலும், சோமேந்திரர்களிலும் சிலர் பக்தர்களிடம் செல்வாக்காக விளங்கினார்கள். ஷீலாவைக் காட்டிலும் யாருக்கு செல்வாக்கு உயர்கிறதென்றாலும் அவரால் தாங்கிக் கொள்ள முடியாது. இல்லாததையும், பொல்லாததையும் பகவான் காதில் போட்டு, அவர்களை ஆசிரமத்தை விட்டே வெளியேற்றி விடுவார்.

ஆனால் -
வெளியே வேறு மாதிரி சொல்வார் ஷீலா.

"பகவான் தன்னை மட்டுமே மாஸ்டர் என்று கருதுகிறார். வேறு யாருக்கும் சின்ன புகழ் கிடைப்பதைக் கூட அவரால் தாங்கிக் கொள்ள முடியவில்லை. சின்னக் குழந்தை போல நடந்து கொள்கிறார்..."

ஷீலாவின் இந்த உள்குத்து வேலைகள் எல்லாம் சில தீவிர விசுவாசிகள் மூலமாக பகவானின் காதிலும் விழுந்தன.

விவகாரத்தை முள்ளில் பட்ட சேலையாகத்தான் கையாள வேண்டும் என்று ரஜனீஷ் கருதினார்.

ஏனெனில் -

ரஜனீஷ்புரத்தின் ஒட்டுமொத்த பொருளாதாரமும், செயல் பாடுகளும் தெரிந்தோ தெரியாமலோ இந்த முப்பெரும் தேவியரின் கட்டுப்பாட்டில் இருந்தன.

ஒரு முக்கியமான கூட்டத்தை பகவான் அவரது வீட்டில் கூட்டினார்.

ரஜனீஷ்புரத்தின் அத்தனை முக்கிய பிரமுகர்களும் கூடியிருந்தனர்.

தீர்க்கமான பார்வையோடு பகவான் பேச ஆரம்பித்தார்.

"முக்கியமான சில விஷயங்களைப் பேசுவதற்காக உங்களை யெல்லாம் அழைத்திருக்கிறேன். கவனமாகக் கேட்டுக் கொள்ளுங்கள்..." என்று சொல்லிவிட்டு ஷீலாவை நோக்கிச் சொன்னார்.

"ஷீலா! நீ நம்முடைய ரஜனீஷ்புரத்தையும், அதில் வாழ்பவர்களையும் கவனித்துக் கொள்ளும் கடமையில் இருக்கிறாய். வித்யாவும், ஷீலாவும் அதற்கு உதவுகிறார்கள்.

இது சுலபமான வேலை அல்ல. நாம் புதிய சமுதாயத்தை உருவாக்கும் பணியில் இருக்கிறோம். நிறைய பேர் இந்த முயற்சிகளை சீர்குலைக்கும் வகையில் பிரச்னை செய்வார்கள்.

ஆனால், நம் நோக்கத்தை நோக்கியே நாம் செயல்பட வேண்டும். ரஜனீஷ்புரம், சீரும் சிறப்புமாகச் செயல்படுவது எவ்வளவு முக்கியமோ, அவ்வளவு முக்கியம் என்னுடைய கருத்துகள் மக்களைச் சென்று சேருவதும். நீங்கள் என் கருத்துகளையும், ரஜனீஷ்புரத்தையும் காக்க வேண்டும். அதற்கு எதிராக நானே நின்றாலும் கூட ..."

சொல்லிவிட்டு அவர் ஷீலாவைப் பார்த்த பார்வையில், எனக்கு எல்லாமுமே தெரியும் என்கிற பொருள் இருந்தது..

அதாவது, என்னை வைத்துதான் நீங்கள், இந்த ரஜனீஷ்புரம், சமூகம் என்பதெல்லாம், எனக்கு மீறி யாருமில்லை என்பதைத் தெளிவாக உணர்த்தினார் பகவான்.

ஷீலாவுக்கு அவரது பேச்சின் பொருள் புரிந்தது. பகவானை மீறிய ஆளுமையாக, தான் உருவெடுப்பதை அவர் விரும்பவில்லை

என்பதைப் புரிந்துகொண்டார்.

இனிமேல் ரஜனீஷ்புரத்தில் முன்பிருந்ததைப் போல, தான் செல்வாக்கு செலுத்த முடியாது என்கிற நிதர்சனத்தை உணர்ந்தார். பல் பிடுங்கப்பட்ட பாம்பாகத் தன்னை உலவவிடப் போகிறார்கள் என்று அச்சப்பட்டார்.

அடுத்தடுத்து நடந்த சம்பவங்களும் ஷீலா அச்சப்பட்டபடியே நடக்கத் தொடங்கின.

32

வேண்டாத விருந்தாளி!

எல்லாமே சரியாகத்தான் நடந்துகொண்டிருந்தது.

ரஜனீஷ்புரத்திலும் சரி, ஐரோப்பா மற்றும் மற்ற நாடுகளில் அமைந்திருந்த ரஜனீஷ் மையங்களிலும் சரி,அன்றாட நிகழ்வுகள் சிறப்பாகவே நடந்தேறி வந்தன. ஓஷோவின் புதிய சமுதாயம் என்கிற கனவு நனவாகும் நாள் நெருங்கி விட்டதாகத்தான் அனைவரும் கருதிக் கொண்டிருந்தார்கள்.

ரஜனீஷ் அகாடமி மற்றும் நூலகங்கள் சிறப்பாக உருவாகிக் கொண்டிருந்தன. பகவானின் கருத்து களும், சிறந்த உரைகளும் நூல் வடிவில் பல்வேறு

மொழிகளில் பிரசுரமாகத் தொடங்கியிருந்தன. அவருக்காகவே சிறப்புப் பத்திரிகைகள் தொடங்கப்பட்டன. விழாக்கள் திட்டமிடப்பட்டு அவை வெகு கோலாகலமாக நடந்து கொண்டிருந்தன.

அதே நேரம் பகவானைக் குறித்த எதிர்மறையான செய்திகளும் ஊடகங்களில் பரவலாக வரத் தொடங்கின. ரஜனீஷ்புரம் குறித்த சர்ச்சைகள் கிசுகிசுக்களாக மக்கள் மத்தியில் பேசப்பட்டுக் கொண்டிருந்தன. நேர்மறையாகவோ, எதிர்மறையாகவோ உலகம் முழுக்க அறியப்படும் விவிஐபியாக ஓஷோ உருவெடுத்திருந்தார்.

ஆசிரமத்துக்கு நிதியுதவி செய்ய நிறைய தொழிலதிபர்கள் அடையாளம் காணப்பட்டுக் கொண்டேயிருந்தார்கள். எல்லாமே பகவான் எதிர்பார்த்த மாதிரிதான் நடந்துகொண்டு இருந்தது. ஷீலா, இரவும் பகலுமாகக் கடுமையாக உழைத்துக் கொண்டிருந்தார்.

ஆனால் -

"ஏதோ சரியில்லை..." என்று அடிக்கடி சொல்ல ஆரம்பித்தார் ரஜனீஷ்.

ஒரு நாள் திடீரென ஷீலாவை அழைத்தார்.

"ஷீலா, எனக்குப் புதியதாக முப்பது ரோல்ஸ்ராய்ஸ் கார்கள் வேண்டும்!"

பகவானை ஆச்சரியமாகப் பார்த்தார் ஷீலா.

"பகவானே! ஏற்கனவே நம்மிடம் கிட்டத்தட்ட நூறு ரோல்ஸ் ராய்ஸ்கள் இருக்கின்றன..."

"எனக்குத் தெரியாது என்று நினைத்தாயா? நான் கேட்டது வேண்டும். அதுவும் ஒரே மாதத்தில். முடியுமா முடியாதா என்று மட்டும் சொல்!"

பகவானிடம் அதுநாள் வரை 'முடியாது' என்கிற வார்த்தையை ஷீலா சொன்னதே இல்லை. எப்போதுமே அவர் சொல்லி முடிப்பதற்கு முன்பாகவே 'உடனே செய்துவிடுகிறேன்' என்றுதான் சொல்வார்.

அன்று ஏனோ, எதுவுமே சொல்லாமல் நின்றார்.

ஏனெனில் முப்பது கார்களுக்கு மூன்று முதல் நான்கு மில்லியன் அமெரிக்க டாலர்கள் செலவாகும். அன்றைய தேதியில் அது மிக மிகப் பெரிய தொகை.

ரஜனீஷ்புரத்தின் பட்ஜெட்டில் மட்டுமின்றி, உலகம் முழுக்க பரவியிருந்த மற்ற மையங்களுக்கு செலவிடப்பட்டுக் கொண்டிருக்கும் நிதியிலும் கையை வைக்க வேண்டியிருக்கும்.

பகவான் கேட்டதைச் செய்துகொடுத்தால், மற்ற பணிகள் மொத்தமாகப் பாதிக்கப்படும். ஏன் அவர் கார்களுக்காகக் குழந்தை மாதிரி அடம் பிடிக்கிறார் என்று குழம்பினார் ஷீலா.

எப்படியாயினும் ஆசிரம நிதியில் கை வைப்பதில்லை என்கிற முடிவுக்கு வந்துவிட்டார்.

இரண்டு நாட்கள் கழித்து பகவானைச் சந்தித்தார் ஷீலா.

“பகவான்! இப்போதைக்கு புதிய கார்கள் வாங்குமளவுக்கு நமக்கு நிதி வசதியில்லை. தயவுசெய்து மன்னிக்கவும்...” என்று கேட்டுக் கொண்டார்.

“பரவாயில்லை ஷீலா!” என்று புன்னகையோடு சொன்னார் பகவான்.

மறுநாளே ஷீலாவை அழைத்தார். அவரது கையில் ஒரு பேப்பரை நீட்டினார். சுமார் நாற்பது பெயர்கள் அதில் எழுதப்பட்டிருந்தன. அனைவருமே பெரிய பணக்காரர்கள். பகவானின் சீடர்கள்.

“இவர்கள் அனைவரையும் நான் நேரடியாக சந்திக்க வேண்டும். ஒரே சந்திப்பில் அத்தனை பேரும் வரவேண்டும். ஏற்பாடு செய்...” என்றார்.

அப்போது வரை எதுவாக இருந்தாலும் ஷீலாவைக் கேட்டே செய்யும் பகவான், தானே தன்னிச்சையாக ஒரு முடிவெடுக்க முனைந்திருக்கிறார் என்பதைப் புரிந்துகொண்டார் ஷீலா.

எதுவும் சொல்லாமல், அந்தப் பட்டியலில் இருந்த ஒவ்வொரு தொழிலதிபரையும் தொலைபேசியில் தொடர்பு கொண்டார்.

“பகவான், உங்களைச் சந்திக்க விருப்பமாக இருக்கிறார். ஒரு சந்திப்புக்கு ஏற்பாடு செய்திருக்கிறார்...” என்று தகவல் தெரிவித்தார்.

அழைப்பு கிடைக்கப் பெற்றவர்கள் அத்தனை பேரும் ஆனந்தக் கூத்தாடினார்கள். இதுநாள் வரை கூட்டத்தில் பத்தோடு பதினொன்றாகவே பகவானைச்சந்தித்துப் பழக்கப்பட்டவர்கள். தங்கள் பெயரைக் குறிப்பிட்டு பகவான் அழைத்திருப்பதை தங்களுக்கு பெரிய கவுரவமாக எடுத்துக் கொண்டார்கள். அதிலும் இம்முறை பகவானை அவர் வசிக்கும் வீட்டிலேயே சந்திக்க ஏற்பாடு செய்யப்பட்டிருந்தது. பொதுவாக வீட்டில் அவர் வெகுசிலரைத் தவிர வேறு யாரையும் சந்திப்பதில்லை.

சந்திப்பு வெகு சிறப்பாக நடந்தது.

“நான் உங்களுக்கு கொடுக்க முடிந்தது வாழ்க்கை வழிகாட்டுதல்களை மட்டுமே. பதிலுக்கு உங்களால் எவ்வளவோ கொடுக்க முடியும்” என்று நேரடியாகவே பகவான் பேசினார்.

ஷீலாவுக்கு இந்தப் பேச்சு பிடிக்கவில்லை. எதுவாக இருந்தாலும் இதுநாள் வரை தன்னிடம் மட்டுமே கேட்டுக்கொண்டிருந்தவர், இப்போது நேரடியாக பக்தர்களிடம் அவராகவே கேட்கிறாரே என்று அதிருப்தி அடைந்தார்.

இதுபோன்ற சந்திப்புகளின் போது எப்போதும் பகவானின் காலுக்கு அருகிலேயே அமர்வார் ஷீலா. அன்றைய சந்திப்பில் மட்டும் தனக்கு ஆர்வமில்லை என்பதைக் காட்டிக்கொள்ள கடைசி வரையில் நின்று கொண்டேயிருந்தார்.

பகவானின் அன்றைய பேச்சு சென்டிமென்டாகத் தொடர்ந்தது.

"நேரம் வந்துவிட்டது. வெகுவிரைவில் இந்த உடலை விட்டு நான் விலகப் போகிறேன்..."

பகவான் சொன்னதுமே, அந்தக் கூட்டம் அதிர்ச்சியில் ஆழ்ந்தது.

நிறையப் பேர் ஓடிவந்து அவரது காலில் விழுந்து, கண்ணீரால் கழுவினார்கள்.

"இப்படிப் பேசாதீர்கள் பகவானே. நாங்கள் அனாதைகள் ஆவோம்..." என்று கதறினார்கள்.

ஷீலாவுக்கோ ஏதோ நாடகம் நடந்துகொண்டிருப்பது போலிருந்தது. அந்த நாடகத்தில் வசனம் எதுவும் கொடுக்கப்படாத மவுன பாத்திரமாக தானும் நடித்துக் கொண்டிருப்பதாகப் பட்டது.

அந்த இடத்திலிருந்து உடனே விலகி வெளியே செல்ல விரும்பினார். எனினும், அப்படிச் செய்தால் பகவானை அவமானப்படுத்துவதாகும் என்பதை உணர்ந்து பல்லைக் கடித்துக் கொண்டு நடப்பவற்றை வேடிக்கை பார்த்துக் கொண்டிருந்தார்.

"நான் உடலை விட்டுப் பிரிந்த பின்னும் என்னுடைய பணிகள் தொய்வின்றி நடக்க வேண்டும்..." என்று கூறிவிட்டு சுமார் இருபது பெயர்களை வாசித்தார் ஓஷோ.

"நான் குறிப்பிட்டவர்கள் என்னுடைய பணிகளைத் தொடர் வார்கள் என்று நம்புகிறேன்..." என்று சொல்லிவிட்டு, ஷீலாவைப் பார்த்தார்.

தன்னை பகவானுக்கு இணையாகக் கருதிக் கொண்டிருந்த ஷீலா, ரஜனீஷ்புரத்தில் தன்னைத் தனிமைப்படுத்தி, தன்னுடைய அதிகாரங்களைப் பறித்து, நிறைய பேருக்கு பரவலாகக் கொடுக்க நினைக்கிறார் பகவான் என்பதைப் புரிந்து கொண்டார்.

நாடகம் முடிந்தது.

பகவானிடம் சொல்லிக் கொள்ளாமல் கிளம்பினார் ஷீலா.

மறுநாள், புத்தா ஹாலில் ஒரு கூட்டம்.

பகவானை காரில் அழைத்துச் செல்ல ஷீலா வந்திருந்தார்.

எப்போதுமே காலையில் பகவானைச் சந்தித்ததுமே வணங்குவார். அன்று அமைதியாக நின்றார்.

பகவானும் எதுவும் நடக்காததைப் போல காரில் ஏறி அமர்ந்தார்.

ஷீலாதான் காரை ஓட்டினார்.

இருவரும் ஏதும் பேசிக்கொள்ளவில்லை.

புத்தா ஹால் வந்ததுமே, காரிலிருந்து இறங்கி நேராக கூட்டத்துக்குச் சென்றார் பகவான்.

காரிலேயே அமர்ந்திருந்தார் ஷீலா.

பகவானுக்கும், ஷீலாவுக்கும் பிளவு ஏற்பட்டு விட்டதை ரஜனீஷ்புரம் உணர்ந்தது.

ஆங்காங்கே கிசுகிசுப்பான குரலில் இதைப்பற்றித்தான் எங்கும் பேச்சு.

ஆசிரமம் இரண்டுபட்டது.

ஷீலாவுக்கு ஆதரவாக அதுநாள்வரை நின்றவர்களில் பெரும்பாலானோர், இவரிடம் பேச்சு வார்த்தைகூட வைத்துக் கொள்ளாமல் பகவான் பின்னால் நின்றார்கள்.

எனினும் -

சொற்ப எண்ணிக்கையில் சிலர் ஷீலாவின் நம்பிக்கைக்குரிய ஆதரவாளர்களாகவே தொடர்ந்தார்கள்.

ஆசிரமத்தில் வழக்கமான பணிகளை ஷீலா மேற்கொள்ள முடியவில்லை. அந்தப் பணிகள் மற்றவர்களுக்கு பகிர்ந்து கொடுக்கப்பட்டிருந்தன. அதுபற்றி எந்தத் தகவலையும் ஷீலாவுக்கு முன்கூட்டி யாரும் தெரிவிக்கவில்லை.

ரஜனீஷ்புரத்தை உருவாக்கியவர் என்கிற பெருமைக்குரிய ஷீலா, அதே ரஜனீஷ்புரத்தில் வேண்டாத விருந்தாளியாகத் தங்கியிருக்க வேண்டிய சூழல் ஏற்பட்டது.

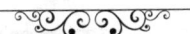

33

பிரித்தாளும் சூழ்ச்சி!

ஷீலாவை ஓரங்கட்ட ஆரம்பத்திலிருந்தே மற்றவர்கள் முயற்சித்துக் கொண்டிருந்தார்கள்.

ஆனால் -

பகவானின் அபரிமிதமான அன்பு இருந்தவரை ஷீலாவை அவர்களால் எதுவும் செய்ய முடியவில்லை.

எனினும், தொடர்ந்து ஷீலா குறித்து எதிர்மறையான விஷயங்களே பகவானின் காதில் விழுந்துகொண்டிருப்பதைப் போன்ற ஏற்பாட்டை செய்திருந்தார்கள்.

ஆடிக்காற்றில் அம்மியும் நகரும்தானே?

ஷீலா, தன்னை மீறி வளர முயற்சிக்கிறார் என்கிற எண்ணம் ஓஷோவுக்கு பலமாக ஏற்பட்டது.

எனவேதான், ஷீலாவின் அதிகாரத்தைப் பறித்து தன்னுடைய நம்பிக்கைக்குரியவர்கள் சிலரிடம் பகிர்ந்தளித்தார்.

அவர்களில் முக்கியமானவர் சுவாமி மைத்ரேயா.

ஒரு காலத்தில் பிரதமர் நேருவின் நம்பிக்கைக்குரிய நபர்களில் ஒருவராக இருந்தார். இந்தியப் பாராளுமன்ற உறுப்பினராக பத்து ஆண்டுகள் பணியாற்றியவர். அவரை பீகாரின் முதல்வராக ஆக்க வேண்டுமென்று நேரு விரும்பியதாகக்கூட சொல்வார்கள்.

அவருடைய இயற்பெயர் மதுர பிரசாத் மிஸ்ரா.

1960களின் தொடக்கத்தில் அவருக்கு ரஜனீஷ் அறிமுகம். அதில் தொடங்கி அரசியலை விட்டு ஆன்மிகத்தில் ஈடுபாடு காட்டத் தொடங்கினார். பகவானுக்கு சீடராக மட்டுமின்றி நெருக்கமான நண்பராகவும் ஆனார். தன்னுடைய வீட்டை விட்டு வெளியேறி பூனா ஆசிரமத்திலேயே வசிக்க ஆரம்பித்தார். சுவாமி மைத்ரேயா வாக சன்னியாசம் வாங்கி, ஓஷோவின் கருத்துகளை வட இந்தியா முழுக்க பரப்பிக் கொண்டிருந்தார்.

ஷீலாவின் ஆதிக்கத்தின்போது அதிகம் பாதிக்கப்பட்டவர் சுவாமி மைத்ரேயாதான். முன்னாள் அரசியல்வாதி என்பதால் ஏதாவது அரசியல் செய்து தன்னைக் கவிழ்த்து விடுவாரோ என்று ஷீலா இவரை கொஞ்சம் எச்சரிக்கையாகவே நடத்தி வந்தார்.

ஷீலாவின் பல் பிடுங்கப்பட்ட காலத்தில் ரஜனீஷ்புரத்தில் மைத்ரேயா விஸ்வரூபம் எடுத்தார். பகவான், தன்னுடைய அடுத்த நிலையில் தேர்ந்தெடுத்திருந்த மூன்று சன்னியாசிகளில் மைத்ரேயாவே முதன்மையானவராக இருந்தார்.

இதையடுத்து மைத்ரேயா தன்னை ஜூனியர் பகவானாகக் கருதிக் கொண்டிருந்தார். ரஜனீஷ்புரத்துக்கு வரும் பக்தர்களின் தலையில் கைவைத்து ஆசீர்வதித்து, 'நீ ஆத்ம ஞானம் பெற்று விட்டாய்...' என்று அறிவிக்கத் தொடங்கினார். ஷீலாவால் இதை சகித்துக் கொள்ள முடியவில்லை.

கசப்பான உறவில் இருந்தபோதும் பகவானிடம் மைத்ரேயா வைப் பற்றி போட்டுக் கொடுத்தார். அவரது பேச்சை பகவான் செவிமடுக்கவில்லை.

இருப்பினும் அடுத்தடுத்த கூட்டங்களில் 'ஆத்ம ஞானம் பெறுவது என்பது வெறும் பேச்சளவில் நடக்கும் நிகழ்வு அல்ல...' என்று மறைமுகமாக மைத்ரேயாவுக்கு உள்குத்து குத்தத் தொடங்கினார்.

இதை ஷீலா ரசிக்கும் வேளையில், வேண்டுமென்றே ஷீலாவை வெறுப்பேற்றுவதற்காக மைத்ரேயா குறித்து மிகவும் புகழ்ச்சியான

கருத்துகளையும் தெரிவிப்பார்.

ஆத்ம ஞானம் குறித்து பகவானிடம் தன்னை ஷீலாதான் போட்டுக் கொடுத்திருக்கிறார் என்பதை மைத்ரேயா புரிந்துகொண்ட அதே வேளையில், பகவானுக்கு தன்னிடம் அபரிமிதமான அன்பு இருப்பதையும் உணர்ந்துகொள்வார்.

ரஜனீஷ்புரத்தில் ஷீலாவை மட்டம்தட்ட ரஜனீஷ் பயன்படுத்திய தந்திரம் இது.

அதாவது யாரைப்பற்றி ஷீலா போட்டுக் கொடுத்தாலும், அதை வெளிப்படையாகவே சொல்லிவிட்டு, சம்பந்தப்பட்ட நபரிடம் அதற்காக, தான் கோபம் கொள்ளவில்லை என்பதாக உணர்த்தி விடுவார்.

ஷீலா, புதிய புதிய எதிரிகளை இதனால் எதிர்கொள்ள வேண்டி இருந்தது. ரஜனீஷ்புரத்தில் புதிய புதிய கோஷ்டிகள் உருவாயின.

ஒவ்வொரு கோஷ்டியும், இன்னொரு கோஷ்டியோடு கருத்தியல் ரீதியாக மட்டுமின்றி வன்முறையாகவும் மோதிக் கொண்டன.

ஷீலா குழுவினர், மாற்று கோஷ்டித் தலைவர்களைக் கொல்வதற்கு முயற்சிப்பதாகவும் தகவல்கள் பரவின.

குறிப்பாக அம்ரிதோ என்பவரை விஷம் வைத்துக் கொல்வதற்கு முயற்சிகள் நடந்ததாக பகவான் வரை தகவல் போனது.

அம்ரிதோ, பகவானுக்கு நெருக்கமான வட்டத்தில் இருந்தவர் இல்லை.

ஆனால் -

பகவானுடைய நம்பிக்கைக்குரிய பெண் சன்னியாசியான ஹஸ்யாவின் கணவர் அவர். ஹஸ்யாவுக்கு ஹாலிவுட்டில் தொடர்புகள் ஏராளம். நிறைய ஹாலிவுட் நட்சத்திரங்களை ரஜனீஷ்புரத்துக்கு அழைத்து வந்து, ரஜனீஷ்புரத்தை அமெரிக்க ஊடகங்களில் தலைப்புச் செய்தியாக்கியதில் அவருக்கு பங்கு அதிகம்.

எண்பதுகளின் மத்தியில் உலகமெங்கும் டிவி புரட்சி நிகழ்ந்து கொண்டிருந்தது. கலர் டிவிக்கள் பரவலாகத் தொடங்கிய அந்த காலக்கட்டத்தில் அமெரிக்க சேனல்களின் செய்திப் பசிக்கு ரஜனீஷ்புரம் பலியானது.

ரஜனீஷ்புரத்தின் கோஷ்டி மோதல்களை பிரதானமாக டிவி சேனல்கள் ஒளிபரப்பி பரபரப்பை ஏற்படுத்தி வந்தன.

டிவி சேனல்களை எப்படி எதிர்கொள்வது என்பதில் ஷீலாதான் கில்லியாக இருந்தார்.

பகவானும், அவரும் அமர்ந்து டிவிக்களில் ரஜனீஷ்புரம் பற்றி வந்த செய்திகளின் வீடியோ ரெக்கார்டிங்கை பார்ப்பார்கள். அவற்றுக்கு எப்படி பதிலளிப்பது என்று யோசிப்பார்கள்.

ஷீலா இப்போது எங்கிருக்கிறார்?

அமெரிக்காவில் ரஜனீஷ்புரம் என்கிற அரசாங்கத்தை உருவாக்கி, ஐந்தாண்டுகள் கோலோச்சிய ஷீலா, பின்னாளில் அதே அமெரிக்காவில் பல்வேறு குற்றச்சாட்டுகளுக்கு உள்ளாகி 20 ஆண்டுகள் சிறைத்தண்டனை பெற்றார். கிட்டத்தட்ட ஐந்து லட்சம் டாலர்கள் அவருக்கு அபராதம் விதிக்கப்பட்டது.

மூன்று ஆண்டுகள் சிறையில் இருந்த அவர், நன்னடத்தையின் காரணமாக விடுதலை ஆகி சுவிட்சர்லாந்துக்கு 90களின் தொடக்கத்தில் இடம் பெயர்ந்தார்.

சுவிட்சர்லாந்தில் ஊனமுற்றோருக்காக இரண்டு ஆசிரமங்கள் அமைத்து, இத்தனை ஆண்டுகளாக அமைதியான வாழ்க்கை வாழ்ந்துகொண்டிருக்கிறார். எழுபது வயது கடந்த நிலையில், ரஜனீஷ்புரத்தின் வில்லி, தான் அல்ல என்பதை நிரூபிக்கும் முயற்சிகளில்தான் இன்னமும் ஈடுபட்டிருக்கிறார்.

"பணக்காரர்களும், பிரபலமானவர்களும் பகவானுக்கு நெருக்கமாக விரும்பினார்கள். அவர்கள் காட்டிய தவறான பாதையே ரஜனீஷ்புரத்தின் அழிவுக்கு வழிவகுத்தது. அவர்களே ரஜனீஷ்புரத்துக்கு போதையை அறிமுகப்படுத்தினார்கள். பகவானைப் பாதுகாப்பது மட்டுமே என்னுடைய கடமையாகவும், நோக்கமாகவும் இருந்தது. பகவானும் இதை உணர்ந்திருந்தார்..." என்று இப்போது கூறுகிறார் ஷீலா.

எதிர்மறையாகவே பெரும்பாலான செய்திகள் உருவாக்கப்பட்டதைக் குறித்து ஷீலா கவலைப்படவில்லை. 'There's no such thing as bad publicity...' என்பதை திரும்பத் திரும்ப ஓஷோவுக்கு சொல்லிக் கொண்டிருந்தார்.

"நம்மைப் பற்றி செய்திகள் வருவதுதான் நமக்குரிய முக்கியத்துவத்தை மக்களிடம் ஏற்படுத்துகிறது. நேர்மறையாக மட்டுமே வரவேண்டும் என்று எதிர்பார்க்கக்கூடாது. எதிர்மறையாக வந்தாலும், நம்மை அறியாதவர்களிடம் நம்மைக் கொண்டு சேர்க்கும் முயற்சியாகவே அவற்றைப் பார்க்க வேண்டும்..." என்று அவர் கூறிக்கொண்டிருந்தார்.

ஆனால் - ரஜனீஷ்புரம் குறித்து ஊடகங்கள் எதிர்மறையாக வெளிப்படுத்தும் செய்திகளை பகவான் கவலையோடுதான் பார்த்தார். ஷீலாவோ சர்ச்சைக்குரிய வகையில் டிவிக்களுக்கு பேட்டி கொடுப்பது, செய்திகளை அளிப்பது என்பதை வாடிக்கையாகக் கொண்டிருந்தார்.

ஆஸ்திரேலிய டிவி ஒன்றுக்கு ஷீலா அளித்த பேட்டி, பெரும் சர்ச்சைகளைக் கிளப்பியது.

பேட்டியாளர் எழுப்பிய கேள்விகள் பெரும்பாலானவற்றை, 'F'இல் தொடங்கும் மோசமான நான்கு எழுத்து வார்த்தைகளால் எதிர்கொண்டார் ஷீலா. அவருடைய உடல்மொழியும் அந்தப் பேட்டியில் அகங்காரமாக வெளிப்பட்டது. ஓர் ஆன்மீக நிறுவனத்தை பிரதிநிதித்துவப்படுத்தி பேட்டியளிக்கும் நிர்வாகி, ஹாலிவுட் நட்சத்திரம் கிசுகிசுக்களை எதிர்கொள்வதைப் போல நடந்துகொள்வது பரவலாகவே அதிருப்திகளை ஏற்படுத்தியது.

இயல்பில் இனிமையாக பேசக்கூடிய, நகைச்சுவையாக பிரச்னைகளை கையாளக்கூடிய ஷீலா, ஊடகங்களிடம் மட்டும் ஏன் இப்படி பொறுப்பற்றதனமாக, முரட்டுத்தனமாக நடந்து கொள்கிறார் என்று அனைவருமே ஆச்சரியப்பட்டனர்.

இதுகுறித்து ஷீலா, பின்னாளில் தன்னுடைய நூலில் சொல்லும் போது, "அதற்கு நான் காரணமல்ல. பகவான் எழுதிய வசனத்துக்கு டிவி முன்பாக நான் நடித்தேன்..." என்று பந்தை பகவான் பக்கமா கவே திருப்பிவிட்டார். அவர் சொல்வது உண்மைதானா என்று உறுதிப்படுத்திக் கொள்வதற்கு இப்போது பகவானும் இல்லை.

எனினும் -

செய்தியாளர்களைச் சந்திக்கும்போதெல்லாம் ரஜனீஷ், மிகவும் நேர்மையாக வெளிப்படையாகவே பேசினார். சர்ச்சைகளுக்குள் போக விரும்பாமல் தன்னுடைய கருத்துகளை நேர்மறையாக மக்களிடம் கொண்டு சேர்க்கும் அக்கறை மட்டுமே அவரிடம் இருந்தது. பத்திரிகையாளர்களைத் தன்னுடைய நண்பர்களைப் போலவே மிகவும் மரியாதையோடு நடத்தினார்.

ஊடகங்களுடனான பகவானின் அணுகுமுறைக்கும், ஷீலாவின் அணுகுமுறைக்கும் மலைக்கும் மடுவுக்குமான வித்தியாசம் இருந்தது.

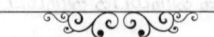

34

பகவான் கைது!

ரஜனீஷ்புரத்தில் ஷீலா என்னதான் செய்தார்?

அந்த புதிய நகரத்தையே நிர்மாணித்தவர் அவர் தான் என்றாலும், அங்கிருந்த ஐந்து ஆண்டுகளில் அவர் கீழ்க்கண்டவற்றை மட்டுமே செய்தார் என்பது அமெரிக்க ஊடகங்களின் குற்றச் சாட்டாக இருந்தது.

ஊடகங்களுக்கு இந்தத் தகவல்களைக் கொடுத்தவர்கள், ரஜனீஷ்புரத்தைச் சேர்ந்தவர்களே என்பதுதான் இங்கே குறிப்பிடத்தக்கது.

ரஜனீஷ்புரத்தில் ஷீலாவால் ஆயுதக்

கலாசாரம் தொடங்கியது. பாதுகாப்பு என்கிற பெயரில் அவர் சகட்டு மேனிக்கு துப்பாக்கிகளை வாங்கி, அமெரிக்காவின் பாதுகாப்புக்கு அச்சுறுத்தலாக இருந்தார்.

ரஜனீஷ்புரத்துக்கு வந்து சேர்ந்த பக்தர்களை போதைக்கு அடிமை ஆக்கினார். அவர்கள் சுயநினைவு இல்லாத சூழலில், அவர்களின் சொத்துகளைப் பறித்துக் கொண்டார்.

தன்னை எதிர்த்துப் பேசிய ரஜனீஷ்புரத்து வாசிகளுக்கு விஷம் கொடுத்து கொலை செய்யும் முயற்சிகளில் ஈடுபட்டார்.

ரஜனீஷ்புர வாசிகளை வாக்காளர்களாக பதிவு செய்து, ஒரேகான் மாகாண உள்ளாட்சித் தேர்தல்களில் தனக்கு ஆதரவான வெற்றிகளைப் பெறுவதற்கு தில்லுமுல்லு செய்தார். காரியம் முடிந்ததும் தேவையற்றவர்களை வன்முறையாக வெளியேற்றினார்.

ரஜனீஷ்புரத்து ரகசியங்களை எழுதிய பத்திரிகை நிருபர் ஒருவரை கொல்லுவதற்கு திட்டங்கள் தீட்டினார்.

இதுமாதிரி ஏராளமான குற்றச்சாட்டுகள்.

இவற்றின் மீது சட்டநடவடிக்கை எடுக்கப்படும் பணிகள் ஒரு பக்கம் முடுக்கி விடப்பட்டிருந்தன.

குற்றச்சாட்டுகளை எதிர்கொள்ள தனக்கு ஆதரவாக பகவான் இருப்பார் என்கிற நம்பிக்கை பொய்த்த நிலையில், செப்டம்பர் 1985ல் தன்னுடைய ஆதரவாளர்களுடன் யாரிடமும் சொல்லிக் கொள்ளாமல் ரஜனீஷ்புரத்தை விட்டு வெளியேறினார் ஷீலா.

ஷீலா வெளியேறினால் ரஜனீஷ்புரத்துக்கு ஏற்பட்டிருந்த அத்தனை அச்சுறுத்தல்களும் அகலும் என்று பலரும் நம்பிக் கொண்டிருந்தார்கள். பகவானையும் நம்ப வைத்திருந்தார்கள்.

ஆனால் –

அதுதான் நடக்கவில்லை.

ரஜனீஷ்புரத்தை புல், பூண்டு கூட முளைக்காத அளவுக்கு முடக்குவதற்கான அத்தனை ஏற்பாடுகளையும் அமெரிக்க அரசு செய்துகொண்டிருந்தது.

ஓஷோவோ அனைத்தையும் அமைதியாக வேடிக்கை பார்த்துக் கொண்டிருந்தார். சும்மா இருந்தாலே பல பிரச்னைகள் தீர்ந்துவிடும் என்று கருதினார்.

வெளியே செல்ல முடிவெடுத்துவிட்ட ஷீலாவும், அவரது ஆதரவாளர்களும் நிர்வாகத்தில் ஏகத்துக்கும் குளறுபடியைச் செய்துவிட்டுத்தான் சென்றிருந்தார்கள். அவர்கள் செய்திருந்த சேதாரத்தை சரி செய்யவே பல ஆண்டுகள் பிடிக்கும் என்பது நிலைமை.

ஓஷோ, நேரடியாக நிர்வாகத்தை கவனிக்க முடிவெடுத்திருந்தார்.

எனினும் –

அடிக்கடி காவல்துறையினர் ஆசிரமத்துக்குள் அடாவடியாக நுழைந்து, இங்கே குற்றவாளிகள் வசிக்கிறார்கள், அவர்களை வெளியேற்ற வேண்டும் என்று பிரச்சினை செய்துகொண்டிருந்தார்கள்.

"இங்கிருந்த குற்றவாளிகள் வெளியேறி விட்டார்கள். வேறு யாரையேனும் நீங்கள் கருதும் பட்சத்தில் கைது செய்து அழைத்துச் செல்லுங்கள்..." என்று அவர்களிடம் அமைதியாகவே பேசிக்கொண்டிருந்தார்.

ஆனால் -

ஒரேகான் கவர்னர் ஒரு சிறப்புக் கூட்டம் நடத்தினார். அந்தக் கூட்டத்தில் ரஜனீஷ்புரத்தை எப்படி கட்டுப்படுத்துவது என்பது மட்டுமே விவாதிக்கப்பட்டிருக்கிறது. தேவைப்பட்டால் இராணுவத் தாக்குதல் நடத்தவும் அமெரிக்க அரசு தயாராக இருக்க வேண்டுமென்று அந்தக் கூட்டத்தில் பேசினார்கள்.

கூட்டம் முடிந்ததுமே பத்திரிகையாளர்களைச் சந்தித்தார் கவர்னர்.

"ரஜனீஷ்புரம் விவகாரம், அமெரிக்க அரசின் கட்டுப்பாட்டுக்குள் இருக்கிறது. அங்கு நடைபெறும் குற்றச்செயல்களை தீவிரமாக கண்காணித்து வருகிறோம். குற்றவாளிகள் மீது நடவடிக்கை எடுத்து, அவர்களை விரைவில் அமைதிப்படுத்துவோம்..." என்று சொன்னார்.

இந்த பத்திரிகையாளர் சந்திப்பு ரஜனீஷ்புரத்து வாசிகளை கொதிக்கச் செய்திருந்தது. ஷீலாவின் பொறுப்பை அப்போது ஹஸ்யா ஏற்றிருந்தார். அவரே ஓஷோ இண்டர்நேஷனலின் புதிய செயலர்.

ஓஷோவும், ஹஸ்யாவும் அமெரிக்க ஊடகங்களைச் சந்தித்தார்கள். கவர்னரின் பேச்சு குறித்து கடுமையான கண்டனங்களைத் தெரிவித்தார்கள்.

"ரஜனீஷ்புரத்தில் குற்றச் செயல்கள் எதுவும் நடைபெறவில்லை. அதுபோல குற்றம் சாட்டிக்கொண்டு அமெரிக்க அரசு அதிகாரிகள் எங்களுக்குள் ஊடுருவி, குழப்பம் ஏற்படுத்த முயற்சி செய்கிறார்கள். அமெரிக்கா, எங்களை எதிரிகளாகக் கட்டமைப்பது சரியல்ல. நாங்கள் ஆன்மிகவாதிகள். அமைதியை விரும்புபவர்கள். எங்களோடு அமெரிக்கா போரிட நினைத்தால், நூறாண்டுகள் ஆனாலும் அந்தப் போர் முடியாது.

கவர்னர் எங்களை அமைதிப்படுத்துவோம் என்று கூறி நகைச்சுவை செய்கிறார். அமைதியாக இருக்கும் எங்களை எப்படி அமைதிப்படுத்த முடியும்?" என்று சூடாகக் கேள்வி எழுப்பினார் பகவான்.

எனினும் அடுத்தடுத்த நாட்களில் ரஜனீஷ்புரத்தில் நடந்த சம்பவங்கள், ஓஷோவை மிகவும் கவலை கொள்ளச் செய்தன.

ரஜனீஷ்புரத்தையே முற்றிலும் தகர்ப்பதற்கான ஏற்பாடுகளை அமெரிக்காவின் உளவுத்துறை செய்துகொண்டிருந்தது.

பக்தர்களின் போர்வையில் உள்ளே நுழைந்துவிட்ட உளவாளிகள் யார் யாரென்று அறிய முடியாமல் நிர்வாகம் திணறியது. இதனால் ஒருவரை ஒருவரே சந்தேகிக்கக்கூடிய சூழலில், ஆசிரமத்தின் அமைதி கேள்விக்குறியானது.

ஷீலா செய்துவிட்டுப் போன குளறுபடிகளையே சரிசெய்ய முடியாத நிலையில் இருந்தவர்களால், அடுத்தடுத்து அமெரிக்க அரசு ஏற்படுத்திய நெருக்கடிகளை எதிர்கொள்ள முடியவில்லை.

ரஜனீஷ்புரத்தின் மீது குற்றம் சாட்டுவதற்கு உறுதியான ஆதாரங்களை நீதிமன்றத்தில் சமர்ப்பிக்க காவல்துறை அதிகாரிகள் குதர்க்கமான வழிமுறைகளைப் பின்பற்றினார்கள். நாடறிந்த குற்றவாளிகள் பலரையும் பக்தர்கள் வேடத்தில் ரஜனீஷ்புரத்துக்குள் ஊடுருவச் செய்தார்கள். அவர்கள் மூலமாக ஆசிரமத்தின் சட்டம், ஒழுங்கை கேள்விக்குரியதாக்கினார்கள்.

பகவான், மிகவும் கவலையாகக் காணப்பட்டார்.

புதிய சமூகத்தை உருவாக்கும் தன்னுடைய கனவு தடைபட்டு விட்டதே என்று வருந்தினார்.

அமெரிக்கா என்றில்லை. உலகம் முழுக்கவே அரசாங்கம் என்கிற அமைப்பு, எந்த தடையுமற்ற புதிய சமூகம் உருவாவதை விரும்புவதில்லை என்கிற யதார்த்தத்தை புரிந்துகொண்டார்.

இப்போதைக்கு அமெரிக்க அரசோடு பிரச்சினை வேண்டாம் என்கிற முடிவுக்கு வந்தவர், தற்காலிகமாக ரஜனீஷ்புரத்தை விட்டு தான் மட்டும் வெளியேறலாம் என்கிற முடிவுக்கு வந்தார்.

அதன் மூலமாக ரஜனீஷ்புரத்தின் மீதான அமெரிக்காவின் கெடுபிடி குறையும். அங்கே வசிப்பவர்களாவது நிம்மதியாக இருப்பார்கள் என்று கருதினார்.

முடிந்தால் அமெரிக்காவையே விட்டு சில காலத்துக்கு விலகியிருக்கலாம் என்றும் கருதினார்.

நார்த் கரோலினா மாகாணத்துக்கு சென்றார். அங்கே சார்லோட் என்கிற நகரில் தங்கியிருந்தபோது அதிரடியாக இரவு நேரத்தில் அவரைச் சுற்றி வளைத்தனர் போலீஸார்.

ஓஷோவின் பாதுகாவலர், போலீஸாரோடு சண்டையிட முயற்சித்தபோது ஓஷோ அவரைத் தடுத்தார்.

“எங்களை எந்த குற்றச்சாட்டுகளுக்காக கைது செய்கிறீர்கள்? கைது செய்வதற்கான வாரண்ட் வைத்திருக்கிறீர்களா?” என்று பகவான் கேட்டார்.

எனினும் காவல்துறை அதிகாரி அவரைக் கைது செய்வதில் மும்முரம் காட்டினாரே தவிர, பேச்சுவார்த்தைக்கெல்லாம் தயாராக இருந்ததாகத் தெரியவில்லை.

முரட்டுத்தனமாக சில காவலர்கள் பகவானை நெருங்கினார்கள். பகவானோடு இருந்த பாதுகாவலர், சமையல்காரர், மருத்துவர் போன்றோர் போலீஸாரோடு கைகலப்பில் ஈடுபட்டனர்.

ஓஷோ இருதரப்பையும் விலக்கும் முயற்சியில் ஈடுபட்டார். திடீரென ஆயுதம் தாங்கிய காவலர்கள் நுழைந்து, துப்பாக்கியை நீட்டி அச்சுறுத்தினர்.

"நான் ஒரு சாமியார். ஒரு கொலைக் குற்றவாளியைப் பிடிப்பது போல ஏன் இவ்வளவு பெரிய படையோடு வந்து என்னை அச்சுறுத்துகிறீர்கள்?" என்று பகவான் கேட்டார்.

அவருக்கு அப்போதுதான் ஓர் உண்மை புரிந்தது. ரஜனீஷ்புரத்தைவிட்டு தான் வெளியேறாமல் இருந்திருந்தால், இராணுவத்தையே வைத்து முற்றுகையிட்டு நகரைத் தகர்த்திருப்பார்கள். தானாக வெளியேறியதின் மூலமாக அந்த முயற்சியை ஓஷோ முறியடித்துவிட்டார்.

அந்த வெறியிலேயே அவரைக் கைது செய்ய போலீஸ் முரட்டுத்தனமாக நடந்துகொண்டது.

காவல்துறை படைக்கு தலைமை ஏற்று வந்திருந்தவர் சாடை காட்ட, பெரிய இரும்புச் சங்கிலிகளைக் கொண்டு வந்து பகவானையும், அவருடன் இருந்தவர்களையும் பிணைத்தார்கள். கை, கால்களில் விலங்குகள் பூட்டப்பட்ட நிலையில் ஓஷோவால் நடக்கக்கூட முடியவில்லை. போலீஸார் பின்னாலிருந்து துப்பாக்கியைத் தலைகீழாக வைத்து அவரது முதுகில் தாக்கி நடக்க வைத்தனர்.

தங்கியிருந்த வீட்டுக்குளிருந்து பகவான் வெளியே வர, அதற்குள்ளாக விவரம் அறிந்து பத்திரிகையாளர்கள் வாசலில் குழுமியிருந்தார்கள். பத்திரிகையாளர்களுக்குப் பின்னால் நூற்றுக்கணக்கான பக்தர்களும் பதறிப்போய் வந்து காத்துக் கிடந்தார்கள். பக்தர்களுக்குக் கை காட்டி விடக்கூடாது என்பதாலேயே ஓஷோவை இரும்புச் சங்கிலிகளில் பிணைத்திருந்தார்கள்.

காவல்துறையின் கார் ஒன்றில் அவரை முரட்டுத்தனமாகத் தள்ளினார்கள்.

35

சிறையில் ஷீலா!

பகவானைப் பிடிக்கவில்லை. அதனால் கைது செய்தார்கள் நினைக்கிறார்கள்.

ஒரு வகையில் அது உண்மைதான்.

பகவான் கனவு கண்ட புதிய சமுதாயம் என்பதில் அரசியல் ரீதியாகவே அமெரிக்காவுக்கு பெரிய விருப்பமில்லை. ஏனெனில் அத்தகைய புதிய சமுதாயத்தை பல்வேறு நாடுகளிலிருந்து குடியேறியவர்களை வைத்து, தானே உருவாக்கிக் காட்டியிருப்பதாக அது நம்பியது.

எனவேதான், அரசியல்ரீதியாகவே பகவான்

அமெரிக்காவில் வேண்டாத விருந்தாளியாக பார்க்கப்பட்டார்.

அடுத்து அமெரிக்காவில் ஓஷோ மதரீதியாக கடுமையாக எதிர்க்கப்பட்டார். இந்தியாவில் இருந்தபோது எப்படி இங்கிருந்த பெரும்பான்மை மதமான இந்து மதத்துக்கு எதிராக அவர் பார்க்கப்பட்டாரோ, அதுபோலவே அமெரிக்காவில் கிறிஸ்தவத்துக்கு எதிரி என்று அடையாளம் காட்டப்பட்டார்.

ரஜனீஷ் சொல்வதை காது கொடுத்துக் கேட்க எவரும் தயாரில்லை. மாறாக அவர் மீது குத்தப்பட்டிருந்த முத்திரைகளையே கண்ணை மூடிக்கொண்டு நம்பினார்கள்.

ரஜனீஷ் கைது செய்து கோர்ட்டில் நிறுத்தப்பட்டபோது அவர் மீது அமெரிக்க அரசுத்தரப்பு சாட்டிய குற்றங்கள் பெரும்பாலும் அமெரிக்காவின் இடப்பெயர்வு சட்டங்களை வளைத்தது தொடர்பாகவே இருந்தது.

அமெரிக்கர் அல்லாத நிறைய வெளிநாட்டவர்களை (குறிப்பாக இந்தியர்களை) அமெரிக்கக் குடிமக்களாக மாற்ற போலித்திருமணங்கள் செய்வித்தார் என்பதே பெரிய குற்றச்சாட்டாகச் சொல்லப்பட்டது.

அவர் மீது சுமத்தப்பட்ட 35 வழக்குகளில் ஒவ்வொன்றாக பகவான் தரப்பு எதிர்வாதங்களால் பொடிப்பொடியாக உதிர்ந்தன. எனினும் இரண்டே இரண்டு வழக்குகளுக்கு மட்டும் அமெரிக்க போலீஸார் வலுவான ஆதாரங்களை முன்வைத்திருந்தனர். அதன் அடிப்படையில் பத்து ஆண்டுகள் சிறைத்தண்டனை மற்றும் நான்கு லட்சம் டாலர் அபராதம் விதிக்கப்பட்டது.

ரஜனீஷ் தரப்பு கேட்டுக்கொண்டதின் பேரில் சிறைத்தண்டனை மட்டும் நீதிபதிகளின் கருணையால் விலக்கப்பட்டு (suspended sentence) என்று அமெரிக்காவில் சொல்வார்கள். முதன்முறை குற்றவாளிகளில் சிலருக்கு இந்த சலுகை கிடைக்கும்), ஐந்து ஆண்டுகள் அமெரிக்காவுக்குள் நுழைவதற்குத் தடை விதிக்கப்பட்டது.

இதையடுத்து வெவ்வேறு நாடுகளில் குடியேற பகவான் முயற்சி செய்தார். குறிப்பாக ஐரோப்பாவில் தன்னுடைய தலைமையகத்தை மாற்றிக்கொள்ள நினைத்தார்.

ஆனால் -

பகவானுக்கு இடம் கொடுத்தால், அமெரிக்காவை பகைத்துக் கொள்ள வேண்டி வருமோ என்கிற அச்சத்தால் மற்ற நாடுகள் அவரைச் சேர்த்துக்கொள்ள மறுத்து விட்டன.

வேறு வழியின்றிதான் 1985, நவம்பரில் மீண்டும் இந்தியாவுக்கே வந்தார்.

ஒருவேளை அவர் அமெரிக்காவிலிருந்து உடனடியாக

வெளியேறி இருக்காவிட்டால், வேறொரு பலமான வழக்கில் சிக்கியிருந்திருக்க நேரிடும்.

யெஸ்.

கற்பனைக்கு எட்டாத ஒரு குற்றத்தை ரஜனீஷ்புரம் மீது அமெரிக்க அரசு சுமத்தியது. சுருக்கமாகச் சொன்னால் அமெரிக்கா மீது ரசாயனப் போர் தொடுக்க முனைந்ததாக குற்றச்சாட்டு.

அக்டோபர் 27ல் ரஜனீஷ் கைது செய்யப்பட்டிருந்தார் என்றால், மறுநாளே ஜெர்மனியில் ஆசிரமத்திலிருந்து விலகிப்போன மா ஆனந்த் ஷீலா மற்றும் மா ஆனந்த் பூஜா இருவரும் கைது செய்யப்பட்டனர்.

இன்றும் கூட அமெரிக்காவில் நடந்த மிகப்பெரிய bioterrorist attack என்று வருடம் தோறும் அமெரிக்க ஊடகங்கள் ரஜனீஷ்புரத்தை நினைவு கூர்ந்து ஒப்பாரி வைத்துக் கொண்டிருக்கின்றன.

1984 சமயத்தில் உள்ளூர் தேர்தலின்போது தமக்கு எதிரான வர்களை தோற்கடிக்க ரஜனீஷ்புரத்தார்கள் விஷம் வைத்தார்கள் என்பதே குற்றச்சாட்டு. அதாவது ஆசிரமத்தின் சார்பில் தாங்கள் நிறுத்தப்போகும் வேட்பாளர்களுக்கு எதிராக வாக்களிக்கக் கூடும் என்று கருதிய வாக்காளர்களுக்கு விஷம் வைத்தார்களாம். Salmonella என்கிற பாக்டீரியாவை மொத்தம் 751 பேர் மீது செலுத்தியதாக அரசுத்தரப்பு சொன்னது. அவற்றில் 45 பேர் கவலைக்கிடமான நிலையில் உடனடியாக மருத்துவமனையில் சேர்ந்தார்களாம். அதிர்ஷ்டவசமாக உயிரிழப்பு ஏற்படவில்லை என்கிற தகவல்களையும், 'ஆதாரங்களோடு' நீதிமன்றத்தில் சமர்ப்பித்தார்கள்.

கோர்ட்டில் ஷீலா நிலைகுலைந்துபோனார்.

மேலும் -

இந்த மிகப்பெரும் வன்முறைத் தாக்குதல் குறித்து அறிந்து விசாரணைக்கு உத்தரவிட்ட அமெரிக்காவின் அட்டர்னியையும் விஷம் வைத்துக் கொல்ல முயன்றதாகக் குற்றச்சாட்டு.

இந்த சதிச்செயல்களை அமெரிக்க புலனாய்வு அமைப்புகள் மோப்பம் பிடித்து விட்டதாலேயே முதன்மைக் குற்றவாளிகளில் ஒருவரான மா ஆனந்த் ஷீலா, பொய்யாக கோபித்துக் கொண்டு ரஜனீஷ்புரத்தை விட்டு விலகி ஜெர்மனிக்குப் பறந்ததாகவும் போலீஸ், ஊடகங்களுக்கு கதை கூறியது.

அமெரிக்காவுக்கு எதிரான இந்த பயோடெர்ரரிஸ்ட் தாக்குதலை பகவானின் செயலர் மா ஆனந்த் ஷீலா, மற்றும் பகவானின் நர்ஸான மா ஆனந்த் பூஜா இருவரும் திட்டமிட்டனராம். சியாட்டில் நகரில் இருந்த லேப் ஒன்றில் Salmonella-வின் சாம்பிள் வாங்கப்பட்டு, ரஜனீஷ்புரத்தில் அதை ஆய்வகம் ஒன்றில்

பெரிய அளவில் தயாரித்தார்களாம்.

இதைச் சிறிய உணவகங்களில் தங்கள் ஆட்கள் மூலமாகக் கொண்டுசென்று உணவுப்பொருட்களில் சேர்த்து 'டிரையல்' பார்த்தார்களாம். இந்த டிரையலிலேயே 751 பேர் பாதிக்கப் பட்டார்கள் என்று போலீஸ் சொன்னது. அது மட்டுமின்றி சுற்றுவட்டாரத்துக்கு நீர் சப்ளை செய்யும் வாட்டர் சிஸ்டத்தையும் விஷமயமாக்க திட்டமிட்டிருந்தார்கள் என்றும் பகீர் தகவலைச் சொன்னது.

பாதிக்கப்பட்ட 751பேரின் மெடிக்கல் ரிப்போர்ட்டும் நீதிபதிகள் முன்பாக சமர்ப்பிக்கப்பட்டது.

மக்களுக்கு லேசாக 'விஷம்' தருவதற்கு ரஜனீஷிடம், தான் அனுமதி பெற்றதாக ஷீலா விசாரணையில் சொன்னார்.

எனினும், இந்த விஷம் வைத்த வழக்கில் ரஜனீஷ் மீது எந்தவொரு வழக்கையும் அமெரிக்க அரசு பதிவு செய்யவில்லை.

விஷம் வைத்த குற்றச்சாட்டு மட்டுமின்றி பகவான் மீது போடப்பட்டிருந்த இடப்பெயர்வு சட்ட மீறல் தொடர்பான சில வழக்குகளையும் ஷீலாவும், பூஜாவும் எதிர்கொள்ள வேண்டியிருந்தது. கடைசியாக அவர்களுக்கு மூன்று முதல் இருபது ஆண்டுகள் வரை யிலான சிறைத்தண்டனை ஏககாலத்தில் அனுபவிக்கக் கூடியதாக கிடைத்தது.

இருவருமே சுமார் இரண்டரை ஆண்டுகள் சிறையிலிருந்து பின் னர் நன்னடத்தை காரணமாக விடுவிக்கப்பட்டனர். ஷீலாவுக்கு அமெரிக்கா கொடுத்திருந்த க்ரீன் கார்டு திரும்பப் பெறப்பட்டது. அதன்பிறகே அவர் சுவிட்சர்லாந்துக்குப் பறந்து அங்கே மறுமணம் செய்துகொண்டு புதுப்பிறவி எடுத்து வாழ்ந்துகொண்டிருக்கிறார்.

36

பகவானுக்கு வீடில்லை.. நாடில்லை!!

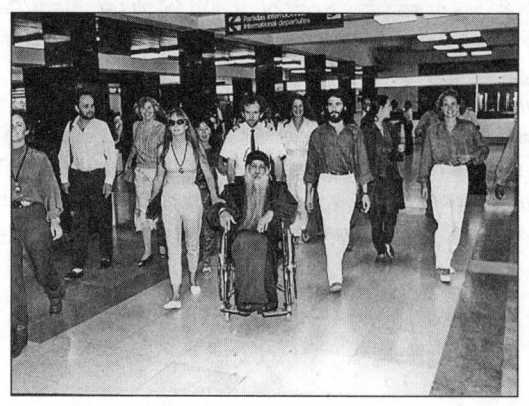

அமெரிக்காவிலிருந்து வெளியேற்றப் பட்டதுமே அத்தனை தொல்லைகளும் முடிந்துவிட்டதாகத்தான் ஓஷோ கருதினார். வேண்டா வெறுப்பாக அவர் மீண்டும் இந்தியாவுக்கே வந்ததுதான் இந்தத் தொடரின் முதல் அத்தியாயமே.

"இனிமேல் இந்தியாவில்தான் இருப்பேன்" என்று ஊடகங்களிடமும் சொன்னார்.

பூனே ஆசிரமம் மீண்டும் பகவானுக்காக

அமெரிக்க ரஜனீஷ்புரத்து வசதிகளோடு தயாராகத் தொடங்கியது.

அதுவரை இமாலயத்தின் மடியில் குலு பள்ளத்தாக்கில் மணாலிக்கு அருகே இருந்த ஸ்பான் ரிசார்ட்ஸ் என்கிற இடத்தில் சில மாதங்கள் தங்கியிருக்கத் திட்டமிட்டார்.

ம்ஹூம்.

இந்தியாவிலும் பகவானுக்கு நேரம் சரியில்லை.

நவம்பர் 1985ல் அவர் இந்தியாவுக்கு வந்தார். அவருடன் அவரது நெருங்கிய நம்பிக்கைக்குரிய சகாக்களும் வந்திருந்தனர்.

பகவான் இங்கு வந்து சேர்ந்த அடுத்த மாதமே இந்திய அரசு இவர்களுக்குக் குடைச்சல் கொடுக்கத் தொடங்கியது.

அப்போது இந்தியாவின் புதிய பிரதமராக ராஜீவ்காந்தி பதவியேற்று இருந்தார். அவரது தாயார் இந்திராகாந்தி உள்ளிட்ட இந்திய அரசியல்வாதிகள் அத்தனை பேரையும் முன்பு பகைத் துக் கொண்டிருந்தவர் ரஜனீஷ். அமெரிக்க நெருக்கடி ஒரு புறம். ரஜனீஷ், பொதுவாகவே கலகக்காரரர், ஏதாவது பிரச்சினை செய்து மக்களிடையே உங்கள் நற்பெயரைக் கெடுப்பார் என்று ராஜீவ்காந்தியிடம் அதிகாரிகள் போட்டுக் கொடுத்துக் கொண்டிருந்த சூழல் மறுபுறம். ரஜனீஷ்புரம் மாதிரியே பூனே நகரை தனி அரசாங்கமாக வளர்த்தெடுக்க ஓஷோ திட்ட மிடுகிறார் என்று சில உளவுத்துறை அதிகாரிகளும் ரிப்போர்ட் அனுப்பி இருந்தார்கள்.

எனவே, அட்டாக்கிங் கேமுக்கு தயாரானார் ராஜீவ்.

இதற்கிடையே பகவானின் உடல்நிலை மீண்டும் மோசமடை யத் தொடங்கியது. அவருக்கு அடிக்கடி வயிற்றுக்கோளாறு ஏற் பட்டது. உணவு உண்டதுமே வாந்தியெடுத்து விடுவார். இதனால் உடல் அடிக்கடி சோர்வுக்கு உள்ளானது. கண் பார்வை மங்கத் தொடங்கியது. தலைமுடி கொட்டத் தொடங்கியது. அமெரிக்காவில் 17 நாட்கள் சிறையில் இருந்தபோது, அவருக்குக் கொடுக்கப்பட்ட உணவில் 'ஏதோ' கலந்திருக்கலாம் என்கிற சந்தேகம் எழுந்தது.

இந்தச் செய்திகளெல்லாம் உலகம் முழுக்க பரவத் தொடங்கியது. ஐரோப்பாவிலிருந்தும், அமெரிக்காவிலிருந்தும் அவரை தரிசிக்க ஆயிரக்கணக்கான பக்தர்கள் வரத் தொடங்கினர்.

இந்திய அரசாங்கம் விழிப்படையத் தொடங்கியது.

டூரிஸ்ட் விசா வாங்கிக்கொண்டு இந்தியாவுக்கு வரும் வெளிநாட்டு பக்தர்களுக்கு நெருக்கடிதரத் தொடங்கினார்கள். இந்தியாவைக் காண வரும் பயணிகளை கண்காணிக்கத் தொடங் கினார்கள். ஓஷோவின் பக்தர்கள் என்று தெரிந்தாலே ஏதாவது சப்பைக்காரணம் காட்டி விசா தர மறுத்தார்கள்.

இந்திய அரசு குறித்து எதிர்மறையான சில கருத்துகள் கொண் டிருந்தாலும், இந்தியாவின் அரசியலமைப்பு வழங்கிய கருத்துச்

சுதந்திரம் மீது ஓஷோவுக்கு பெரிய மரியாதை இருந்தது. நம் நாட்டின் மதச்சார்பற்ற தன்மை மற்றும் சகிப்புத்தன்மை குறித்து பெரிதும் நம்பிக்கை கொண்டிருந்தார். அனைவரும் அவரவர் சொந்தக் கருத்துகளை, விருப்பு வெறுப்புகளை வெளிப்படுத்தும் உரிமை கொண்டிருந்தது குறித்து பெரிதும் மதிப்புக்கொண்டிருந்தார்.

அதையெல்லாம் உடைக்கும் வகையில் இந்திய அரசு நடந்து கொள்ளத் தொடங்கியது.

திடீரென ஓஷோவுடன் தங்கியிருந்த அவரது செயலர், வெளிநாட்டு நண்பர்கள் மற்றும் சீடர்கள், மருத்துவர்கள் அத்தனை பேரின் விசாவையும் திரும்பப் பெற்றது. காரணம் கேட்டவர்களுக்கு எந்த சமாதானமும் சொல்லப்படவில்லை. "நீங்கள் வெளியேறுங்கள்" என்று மட்டுமே திரும்பத் திரும்ப இந்திய அதிகாரிகள் சொல்லிக் கொண்டிருந்தார்கள்.

ஓஷோவை தனிமைப்படுத்த முயற்சிகள் நடைபெறுகின்றன என்பதை உணர்ந்தார்கள். "இந்தியாவை விட்டு நீங்கள் வெளியே எங்கேயும் செல்லக்கூடாது" என்று வெளியுறவுத்துறை அதிகாரிகள் அவரை மிரட்டினர்.

வேறு வழியே இல்லாமல் நேபாளத்துக்குச் செல்ல ஓஷோ முடிவெடுத்தார். ஏனெனில் அப்போது நேபாளத்துக்குத்தான் விசா இல்லாமல் செல்ல முடிந்தது. அந்நாட்டின் தலைநகரான காட்மாண்டுவில் ஓர் ஓட்டலில் தங்கினார்.

நேபாள மக்கள் பகவானை விரும்பி வரவேற்றனர். மாலையில் மக்களுக்காக அவர் உரையாற்றத் தொடங்கினார். ஒவ்வொரு நாளும் அவரது உரையைக் கேட்க நூற்றுக்கணக்கில் மக்கள் திரண்டனர். மக்களின் அன்புக்காக நேபாளத்திலேயே நிரந்தரமாகத் தங்கிவிடலாம் என்றுகூட அவர் நினைத்தார். மேலும் உடல்நிலை மோசமாகிக் கொண்டிருக்க வேறெங்கும் பயணித்து அலைய முடியாது என்கிற நெருக்கடியிலும் இருந்தார்.

பகவானுக்கு நேபாளத்தில் உருவாகி வரும் ஆதரவு அலையை இந்தியா உணர்ந்தது. எனவே அரசு மட்டத்தில் அவருக்கு அங்கேயும் நெருக்கடி ஏற்படுத்த முனைந்தது. தர்மசங்கடமான நிலையில் நேபாள அதிகாரிகள், "எங்களை தவறாக எடுத்துக் கொள்ளாதீர்கள். நீங்கள் திரும்பவும் இந்தியாவுக்கே சென்று விடுங்கள்" என்று கேட்டுக் கொண்டார்கள்.

பக்தர்கள் கொதிப்படைய, நேபாளத்தின் அரசரே ஓஷோவை நேரில் சந்தித்தார்.

"நீங்கள் பதட்டமடைய வேண்டாம். ரஜனீஷ்புரம் மாதிரி ஒரு புதிய நகரத்தையோ, சமுதாயத்தையோ இனியும் அமைக்கக்கூடிய எண்ணம் எதுவும் எனக்கில்லை" என்றார் ஓஷோ.

பகவானின் கையை அப்படியே பிடித்துக் கொண்டார் அரசர்.

"நீங்கள் நேபாளத்தில் தங்குவதில் எனக்கு எந்த ஆட்சேபணையும் இல்லை. இன்னும் சொல்லப் போனால் பெருமைதான். இந்திய அரசிடம் நான் பேசிக்கொள்கிறேன்" என்று சொல்லிவிட்டு, ஏதோ பேசவந்து அப்படியே தயங்கி நின்றார்.

அவர் முகத்தையே கவனித்துக் கொண்டிருந்த பகவான், "ஏதோ கேட்க விரும்புகிறீர்கள். தைரியமாகக் கேளுங்கள்" என்றார்.

"அப்படியே எனக்கு நீங்கள் இன்னும் ஒரு வாக்கையும் தரவேண்டும்"

"கேட்டால் கொடுப்பதுதான் என் வழக்கம். ஆனால், என்னால் முடிந்ததைக் கேளுங்கள்" என்று புன்னகைத்தார் பகவான்.

"உலகிலேயே நாங்கள் மட்டும்தான் இந்து நாடு. இந்த நாட்டில் நீங்கள் இருந்துகொண்டு இந்து மதத்தை மட்டும் விமர்சிக்கக் கூடாது."

அந்த நெருக்கடியான சூழலிலும் வாய்விட்டுச் சிரித்தார் பகவான்.

"நீங்கள் அரசர். எதைப் பேசவேண்டும், எதைப் பேசக்கூடாது என்று அனைவருக்கும் ஆணையிடுபவர்.

ஆனால்

நானோ வெறும் சன்னியாசி.

எதைப் பேசவேண்டும், எதைப் பேசக்கூடாது என்றெல்லாம் எனக்கே தெரியாது. எதைப் பேசுவேன், எப்போது பேசுவேன் என்றும் தெரியாது. ஏதோ ஒன்று சரியல்ல என்று தோன்றினால் உடனடியாக அதை மறுத்து, எது சரியென்று மக்களுக்கு விளக்க வேண்டிய கடமையில் இருப்பவன் நான். எந்நாளும் அந்தக் கடமையிலிருந்து நான் தவறக்கூடாது."

சொல்லிவிட்டு அரசரை கூர்மையாகப் பார்த்தார் பகவான். அரசர் கொஞ்சம் நெளிந்தபடியே பகவானின் கண்களைப் பார்க்க முடியாமல் தலை குனிந்தார். ஓஷோ தொடர்ந்தார்.

"நான் எந்தவொரு நாட்டுக்கோ, எந்தவொரு சமயத்துக்கோ உரிமையானவன் அல்ல. இந்த உலகம் மொத்தமுமே இங்கே பிறந்தவர் அனைவருக்குமே சொந்தமென்று கருதுகிறேன். மேலும் அநீதியைக் கண்டால் அதற்கு எதிராக வெளிப்படும் முதல் குரல் என்னுடையதாகத்தான் இருக்கும். அது இந்து மதமா, கிறிஸ்தவ மதமா, இஸ்லாமிய மதமா என்றெல்லாம் பாகுபாடு பார்க்க மாட்டேன்" என்றார்.

நேபாள அரசர் தோல்வி முகத்தோடு திரும்பினார்.

ஓஷோ யாரைச் சந்திக்கிறார், என்னென்ன பேசுகிறார், என்ன நடவடிக்கைகளில் ஈடுபடுகிறார் என்பதையெல்லாம் அங்கிருந்த இந்தியத் தூதரகம், தினசரி ரிப்போர்ட்டாக டெல்லிக்கு அனுப்பிக் கொண்டேயிருந்தது. பகவானை இந்தியாவுக்குத் திருப்பி அனுப்பு

மாறு நேபாளத்துக்கு நெருக்கடியும் கொடுத்துக்கொண்டேயிருந்தது.

தன்னுடைய சீடர்களை அனுமதிக்காத இந்தியாவுக்கு திரும்ப பகவானுக்கு விருப்பமில்லை.

அப்போது ஒரு திடீர் திருப்பம் நிகழ்ந்தது.

கிரீஸ் நாட்டின் பிரதமருடைய மகன் ஓஷோவின் பக்தர். அவர் பகவானைச் சந்திக்க காட்மாண்டுவுக்கு வந்திருந்தார். இங்கிருந்த நிலைமைகளை கவனித்த அவர், "நீங்கள் கிரேக்கத்துக்கு வந்து தங்கிக்கொள்ளலாம்" என்று ஆலோசனை சொன்னார்.

ஆனால்

ஜெட் விமானத்தைப் பயன்படுத்தி தங்கள் நாட்டிலிருந்து வெளியேறக்கூடாது என்று நேபாளம் தடை போட்டது (அதாவது நேபாளம் வாயிலாக இந்தியா தடை போட்டது). இங்கிலாந்து அரசி சுற்றுப் பயணத்துக்காக நேபாளம் வருகிறார், அந்தச் சமயத்தில் பகவானுக்கு சொந்தமான ஜெட் விமானத்தை வானில் பறக்கவிட அனுமதிக்க முடியாது என்று ஒரு மொக்கைக் காரணத்தையும் முன்வைத்தது.

நேபாளத்தை விட்டும் உடனடியாக வெளியேறுவது என்று முடிவெடுத்தார் பகவான்.

37

சாக்ரடீஸை கொன்றவர்கள்!

பகவானின் ஜெட் விமானம் வானில் பறக்க நேபாள அரசு தடை விதித்து விட்டது.

இதைத் தொடர்ந்து வேறு ஏதேனும் விமானத்தில் இடம் பிடித்து, நேபாளத்தை விட்டு வெளியேற ஓஷோ விரும்பினார். ஐரோப்பாவில் இருந்த அவரது பக்தர்கள் இதற்கான ஏற்பாடுகளை பெருமுயற்சி எடுத்து செய்து கொண்டிருந்தார்கள்.

நேபாளத்தின் மன்னரே கைவிட்டுவிட்ட நிலையில், நேபாளத்தில் அவருக்கு பாதுகாப்பு

இல்லை. எனவே, முதலில் நேபாளத்திலிருந்து வெளியேறி, தாய்லாந்துக்குப் போய்விடலாம். தாய்லாந்து தலைநகர் பாங்காக்கிலிருந்து, அவரை ஐரோப்பாவுக்கு அழைத்துக்கொள்ள லாம் என்பது பக்தர்களின் திட்டம்.

ஆனால் -

தாய்லாந்திலும் பகவானுக்கு சூழல் சரியாக அமையவில்லை.

கடைசியாக ஐக்கிய அரபு நாடுகளின் தலைநகரான அபுதாபிக்குச் செல்ல அவருக்கு அனுமதி கிடைத்தது. அபுதாபியிலிருந்து ஜெட் விமானம் மூலம் ஐரோப்பாவுக்கு போய்க் கொள்ளலாம் என்று முடிவெடுத்தனர்.

ஆரம்பத்தில் ஒத்துழைத்த அபுதாபி விமான நிலைய அதிகாரிகள், ஏனோ அங்கு ஓஷோ வந்து சேர்ந்தபிறகு ஏகத்துக்கும் கெடுபிடி காட்டினார்கள். இவர்களுடைய ஜெட் விமானத்துக்கு எரிபொருள் நிரப்புவது தாமதமானது.

விமான நிலையத்தில் காத்திருந்த பகவானும், அவரது பக்தர்களும் விசாரணைக்கு உள்ளானார்கள்.

"நீங்கள் ஆரஞ்சு நிற உடை அணிந்திருக்கிறீர்கள். கழுத்தில் மாலை போட்டிருக்கிறீர்கள். உங்களைக் கண்டால் ஏதோ தீவிரவாதக் குழுவினரைப் போல இருக்கிறீர்கள்..." என்றெல்லாம் விமா னநிலைய விசாரணை அதிகாரிகள் இஷ்டத்துக்கும் குற்றம் சாட்டினார்கள்.

பகவான், பொறுமையாக தன்னைப் பற்றியும் தன்னுடைய அமைப்புகள் பற்றியும், பக்தர்களைப் பற்றியும் அவர்களுக்கு எடுத்துரைத்தார்.

"மாலை என்பது இந்துக்கள் மட்டுமின்றி கிறிஸ்தவர்களும், இஸ்லாமியர்களும் கூட அணிந்துகொள்ளலாம். இது அவரவர் மதத்தில் அனுமதிக்கப்பட்டிருக்கிறது..." என்றார் பகவான்.

ஒருவழியாக பகவானின் ஜெட் விமானத்துக்கு அனுமதி வழங்கினார்கள்.

ஓஷோவும், அவரது குழுவினரும் கிரீஸில் இருக்கும் க்ரீட் என்கிற தீவில் தரையிறங்க அனுமதிக்கப்பட்டனர்.

அந்தத் தீவில் ஒரு சினிமா இயக்குநரது வீட்டில் ஓஷோ தங்கி னார். அவர் கிரேக்க நாட்டில் ஒரு மாதம் தங்கியிருக்க ஆரம்பத்தில் அனுமதி வழங்கப்பட்டது. அந்தக் கால அவகாசத்தை அதிகரிக்க கிரேக்க பிரதமரின் மகன் முயற்சி செய்துக் கொண்டிருந்தார்.

ஆனால் -

கிரேக்க ஊடகங்களோ, அமெரிக்க ஊடகங்களைப் போலவே நடந்துகொண்டன.

ஓஷோவை ஒரு மந்திரவாதி போல சித்தரித்து எழுதி, மக்கள் மத்தியில் குழப்பம் ஏற்படுத்தின. அமெரிக்க அதிகாரத்தைக்

கைப்பற்ற ஓஷோ முயற்சித்தார் எனவும், அதுபோலவே இப்போது கிரேக்கத்தின் அதிகாரத்தைக் கைப்பற்றவே இங்கு முகாமிட்டிருப்பதாகவும் கற்பனைச் செய்திகளைக் கட்டவிழ்த்து விட்டன.

குறிப்பாக பாதிரியார்கள் ஊடகங்களைத் தூண்டிவிட்டுக் கொண்டிருந்தனர். ஓஷோ, மதங்களுக்கு எதிரானவர், அவர் கிரேக்கத்தில் தங்கியிருந்தால் தங்கள் பிழைப்புக்கு வேட்டு வைப்பார் என்று மதம் சார்ந்த குருமார்கள் அஞ்சி நடுங்கிக் கொண்டிருந்தனர்.

ஊடகங்களின் இந்த அடாத குற்றச்சாட்டுக்குகளுக்கு வலு சேர்ப்பதாக ரஜனீஷ் அங்கே நிகழ்த்திய உரை ஒன்று அமைந்து விட்டது துரதிருஷ்டவசமானது.

ஓர் உரையின்போது அவர் சிந்தனையாளர் சாக்ரடீஸ் குறித்து பேசிய பேச்சு சர்ச்சைக்கு உரியதாகி விட்டது.

“சாக்ரடீஸ் என்கிற மிகப்பெரிய அறிவாளியின் பேச்சைக் கேட்டிருந்தால், உலகின் தலைசிறந்த அறிவுஜீவிகள் கிரேக்கத்தில் தான் இருந்திருப்பார்கள்.

ஆனால் -

சாக்ரடீஸை விஷம் கொடுத்து இந்த நாடு கொன்றுவிட்டது.

அவரால் பெருமை பெற்ற கிரேக்கம், அவரைக் கொன்றதன் மூலம் தன்னுடைய ஒட்டுமொத்த புகழையும் இழந்து விட்டது. கிரேக்கம் தற்கொலை செய்துகொண்டதற்கு ஒப்பாக சாக்ரடீஸின் கொலை அமைந்து விட்டது.

சாக்ரடீஸ் கேள்விகளைக் கேட்டார். மக்களையும் கேள்வி கேட்கத் தூண்டினார். இப்போது நானும் அதற்காகத்தான் இங்கே வந்திருக்கிறேன்.

என்னைக் கொல்லவும் உலகம் முழுக்க முயற்சிகள் நடக்கின்றன. சாக்ரடீஸால் செய்ய முடியாததைச் செய்ய நான் முயற்சிப்பேன்!”

இவ்வாறு ஓஷோ மக்கள் மத்தியில் பேசினார்.

அவரது பேச்சு, மக்களிடையே குற்றவுணர்ச்சியைத் தோற்றுவித்தது.

இருபத்தைந்து நூற்றாண்டுகளுக்கு முன்பு சாக்ரடீசுக்கு விஷம் வைத்து அப்போதைய அரசு கொன்றதற்கு போதிய எதிர்ப்பை மக்கள் தெரிவிக்கவில்லையோ என்று தங்களைத் தாங்களே மீளாய்வு செய்யத் தொடங்கினார்.

பகுத்தறிவு பிறந்துவிட்டால் மதங்கள் ஆட்டம் காணத் தொடங்கிவிடுமே?! மதத்தை வைத்தே தங்கள் பிழைப்பை நடத்திக் கொண்டிருப்பவர்களுக்கு வேறு மார்க்கமில்லாமல் போய்விடுமே?

எனவே, பாதிரியார்கள் கிளர்ந்து எழுந்தார்கள்.

“ஓஷோவை விரட்டு...” என்று கோஷமிட்டார்கள். கிரேக்க இளைஞர்களின் நெஞ்சில் நஞ்சு வைக்கவே ஓஷோ இங்கு வந்திருக்கிறார் என்று அலறினார்கள்.

மத அடிப்படைவாதிகள் கிரேக்க அரசை அச்சுறுத்தத் தொடங்கினார்கள்.

ஓஷோ வெளியேறாவிட்டால், குண்டு வைத்து அவரைத் தீர்ப்போம் என்று பகிரங்கமாகவே பிரதமரை மிரட்டினார்கள்.

இதற்கிடையே ஓஷோ தங்கியிருந்த வீட்டுக்கு முன்பாக நூற்றுக்கணக்கானோர் திரண்டனர். அவர்கள் கல்லெறிந்தும், கையில் வெடிகுண்டை வைத்துக் கொண்டும் மிரட்டிக் கொண்டிருந்தனர்.

கிரேக்க அரசாங்கம் இவர்களது அச்சுறுத்தலைக் கண்டு அஞ்சியது. எனவே, ஓஷோவை பாதுகாப்பாக வெளியேற்றுவதற்கான ஆணையையும் பிறப்பித்தது. சம்பவ இடத்துக்கு போலீஸ் படை வந்தது.

ஓஷோவை வலுக்கட்டாயமாக ஒரு வண்டியில் போலீஸ் ஏற்றியது. ஏதோ ஓர் ஆவணத்தைக் கொடுத்து, அதைப் படித்துப் பார்க்கக் கூட வாய்ப்பு தராமல் அதில் கையெழுத்திடுமாறு அவசரப்படுத்தியது.

ஓஷோவின் பக்தர்கள் சிலர், வண்டியைப் பின்தொடர்ந்து வந்துகொண்டேயிருந்தனர். அவர்கள் கையிலிருந்த வீடியோ கேமிராக்கள் அனைத்தையும் பதிவு செய்துகொண்டே இருந்தன.

போலீஸ் கொடுத்த ஆவணத்தை ஓஷோ படிக்க முயன்றார். போலீஸ்காரர் ஒருவர் அதைத் தடுத்து, கையெழுத்து மட்டும் இடுங்கள் என்று அவரை மிரட்டினார். ஓஷோ அந்தக் காகிதக் கற்றைகளை வெளியே வீசியெறிந்தார்.

காவல் நிலையத்துக்கு ஓஷோ கொண்டு செல்லப்பட்டார்.

அதற்கு முன்பாகவே அங்கே கிறிஸ்தவப் பாதிரிமார்கள் சிலர் திரண்டிருந்தார்கள்.

"இவரை இப்படியே கப்பலில் ஏற்றி, அவரது நாடான இந்தியாவுக்கு அனுப்புங்கள்..." என்று தலைமைப் பாதிரியார் ஒருவர் கத்திக் கொண்டிருந்தார்.

அவரிடம் பேச பகவான் முற்பட்டார்.

"இரண்டாயிரம் ஆண்டுகளாக நிலைபெற்றிருக்கும் உங்கள் மதத்தை இரண்டே வாரங்களில் நான் அழித்துவிடுவேன் என்று எப்படி நினைக்கிறீர்கள்?" என்று ஓஷோ கேட்ட கேள்விக்கு, அந்தப் பாதிரியாரிடம் பதில் இல்லை.

அவசர அவசரமாக ஓஷோவை இந்தியாவுக்கு அனுப்ப கப்பல் தயாராகிக் கொண்டிருந்தது.

"எங்கள் பகவானுக்கு சொந்தமாக ஜெட் விமானம் இருக்கிறது. அதில் அவர் விரும்பிய இடத்துக்குச் செல்ல நீங்கள் அனுமதிக்க வேண்டும். அதற்கு அவருக்கு உரிமை இருக்கிறது..." என்று பகவானின் பக்தர்கள் காவல்துறையிடம் பேச்சுவார்த்தை

நடத்திக் கொண்டிருந்தார்கள்.

இதற்கிடையே கிரேக்கப் பத்திரிகையாளர்கள் ரஜனீஷைச் சந்திக்க வந்தனர்.

அவர்களைச் சந்திக்க விடாமல் காவல்துறை அச்சுறுத்திக் கொண்டிருந்தது.

பத்திரிகையாளர்களின் எதிர்ப்பையடுத்து, பகவான் அழைத்து வரப்பட்டார். அவரை ஒரு தீவிரவாதி மாதிரி போலீஸ் நடத்தியது. சுற்றியும் ஆயுதம் தாங்கிய காவலர்கள் புடைசூழ பத்திரிகையாளர் சந்திப்பை நடத்தினார்.

"கிரேக்க அரசு கோழைத்தனமாக நடந்துகொள்கிறது..." என்று எடுத்த எடுப்பிலேயே அதிரடியாக ஆரம்பித்தார்.

அவரைப் பேசவிடாமல் தடுக்க அதிகாரிகள் முயற்சித்தனர். அதையும் தாண்டி அரசாங்கத்தைக் கடுமையாக விமர்சித்தார். தன்னுடைய சொந்த ஜெட் விமானத்தில், தான் வெளியேற அனுமதிக்க வேண்டும். அதற்கான உரிமை தனக்கு உள்ளது என்றார்.

"வரலாற்றுப் பிரசித்தி பெற்ற கிரேக்கம், அமெரிக்காவுக்கு அஞ்சுகிறதா?" என்று அவர் கேட்ட கேள்வி, அரசாங்கத்தை நடுங்க வைத்தது.

ஒருவழியாக ஏதென்ஸ் நகரிலிருந்து ஜெட்டில் வெளியேற ரஜனீஷுக்கு அனுமதி வழங்கியது கிரேக்க அரசு.

ஆனால் -

ரஜனீஷின் பாஸ்போர்ட்டில், 'கிரேக்க அரசுக்கு எதிராகப் பேசியதால் நாடு கடத்தப்படுகிறார்...' என்று குறிப்பிடப்பட்டிருந்தது. அந்தக் காரணத்தை பேனாவால் அடித்துவிட்டு, "இப்போது முத்திரையிடுங்கள்!" என்று அதிகாரிகளிடம் சொன்னார் பகவான்.

உடனடியாக மேலதிகாரிகளிடம் கலந்தாலோசித்து, வேறு புதிய பிரச்னைகள் வேண்டாமென்று, பகவான் கேட்டுக் கொண்டபடியே முத்திரையிட்டு விமானம் கிளம்ப அனுமதித்தார்கள்.

பகவானைத் தாங்கிக் கொண்டு விண்ணில் பறந்தது ஜெட்.

எங்கே போவது என்றுதான் யாருக்குமே தெரியவில்லை!

38

பறக்கும் பகவான்!

ஏதென்ஸ் நகரிலிருந்து விண்ணுக்கு பறந்த பகவானின் ஜெட் விமானத்துக்கு எங்கே தரையிறங்குவது என்று ஆணை பிறப்பிக்கப்படவில்லை.

பகவான் விண்ணிலேயே பறந்து கொண்டிருந்த நிலையில், கலையின் தாயகமான பிரான்ஸ் நாட்டின் தலைநகரம் பாரிஸ் பரபரப்படைந்தது.

அவருடைய அடுத்த இலக்கு பாரிஸ்தான் என்று அதற்குள்ளாகவே ஊடகங்கள் எழுதத் தொடங்கியிருந்தன.

அதற்கு ஏற்ப பிரான்ஸில் இருந்த பக்தர்கள், அந்நாட்டு அரசாங்கத்தோடு அவசர கால பேச்சுவார்த்தை நடத்திக் கொண்டிருந்தனர். ஒருசில நாட்களுக்கு தங்கிக்கொள்ளலாம். நிரந்தரமாக 'கொட்டாய்' போட அனுமதிக்க முடியாது என்று பிரான்ஸ் அரசாங்கமும் கண்டிப்பு காட்டியது.

அமெரிக்காவைப் பகைத்துக்கொள்ள எந்த ஐரோப்பிய நாடுமே தயாராக இல்லை என்பதுதான் யதார்த்தம்.

பகவானின் அடுத்த இலக்கு சுவிட்சர்லாந்து. 1986, மார்ச் 6ம் தேதி ஓஷோவும் அவரது குழுவினரும் சுவிட்சர்லாந்தில் தடம் பதித்தனர்.

ஆரம்பத்தில் ஒரு வாரகாலத்துக்கு தங்கிக்கொள்ளலாம். அதற்குள் நிரந்தர இடம் கிடைப்பதற்கு பேசிக்கொள்ளலாம் என்றனர். சுவிட்சர்லாந்து நாட்டையே இயற்கை தத்தெடுத் துக் கொண்டிருக்கிறது என்பதால், இங்கேயே தங்கிக்கொள்ள ஓஷோவும் விரும்பினார்.

ஆனால் -

கடல் கடந்த நாடு ஒன்றிலிருந்து சுவிட்சர்லாந்தின் வெளியுறவுத் துறை அமைச்சருக்கு ஒரு தொலைபேசி அழைப்பு வந்ததாகவும், அவர் உடனே பதறிப்போய் 'எல்லோரும் உடனே வெளியேறுங்கள்' என்று அலறியதாகவும் தகவல்.

இதிலென்ன ரகசியம்?

கடல் கடந்த அந்த நாடு அமெரிக்காதான்!

ஆச்சரியமாகத்தான் இருக்கிறது. உலகின் நம்பர் ஒன் வல்ல ரசு, ஒரு சாதாரண சாமியாரைக் கண்டு முப்பது ஆண்டுகளுக்கு முன்பு நடுநடுங்கியிருக்கிறது. ஒரு தீவிரவாதியைக் கையாளுவ தைப் போல, அன்பைப் போதித்தவரை உலகின் எல்லையை விட்டு துரத்த முயற்சி செய்திருக்கிறார்கள். 'புதிய மனிதன்', 'புதிய உலகம்' என்கிற ஓஷோவின் இலட்சியங்களை தங்களது உலகளாவிய அதிகாரத்துக்கு எதிரான சிந்தனைகளாகக் கருதியிருக்கிறார்கள்.

"ஜெர்மனியைக் கேளுங்கள்..." என்றார் ஓஷோ.

அவருக்கு ஜெர்மனி மீது கொஞ்சம் மரியாதை இருந்தது. என்ன இருந்தாலும் ஏகாதிபத்தியத்துக்கு எதிராக அவர்கள் செயல்படு வார்கள் என்று கருதினார்.

ஆனால் -

அமெரிக்காவின் மற்ற அடிவருடி நாடுகளைவிட மோசமாக நடந்துகொண்டது ஜெர்மனி.

ஓஷோ தங்கள் நாட்டுக்குள் நுழைந்தால் அது உள்நாட்டுப்பாதுகாப் பையே கேள்விக்குரியதாக்கிவிடும் என்று விசித்திரமான, அபாண்டமான ஒரு காரணத்தைச் சொன்னார்கள்.

'விமானத்துக்கு எரிபொருள் நிரப்பிக் கொள்கிறோம்,

அனுமதி கொடுங்கள்...' என்று கேட்டதற்குக்கூட, ஓஷோ ஒரு நிமிடம் இங்கிருந்தாலும் எங்கள் நாடு நாசமாகி விடும் என்று அலறினார்கள்.

லண்டனில் வசித்து வந்த இந்தியர்கள் இந்தச் செய்திகளையெல்லாம் கேள்விப்பட்டு பதறினார்கள்.

"இங்கே வாருங்கள். இங்கிலாந்து ராணி உங்களை மரியாதையோடு நடத்துவார்..." என்று செய்தி அனுப்பினார்கள்.

ஓஷோவின் பரிவாரம் லண்டனுக்குக் கிளம்பியது.

பகவானும், அவருடன் வரும் பக்தர்களும் தங்குவதற்குரிய எல்லா ஏற்பாடுகளையும் அங்கிருந்தவர்கள் செய்துவைத்தனர்.

விமான நிலைய வாசலில் பெரும் வரவேற்பு தரவும் திரண்டனர்.

ஆனால் -

ஓஷோவைத் துரத்திக் கொண்டேயிருந்த அதிகாரம் அங்கும் அவரை அவமானப்படுத்தியது.

முதலில் ஓஷோவின் மருத்துவரான அமெரிக்கரை விமான நிலைய அதிகாரிகள் மிகவும் மோசமாக நடத்தினார்கள். ஒரு கொலைகாரனைக் குறுக்கு விசாரணை செய்வது மாதிரி கேள்வி மேல் கேள்வி கேட்டனர். அவருக்கு உதவுவதற்காக ஆஸ்திரேலியாவில் வக்கீலாக இருந்த பக்தர் ஒருவர் அதிகாரிகளுடன் பேசினார்.

"எங்கள் நாட்டுக்குள் நுழைந்துவிட்டு எங்களையே கேள்வி கேட்கிறாயா? உள்ளே தள்ளிவிடுவோம்..." என்று அந்த வக்கீலை அதிகாரிகள் நேரடியாகவே மிரட்டினார்கள்.

அமெரிக்க மருத்துவரோடு, இன்னொரு அமெரிக்கரையும் கைது செய்வதாக போதுமான காரணங்கள் இன்றி அறிவித்தனர்.

விமான நிலையத்திலேயே தங்களை இந்தளவு அவமரியாதை செய்பவர்கள், அங்கே தங்கியிருக்கும் காலத்தில் என்ன வேண்டுமானாலும் செய்வார்கள் என்பதை பகவான் உணர்ந்தார்.

"நாங்கள் வேறெங்காவது செல்கிறோம். உங்கள் நாட்டுக்குள்ளேயே வரவில்லை. நீண்ட பயணத்தின் காரணமாக களைப்பாக இருக்கிறோம். இங்கிருக்கும் விருந்தினர் அறையில் மட்டும் சில மணி நேரம் தங்கி இளைப்பாற அனுமதியுங்கள்..." என்று கேட்டனர்.

ஓஷோவையும், அந்த இரண்டு அமெரிக்கர்களையும் சிறைச்சாலை மாதிரியிருந்த ஓர் அறையில் அடைத்தனர். அங்கு உறங்குவதற்கான எந்த வசதியுமில்லை.

தரையில் துண்டு விரித்து பகவான் கண்களை மூடினார்.

இரவு முழுக்க அவரையே பார்த்துக் கொண்டு விழித்திருந்தனர் அந்த அமெரிக்க பக்தர்கள்.

இதற்கிடையே இங்கிலாந்து அரசாங்கம், அங்கிருந்த இந்தியத் தூதரைத் தொடர்பு கொண்டது.

"ஓஷோ உங்கள் நாட்டவர்தானே? அவரை நீங்கள் திருப்பி அழைத்துக் கொள்ளுங்கள்..." என்று யோசனை சொன்னது.

அந்த நள்ளிரவில் தில்லியைத்தொடர்பு கொண்டார் தூதர்.

"ஓஷோவை மட்டும் இந்தியாவுக்கு அனுப்புங்கள். அவருடன் இருக்கும் மற்ற வெளிநாட்டு பக்தர்களின் பிரச்னையை இங்கிலாந்து பார்த்துக்கொள்ளட்டும்..." என்று விட்டேத்தியான பதில் வந்தது.

பகவானைத் தனிமைப்படுத்த வேண்டும் என்பதே எல்லா நாடுகளின் நோக்கமாக இருந்ததை ஓஷோவும், அவருடைய குழுவினரும் புரிந்துகொண்டார்கள்.

இவ்வளவு பெரிய உலகில் ஒரே ஒரு நாடுகூட அறத்தோடு நடந்துகொள்ளத் தயாராக இல்லையே என்று வேதனைப்பட்டனர்.

தூங்கிக் கொண்டிருந்த ஓஷோவை அவசர அவசரமாக அதிகாரிகள் எழுப்பினார்கள்.

"நாளை மதியம் வரை நீங்கள் இங்கே இருக்கலாம். அதற்கு மேலும் இருந்தால் உங்களை வலுக்கட்டாயமாக இந்தியாவுக்கு அனுப்புவோம்..." என்று எச்சரித்தனர்.

எந்தவொரு காலகட்டத்திலும் தன்னை நம்பி தன்னுடனே எல்லா கஷ்டங்களையும் தாங்கி நிற்கும் சிஷ்யர்களுக்கு துணையாக, தான் இருக்க வேண்டும் என்று பகவான் நினைத்தார்.

இதற்கிடையே தற்காலிக ஏற்பாடாக கரீபியன் தீவுகளில் பகவானின் குழுவினர் தங்கிக்கொள்ள ஏற்பாடுகள் செய்யப்பட்டு வந்தன.

இங்கிலாந்து விடுத்த கெடுவுக்குள் ஜெட் விமானம் கிளம்பியது. எரிபொருள் நிரப்பிக் கொடுப்பதற்குக்கூட அவர்களுக்கு மனமில்லை. வழியில் அயர்லாந்து நாட்டின் அழகிய நகரமான ஷனானில் எரிபொருளுக்காக விமானம் தரையிறங்கியது. அந்நகரில் தங்குவதற்கு மூன்றுவார காலத்துக்கு பகவான் விசா பெற்றிருந்தார்.

புதியதாக உருவாகியிருந்த அந்த நகரில் ஒரு சுமாரான ஹோட்டலில் பகவானும், அவரது பக்தர்களும் தங்கினர்.

இவர்கள் ஹோட்டல் அறைக்குள் நுழைந்ததுதான் தாமதம். அந்த ஹோட்டலையே போலீஸார் ஆயுதங்களோடு சுற்றி வளைத்தனர்.

"எந்த நாடும் உங்களை ஏற்றுக்கொள்ள மறுக்கிறது என்றால் நீங்கள் எப்படிப்பட்ட குற்றவாளிகளாக இருக்க வேண்டும். உடனே எங்கள் நாட்டிலிருந்து கிளம்புங்கள்..." என்றனர்.

இதுவரை சந்தித்த அவமானங்களை எல்லாம் ஏற்றுக்கொண்ட ஓஷோ, இம்முறை பதிலடி கொடுக்க விரும்பினார்.

அதிகாரத்தில் இருக்கும் சிலரின் சொந்த விருப்பு, வெறுப்புகளுக்காக சட்டமும், அற நெறிமுறைகளும் செல்லாக் காசாகிக் கொண்டிருப்பதை இனியும் அனுமதிக்க முடியாது என்று கர்ஜித்தார்.

முறையாக விசா பெற்று தங்கியிருக்கும் தங்களை போலீஸார்

சட்டத்துக்குப் புறம்பாக வெளியேறச் சொல்கிறார்கள் என்று அங்கிருந்த நீதிமன்றத்தில் முறையிட்டார்.

உடனே அயர்லாந்து அரசாங்கம் விழித்துக் கொண்டது. பேச்சுவார்த்தைக்கு முன்வந்தது.

முடிந்தவரை ஓஷோவை சிக்கலின்றி தங்கள் நாட்டிலிருந்து வெளியேற்றப் பக்குவமாக நடந்து கொண்டது.

இதற்கிடையே கரீபியன் தீவுகளில் பகவானை செட்டில் செய்வதற்காக ஓஷோவின் பக்தர்கள் மேற்கொண்ட முயற்சிகளுக்கு இங்கிலாந்து அரசாங்கம் மறைமுகமாக முட்டுக்கட்டை போட்டுக் கொண்டிருந்தது.

இது தெரியாமல் அயர்லாந்து அரசு அதிகாரிகளோடு பகவான் தரப்பு பேச்சுவார்த்தை நடத்திக் கொண்டிருந்தது.

ஓர் ஆன்மிகவாதி ஆசிரமம் அமைத்துத் தங்குவதற்கு உலகமே எதிர்ப்பு தெரிவித்தது ஓஷோ விவகாரத்தில் மட்டும்தான்!

ஒரே ஒரு நாடு மட்டும் பகவானை வரவேற்க விரும்புவதாக தாமாக முன்வந்து அறிவித்தது!

39

உருகுவே நாட்கள்!

உருகுவே.

உலகக் கோப்பை கால்பந்து போட்டிகள் நடக்கும்போது மட்டும்தான் இந்த நாட்டின் பெயரே எல்லோருக்கும் நினைவுக்கு வரும். தென் அமெரிக்காவில் பிரேஸில், அர்ஜெண்டினாவுக்கு அருகில் இருக்கும் சிறிய நாடு.

மக்கள் தொகையில் பாதிப் பேருக்குத்தான் கடவுள் நம்பிக்கையே உண்டு. மீதிப் பேர் ரோமன் கத்தோலிக்கர்கள். ஸ்பானிஷ்தான் உருகுவேயின் மொழி.

அந்த காலக்கட்டத்தில் ஓஷோவை வரவேற்றது உருகுவே மட்டும்தான்.

ஓஷோ, தங்கள் நாட்டுக்கு வந்து நிரந்தரமாகத் தங்குவதன் மூலமாக, உலக அளவில் உருகுவேக்கு மரியாதை கிடைக்கும் என்று அந்நாட்டின் ஜனாதிபதி நினைத்தார். மேலும் ஐரோப்பியத் தொடர்புகள் மூலமாக பெருமளவு அந்நியச் செலாவணியையும் ஈட்டமுடியும் என்று நம்பினார்.

உலகமெங்கும் ஓஷோவை ஆன்மிகவாதிகள் சில நிபந்தனை களோடு ஏற்றுக்கொண்டார்கள். இந்தியாவில் தொடங்கி அமெரிக்கா வரை அவரை எதிரியாகக் கருதியவர்கள் அரசியல்வாதிகள் மட்டும்தான். பின்னாளில் அமெரிக்கா வின் நிர்ப்பந்தத்துக்காக ஐரோப்பிய நாடுகளிலும் அரசியல், பகவானை எதிர்த்தது.

ஆனால் -

இந்த நிலைக்கு நேர்மாறாக உருகுவேயின் அரசியல்வாதிகள் அவரை வரவேற்றார்கள்.

அயர்லாந்து அரசு சுமுகமாகப் பேசி ஓஷோவை வழி அனுப்பி வைத்தது.

1989, மார்ச் 19ம் தேதி அயர்லாந்திலிருந்து ஸ்பெயினுக் குச் செல்லத் திட்டமிட்டிருந்தனர். ஸ்பெயினிலிருந்து கிரீன் சிக்னல் கிடைக்கவில்லை. இத்தனைக்கும் ஸ்பெயின் மற்றும் இத்தாலி போன்ற நாடுகளில் இருந்த சன்னியாசிகள், ஓஷோவை வரவேற்கும் மனநிலையிலேயே இருந்தார்கள். எங்கும் பகவானை விரட்டிக் கொண்டிருந்த பாழாய்ப்போன அரசியலே அங்கும் அவருக்கு எதிராக இருந்தது.

இதற்கிடையே ஓஷோவை தங்கள் நாட்டுக்கு தயவுசெய்து வந்துவிட வேண்டாம் என்று சிறுநாடான ஆண்டிகுவா கேட் டுக் கொண்டது. இத்தாலியில் அவரது விசா விண்ணப்பம் நிராகரிக்கப்பட்டது. ஜெர்மனி, தன்னுடைய இரும்புக் கதவுகளை இறுக சாத்திக் கொண்டது.

இலக்கற்ற வான்வழிப் பயணத்தின் வழியில் எரிபொருள் நிரப் பிக்கொள்ள மட்டும் சிலநாடுகள் அனுமதித்தன. இதற்கும் கூட அங்கிருந்த அரசு அதிகாரிகளுக்கு பெரும் தொகை கையூட்டாகக் கொடுக்க வேண்டியிருந்தது.

கரீபியன் நாடுகளுக்குச் செல்லும் வழியில் கனடாவில் எரிபொருள் நிரப்ப பகவானின் ஜெட் விமானம், காண்டர் என் கிற விமானநிலையத்தில் தரையிறங்க அனுமதி கேட்டது. பதறிப் போன கனடா அரசாங்கம், "இந்தப் பக்கமே வந்து விடாதீர்கள்..." என்று கதறியது.

இருப்பினும் எரிபொருள் தீர்ந்துகொண்டிருந்த நிலையில்

வேறெந்த வழியுமில்லாமல் விமானத்தை வேண்டாவெறுப் பாகத் தரையிறங்க அனுமதித்தது கனடா அரசு. எனினும், ஓஷோ விமானத்தில் இருந்துகூட கீழே இறங்கக்கூடாது என்று கடுமையாக நிபந்தனை விதித்தனர்.

பகவானின் கால் பட்டாலே தங்கள் மண் தீட்டுப்பட்டுவிடும் என்று கனடா அஞ்சுவது மாதிரி தோன்றியது.

ஒருவழியாக தென்னமெரிக்காவின் பிரேசிலில் ஒரு கடல் துறைமுகத்துக்கு விமானம் வந்து சேர்ந்தபோது பகவானின் உடல் நிலை, இடைவிடாத பயணங்களின் காரணமாக மோசமாகி இருந்தது.

அமெரிக்காவின் மீது இரசாயனப் போர் தொடுத்தவர் என்று அவதூறுக்கு உள்ளான ஓஷோ, தங்கள் நாட்டுக்கு வந்து சேர்ந்திருக்கிறார் என்பதால் பிரேசில் பதற்றத்துக்கு ஆளானது. கெடுபிடி அதிகரித்தது.

பிரேசில் அதிகாரிகள் நேரடியாக விமானத்துக்கு வந்து எல்லோரையும் பரிசோதித்தார்கள். வெவ்வேறு நாடுகளுக்குப் போய்விட்டு வந்தவர்கள் என்பதால், அவர்கள் மூலமாக ஏதாவது தொற்றுநோய் தங்கள் நாட்டுக்குள் வந்துவிடுமோ என்று அவர்கள் அச்சப்பட்டனர். பகவானுக்குத் தேவையான முதலுதவி சிகிச்சை கள் அங்கே வழங்கப்பட்டன. மூச்சுத்திணறல் இருந்ததால் அவருக்கு ஆக்சிஜன் மாஸ்க் வழங்கினார்கள்.

அங்கிருந்த அதிகாரிகளிடம் ஓஷோ சிரித்துப் பேசினார். "பயந்து விடாதீர்கள். நான் உங்கள் நாட்டில் தங்க வரவில்லை. உடனடி யாக உருகுவேக்குத் தான் செல்கிறேன். நியாயமாக அவர்கள்தான் பயப்பட வேண்டும்!" என்றார்.

உருகுவேயில் பெரிய வரவேற்பு எதையும் ஓஷோவும், அவரது குழுவினரும் எதிர்பார்க்கவில்லை.

ஆனால் -

உருகுவே அரசு ஜமாய்த்து விட்டது. அந்நாட்டின் தலைநக ரான மாண்டிவீடியோவில் சிறப்பான, கவுரவமான வரவேற்பு கிடைத்தது. இத்தகைய மரியாதையெல்லாம் கிடைத்து மாமாங்க மாகி விட்டதால் ஓஷோவும், அவரது சீடர்களும் உற்சாக மடைந்தனர்.

அங்கு கடற்கரையோரமாக வீற்றிருந்த அழகான ஒரு பங்களாவை ஓஷோவுக்கு ஒதுக்கித் தந்தார்கள்.

பல நாட்களுக்குப் பிறகு மீண்டும் ஓஷோ தன்னுடைய வழக்கப்படி இயங்க ஆரம்பித்தார். தியானம், உரையெல்லாம் வழக்கம்போல நடந்தது.

பகவானைப் பார்க்க தினமும் ஐம்பதிலிருந்து நூறு பேராவது வரத் தொடங்கினார்கள். அவர்களுக்காக மீண்டும் உரையாற்றத்

தொடங்கினார்.

அமெரிக்கா, ஐரோப்பா, இந்தியாவிலிருந்தெல்லாம் பகவானைப் பார்க்க பக்தர்கள் குவியத் தொடங்கினார்கள்.

உருகுவே அரசாங்கம் எதிர்பார்த்ததைப் போன்றே அந்நாட்டின் பெயர் செய்தித்தாள்களில் அடிபட்டது. அப்போது உலகக்கோப்பை கால்பந்து போட்டிகள் மெக்ஸிகோவில் தொடங்கும் நேரம். எப்போதுமே கால்பந்தால் மட்டுமே அடையாளம் காணப்படும் உருகுவேயின் பெயர், ஓஷோ அங்கே தங்கியிருந்த காரணத்தாலும் தலைப்புச் செய்திகளில் இடம்பெற ஆரம்பித்தது.

ஓஷோ மிகவும் விரும்பக்கூடிய ரோல்ஸ்ராய்ஸ் காரை வழங்கக்கூடிய நிதிவசதி ஏழை நாடான உருகுவேக்கு இல்லை. ஏழைக்கு ஏற்ற எள்ளுருண்டையாக ஒரு நீலநிற வோல்க்ஸ்வேகன் காரை அவரின் பயன்பாட்டுக்குக் கொடுத்தார்கள். ரஜனீஷ்புரத்தில் செய்ததைப் போலவே, அந்த காரில் செல்ஃப் டிரைவிங்காக நகர் உலா வரத் தொடங்கினார் பகவான்.

ஓரிரு மாத காலம் நன்றாகத்தான் போனது.

உருகுவே நாட்டிலேயே நிரந்தரமாகத் தங்கிவிட முடியுமென்ற நம்பிக்கை பகவான் குழுவினருக்கு ஏற்பட்டது.

இங்கே நிலங்கள் வாங்கி, புதிய ரஜனீஷ்புரத்தை உருவாக்கி விடலாம் என்றுகூட நினைத்தனர்.

ஆனால் -

விதி அவர்களைக் கண்டு சிரித்தது.

ஓஷோ எங்குமே ஒரு சுற்றுலாப் பயணியாகக் கூட சில நாட்கள் தங்கிவிடக் கூடாது என்பதில் உறுதியாக இருந்தது.

உருகுவே நாட்டில் அவர் நிம்மதியாக இருக்கிறார் என்று அங்கிருந்த அமெரிக்கத் தூதரக அதிகாரிகள், வாஷிங்டனுக்கு ரிப்போர்ட் அனுப்பியிருந்தார்கள்.

அதன் அடிப்படையில் அமெரிக்காவின் வெளியுறவுத்துறை அதிகாரிகள் உருகுவேக்கு உடனடியாகப் பறந்து வந்தார்கள்.

அரசியல்ரீதியாக உருகுவே குடியரசுத் தலைவரை மிரட்டத் தொடங்கினர். அப்போது ஜூலியோ மரியா என்பவர்தான் ஜனாதிபதி. ஓஷோவின் மீதும் பெரும் மதிப்புக் கொண்டவர்.

ஒருநாள் மாலை அவர் பகவானைச் சந்திக்க வந்தார்.

"நான் உங்களது நிறைய நூல்களை வாசித்திருக்கிறேன். புதிய சமுதாயம் என்கிற உங்களுடைய கொள்கை என்னை மிகவும் ஈர்த்திருக்கிறது..." என்று கொஞ்சம் தயக்கமான குரலில் பேச ஆரம்பித்தார்.

"நீங்கள் என்னுடைய நலம் விரும்பி என்பதை அறிவேன். எந்த விஷயமாக இருந்தாலும் தயக்கமின்றிப் பேசலாம்..." என்று அனுமதித்தார் பகவான்.

"நாங்கள் மிகவும் ஏழை நாடு என்பதை நீங்கள் உணர்ந்திருப்பீர்கள். நீங்கள் இங்கு வந்து தங்குவதின் மூலமாக எங்கள் நாட்டின் பெயர் புகழடையும், நிறைய முதலீட்டாளர்களை ஈர்க்குமென்று நினைத்தோம். ஆனால்."

"ஆனால்?"

"அமெரிக்க அதிபர் ரொனால்ட் ரீகன் எனக்கு முப்பத்தியாறு மணி நேரம் கெடு விதித்திருக்கிறார்..."

உருகுவே கையாலாகாத நிலையில் இருப்பது ஓஷோவுக்குப் புரிந்தது.

"என்னை வெளியேற்றச் சொல்லி மிரட்டுகிறார்களா?" ஓஷோ கேட்டார்.

"ஆமாம். இல்லாவிட்டால் அவர்களிடம் நாங்கள் பெற்றிருக்கும் பல மில்லியன் டாலர் தொகையை உடனே திருப்பிச் செலுத்தச் சொல்கிறார்கள்..."

"நீங்கள் என்ன முடிவெடுத்திருக்கிறீர்கள்?"

"உங்களை வெளியேறச் சொல்ல எனக்கு மனமில்லை. அதே நேரம் கடன் என்கிற அடிமைப் பத்திரத்துக்கு நான் கையெழுத்துப் போட்டிருக்கிறேன்..." ஜூலியோவின் கண்கள் லேசாகக் கசிந்தன.

தன்னுடைய நாட்டின் மீதும், மக்களின் மீதும் அவர் கொண்டிருந்த அளவற்ற நேசம் பகவானுக்குப் புரிந்தது.

"உங்களுக்கு நான் எந்த தர்மசங்கடத்தையும் கொடுக்க மாட்டேன்..." என்று குடியரசுத் தலைவருக்கு வாக்கு கொடுத்தார்.

கைகூப்பி நன்றி சொன்ன அவர், "உங்களை நாடுகடத்தி அவமானப்படுத்தச் சொல்லி எனக்கு உத்தரவு. என் உயிரே போனாலும் அதை செய்ய மாட்டேன்..." என்றார்.

எந்த ஆர்ப்பாட்டமுமின்றி, யாருக்கும் சொல்லாமல் அன்று மாலையே பகவானும், அவரது குழுவினரும் விமானநிலையத்துக்குச் சென்றார்கள்.

ஆனால் –

அதற்கு முன்பாகவே அங்கு அமெரிக்க அதிகாரிகள் இவர்களை எதிர்பார்த்துக் காத்திருந்தனர்.

39

Bravo America!

ஒரு மனிதரை நாடு கடத்துவது என்பது அவரை உச்சபட்சமாக அவமானப்படுத்துவது.

"என் உயிரே போனாலும் உங்களை நாடு கடத்த மாட்டேன்..." என்கிற உருகுவே குடியரசுத் தலைவரின் பெருந்தன்மைக்கு, பகவான் நெகிழ்ச்சியாக நன்றி தெரிவித்தார்.

ஆனால் -

விமான நிலையத்தில் அமெரிக்க அதிகாரிகள் வல்லூறுகள் மாதிரி காத்திருந்தார்கள்.

பகவானின் பாஸ்போர்ட்டில் அவர் நாடு

கடத்தப்பட்டதாக பதிவாக வேண்டும் என்பதில் உறுதியாக இருந்தார்கள்.

உருகுவே குடியரசுத் தலைவரின் உறுதிக்கு மாறாக, விமான நிலையத்தில் இருந்த அதிகாரிகள் ஓஷோவை நாடு கடத்தியதாக விண்ணப்பத்தில் குறிப்பிட்டார்கள்.

உருகுவேயிலிருந்து ஓஷோவின் விமானம் மீண்டும் இலக்கில்லாமல் வானில் பறந்தது.

இதற்கிடையே அவரை தாங்கள் கொடுத்த கெடுவுக்குள் வெளியேற்றி விட்டதால் உருகுவேவுக்கு முப்பத்தி ஆறு மில்லியன் டாலர்களை ஊக்கத் தொகையாக அமெரிக்க அரசு கொடுத்தது. அதாவது முப்பத்தி ஆறு மணி நேரக் கெடுவுக்குள் வெளியேற்றிய தால் முப்பத்தி ஆறு மில்லியன் டாலர்களாம்!

இதைக் கேள்விப்பட்ட ஓஷோ நகைச்சுவையாக அறிவித்தார்.

“உலக நாடுகளே உங்களுக்கு பணம் வேண்டுமானால், என்னை வரவேற்று உபசரியுங்கள். என்னை நாடு கடத்தி வெளியேற்ற அமெரிக்கா உங்களுக்கு எத்தனை மணி நேரம் கெடு விதிக்கிறதோ, அத்தனை மில்லியன் டாலர்களை நீங்கள் வெல்லலாம்!”

பகவான் நகைச்சுவையாகக் குறிப்பிட்டதை மொரீஷியஸ் பிரதமர் சீரியஸாக எடுத்துக் கொண்டாரோ என்னவோ தெரியவில்லை. ஓஷோவை, தான் வரவேற்கத் தயாராக இருப்பதாக தெரிவித்தார். அவர் தங்கள் நாட்டுக்கு வந்தால் தங்களுக்கு இரண்டு பில்லியன் டாலர்கள் கிடைக்கக்கூடும் என்று வெளிப்படையாகவே ‘பிசினஸ்’ ரகசியத்தைப் போட்டு உடைத்தார்.

பகவானின் விமானம் மொரீஷியஸ் தீவில் தரையிறங்கியது.

விஷயம் கேள்விப்பட்டு அமெரிக்கா சுறுசுறுப்பானது. வந்த வேகத்திலேயே விமானம் மீண்டும் விண்ணில் கிளம்பியது. மொரீஷியஸுக்கு அமெரிக்காவிலிருந்து எவ்வளவு பணம் கைமாறியது என்று துல்லியமான தகவல்கள் இல்லை.

அமெரிக்கா இவ்வளவு டார்ச்சர் செய்தும், அமெரிக்கர்கள் மீது பகவானுக்கு கோபமே வரவில்லை.

‘Bravo America!’ என்று அடிக்கடி வாழ்த்துவார். அமெரிக்கா தன்னுடைய முதன்மை எதிரியாகக் கருதி, இவரை உலகின் மூலை முடுக்குக்கு எல்லாம் துரத்திக் கொண்டிருந்த நிலையிலும், இம்மாதிரி அமெரிக்காவை வாழ்த்திப் பேசுவதை அவர் நிறுத்தவே இல்லை.

“ஒவ்வொரு அமெரிக்கனும் தனி மனிதனாக அப்பாவி. துடிப்பான செயல்வேகம் கொண்ட அமெரிக்கர்களால் புதிய சமுதாயத்தை அமைக்க முடியும். ஆனால், அரசியல் என்று வரும் போது அமெரிக்காவின் கூட்டு மனச்சாட்சி சர்வாதிகாரமாக, சுயநலமாக நடந்துகொள்கிறது.

ஒரு தனி அமெரிக்கன் வேறு. அமெரிக்கா என்கிற பெரிய நாடு

வேறு. அமெரிக்கன் நல்லவன். ஆனால், அவனுடைய நாடு...?" என்று புரியும்படியாக விளக்கம் அளித்தார். அதாவது அமெரிக்கா வேறு, அமெரிக்கன் வேறு என்பது அவர் எண்ணமாக இருந்தது.

தன்னுடைய அரசு செய்யும் எல்லா அநியாயங்களையும், அந்நாட்டில் பிறந்துவிட்டதாலேயே அந்நாட்டின் குடிமகன் ஏற்றுக்கொண்டாக வேண்டியதில்லை. அரசைத் தாண்டி தன்னிச்சையாக சிந்திக்க முடிபவர்களாலேயே புதிய சமுதாயம் சாத்தியம் என்பது ஓஷோவின் நம்பிக்கை. இந்தியர்களைவிட அமெரிக்கர்கள் தான் புதிய சமுதாயத்துக்கு வேலைக்கு ஆவார்கள் என்று அவர் கருதியதும் அதன் பொருட்டுதான்.

ஓஷோவின் விளக்கம் சரிதான். தங்கள் நாடு, ஒரு சாமியாரை தேவையே இல்லாமல் அலைச்சலுக்கு உள்ளாக்குவது அறிந்து அங்கிருந்த மக்கள் வேதனைப்பட்டனர். பெரும்பாலும் அமெரிக்க அரசின் கொள்கை முடிவுகளும், தனியான ஒரு அமெரிக்கக் குடிமகனின் மனஓட்டமும் ஒத்திசைவாகச் செயல்படவில்லை.

வியட்நாம் போரில் தொடங்கி சமீபத்திய வளைகுடாவில் அமெரிக்காவின் வணிக ஊடுருவல் வரையிலும் சராசரி அமெரிக்கனுக்கு தன் நாடு மீது கடுமையான அதிருப்தி உண்டு.

உலக நாடுகளை எல்லாம் ஏகாதிபத்தியம் செய்து ஏய்த்துப் பிழைக்கும் நாடாக இருந்தாலும், சொந்த நாட்டு மக்களுக்கு கருத்து சுதந்திரம் மற்றும் போராட்டங்களுக்கான அனுமதி வழங்குவதில் அமெரிக்கா தாராளமாகவே நடந்துகொள்வது நம்மால் எளிதில் புரிந்துகொள்ள முடியாத ஒரு முரண்தான்.

இந்தியா போன்ற மிகப்பெரிய ஜனநாயக நாட்டிலேயே கூட அரசை மக்கள் விமர்சிப்பது குறித்த சகிப்புத்தன்மை ஆட்சியாளர்களுக்குக் குறைந்துகொண்டே வருவதை சமீபத்திய நிகழ்வுகள் எடுத்துக் காட்டுவது நமக்குக் கொஞ்சம் கவலையான அம்சம்தான்.

எனவேதான் ஓஷோ, தீர்க்கதரிசனமாக 'புதிய சமுதாயம் அமைக்க இந்தியன் வேலைக்கு ஆகமாட்டான்' என்று கருதினாரோ என்னவோ?

சரி, கதைக்கு வருவோம்.

மொரீஷியஸிலிருந்து கிளம்பிய ஓஷோவின் விமானம் எங்கே தரையிறங்கப் போகிறது என்பதை அவரது பக்தர்களைவிட ஆவலாக எதிர்பார்த்துக் காத்துக் கிடந்தவர்கள் அமெரிக்க வெளியுறவுத்துறை அதிகாரிகள்தான்.

எல்லா நாடுகளிடமுமே 'பகவானை சேர்க்காதீர்கள். சேர்த்தால் அமெரிக்க உறவில் உங்களுக்கு சிக்கல் ஏற்படலாம்' என்று அந்தந்த நாடுகளின் அமெரிக்கத் தூதர்கள் வாய்மொழியாக 'அன்புடன்' ஆலோசனை கூறியிருந்தார்கள்.

மீண்டும் கரீபியன் தீவுகளை நோக்கி பகவானின் விமானம் சென்றது.

அங்கிருக்கும் குட்டி குட்டி நாடுகளில் ஏதோ ஒன்று ஓஷோவை வரவேற்கக் காத்திருக்கிறது என்பதைப் புரிந்து கொண்ட அமெரிக்க அரசு அதிகாரிகள், எல்லா நாடுகளின் முக்கிய விமான நிலையங்களுக்கும் விரைந்தார்கள். அவர்களது கையில் டாலர் நோட்டுகள் நிரம்பிய சூட்கேஸ்கள் இருந்தன. குடியேற்ற அதிகாரிகளுக்கு லஞ்சம் கொடுத்து, ஓஷோ குழுவினரை விமான நிலையத்திலிருந்தே திருப்பியனுப்ப சட்டத்துக்கு விரோதமாக மிகவும் அசிங்கமான முறையில் திட்டமிட்டிருந்தனர் அமெரிக்கர்கள்.

ஆனால் -

ஜமைக்காவில் மாண்டிகோ பே என்கிற அழகிய நகரத்துக்கு பகவானும், அவரது குழுவினரும் வந்து சேர்ந்தார்கள். அங்கே அவர் தங்கியிருக்க சிறப்பான ஏற்பாடுகளை ஜமைக்கா செய்திருந்தது.

ஓஷோ இங்கே சில நாட்கள் தங்கியிருந்தால், அமெரிக்கா வந்து பேரம் பேசும் என்பது ஜமைக்காவின் எதிர்பார்ப்பு.

அந்த எதிர்பார்ப்பு பொய்க்கவில்லை. ஜமைக்கா நாட்டின் உயரிய பதவிகளில் இருந்தவர்களை அமெரிக்க அதிகாரிகள் (கையில் பெரிய சூட்கேஸுடன்தான்) 'மரியாதை நிமித்தமாக' சந்தித்தார்கள். வாஷிங்டனிலிருந்து ஜமைக்காவின் முக்கியஸ்தர்களுக்கு போன் காலும் வந்தது. அன்பாகவும், அதட்டலாகவும் சில வாக்குறுதிகள் கொடுக்கப்பட்டன.

இதைத் தொடர்ந்து பகவான் குழுவினர் தங்கியிருந்த வீடு, காவலர்களால் முற்றுகையிடப்பட்டது.

"தவிர்க்க முடியாத காரணங்களால், இங்கே தங்குவதற்கு உங்களுக்குக் கொடுத்திருந்த அனுமதியை ஜமைக்கா அரசு திரும்பப் பெற்றுக் கொள்கிறது. அடுத்த இருபத்து நான்கு மணி நேரத்தில் நீங்கள் இங்கிருந்து வெளியேற வேண்டும் என்று விரும்புகிறோம்..." என்று போலீஸ் தலைவர், ஓஷோவிடம் தெரிவித்தார்.

இதை ஏற்கனவே எதிர்பார்த்திருந்த பகவான், புன்னகையோடு வெளியேற ஒப்புக் கொண்டார்.

இவ்வாறாக நாடு நாடாக அலைக்கழிக்கப்பட்டுக் கொண்டிருந்த நேரத்தில் ஐரோப்பாவில் இருந்த பக்தர்கள் போராடி, போர்ச்சுகல் நாட்டில் தங்க பகவானுக்கு அனுமதி பெற்று விட்டார்கள்.

விஷயம் கேள்விப்பட்ட அமெரிக்கா நறநறத்தது. உடனடியாக போர்ச்சுகல்லின் லிஸ்பன் நகரை அமெரிக்க அதிகாரிகள் முற்றுகையிட்டனர்.

பகவான் தரையிறங்கியதுமே பிரச்னை செய்ய திட்டமிட்டார்கள். தங்கள் வழக்கமான முறையில் அங்கிருந்த அதிகாரிகளுக்கு லஞ்சம் கொடுத்து, விமான நிலையத்தில் வைத்தே

205

திருப்பியனுப்ப ஏற்பாடுகளைச் செய்திருந்தனர்.

மேலும் -

போர்ச்சுகல்லை பகவான் அடைய, வழியில் கனடாவில் விமானத்துக்கு எரிபொருள் நிரப்ப வேண்டும்.

கனடா அரசு அதற்கு அனுமதி அளிக்கவில்லை.

எனவே -

எந்த மார்க்கமாக பகவான் லிஸ்பனுக்கு வரப்போகிறார் என்பது யாருக்குமே தெரியவில்லை.

லிஸ்பன் நகரின் விமான நிலையத்தில் பகவானை வரவேற்க நூற்றுக் கணக்கில் பக்தர்கள் குவிந்து, வரவேற்பு ஏற்பாடுகளை பிரமாதமாக செய்து கொண்டிருந்தார்கள்.

அமெரிக்க அதிகாரிகளும் கண்ணில் விளக்கெண்ணெய் விட்டுக் காத்திருந்தார்கள்.

ஏற்கனவே பெற்ற அனுபவங்களால் இம்முறை அமெரிக்காவுக்கு 'பெப்பே' காட்டும் வகையில் பகவானின் பக்தர்கள் செயல்பட்டனர்.

லிஸ்பனுக்குத்தான் அவர் வரப்போகிறார் என்று அனைவரும் காத்திருந்த நிலையில், பகவானின் விமானம் ஸ்பெயின் நாட்டின் மாட்ரிட் நகரில் எந்தவித சலசலப்பையும் ஏற்படுத்தாமல் தரையிறங்கியது.

ஏமாந்துபோன அமெரிக்க அதிகாரிகள், உடனடியாக லிஸ்பனிலிருந்து மாட்ரிட்டுக்கு விரைந்தார்கள்.

அவர்களது கார் வரிசையாக மாட்ரிட் நகருக்குள் நுழையும் போது, எதிரில் இன்னொரு கார் வெளியேறிக் கொண்டிருந்தது. அதனுள்தான் பகவான் இருந்தார் என்பதை அவர்கள் எப்படி அறிந்திருக்க முடியும்?!

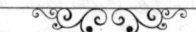

41

மீண்டும் கோட்டையைப் பிடித்தார்!

ஓஷோவை போர்ச்சுக்கல்லின் லிஸ்பன் நகரில் அமெரிக்க அதிகாரிகள் எதிர்பார்த்திருந்த நிலையில், அவர் ஸ்பெயினின் மாட்ரிட்டில் தரையிறங்கினார்.

உடனே அமெரிக்கர்கள் வெறியோடு மாட்ரிட் நோக்கி பயணிக்க, சத்தமேயின்றி மாட்ரிட்டிலிருந்து லிஸ்பனுக்கு வந்தார் பகவான்.

அமெரிக்காவுக்கு இவ்வாறாக அல்வா

கொடுத்துவிட்டு, லிஸ்பனில் ஒரு ஹோட்டல் அறையில் ரகசிய மாகத் தங்குவதற்கு ஏற்பாடுகள் செய்யப்பட்டிருந்தன.

போர்ச்சுக்கல்லில் இருந்த பக்தர்கள் பகவானைக் கோலாகல மாகக் கொண்டாடினார்கள். தினமும் ஹோட்டலுக்குத் திரண்டு வந்து அவரை தரிசித்துவிட்டுச் சென்றார்கள்.

இதனால் அதுநாள் வரை டூரிஸ்ட்டுகளே இல்லாமல் ஈயடித்துக் கொண்டிருந்த அந்த ஹோட்டலில் திடீரென்று சலசலப்பு ஏற்பட்டது.

பகவானின் சீடர்கள் சிலர் அவரிடம் சொன்னார்கள்.

"பகவானே! தாங்கள் இங்குதான் தங்கியிருக்கிறீர்கள் என்பதைத் தெரிந்துகொண்டால் மீண்டும் அமெரிக்கா பிரச்னை செய்யும்..."

"பிரச்னை செய்வது அவர்களது வேலை. ஒவ்வொரு முறையும் அவர்களது மூக்கை உடைப்பது நம்முடைய கடமை..." என்று ஜாலியாக ஜோக்கடித்தார் பகவான்.

"அதனால்தானே லிஸ்பனுக்கு வருவதாக தகவல் சொல்லி, நாம் மாட்ரிட்டில் இறங்கி அமெரிக்கர்களை அலையவிட்டோம். இப்போது நீங்கள் இங்கே தங்கியிருப்பதை அமெரிக்கர்கள் அறியாவண்ணம் மேலும் சில முன்னெச்சரிக்கைகளை மேற்கொள்கிறோம்..."

"என்னமாதிரி முன்னெச்சரிக்கைகள்?"

"நீங்களே கவனித்திருக்கலாம். சமீபமாக நாங்கள் யாரும் ஆரஞ்ச் நிற உடை அணிவதில்லை. தாடி வைப்பதில்லை. சுற்றுலாப் பயணி களைப் போன்ற தோற்றத்தில் உலவுகிறோம்..."

"கவனித்தேன்!"

"நீங்களும் அதுமாதிரி..."

"அதாவது என் நீண்ட அங்கியைத் துறக்க வேண்டும். தாடியை மழிக்க வேண்டும். முடியை ஒட்ட நறுக்க வேண்டும்..."

"ஆமாம் பகவானே. நம் பக்தர்களைத் தவிர வேறு எவரும் உங்களை அடையாளம் காண முடியாது..."

"அதாவது என்னை மறைந்து மாறுவேடத்தில் வாழச் சொல்கிறீர்கள்..."

"சில காலத்துக்குத்தான். அதற்குள்..."

"அமெரிக்க அதிகாரிகள் முட்டாள்கள்தான். ஆனால், நீங்கள் நினைக்குமளவுக்கு அடிமுட்டாள்கள் அல்ல..." பகவானின் குரலில் உஷ்ணம் ஏறியது. அவரே தொடர்ந்தார்.

"கேவலம் அமெரிக்க அதிகாரிகளுக்குப் பயந்து இந்த ஓஷோ முடியைத் துறந்தார், உடையை மாற்றினார் என்று எதிர்காலம் என்னை கேலி பேசவேண்டுமா?"

நிர்த்தாட்சண்யமாக தன்னுடைய தோற்றத்தை மாற்றிக்கொள்ள பகவான் மறுத்துவிட்டார்.

அதே ஹோட்டலில் மேலும் சில நாட்கள் தங்கியிருந்தால் மாட்டிக் கொள்வோம் என்கிற உண்மை நிலவரம், பகவானை அங்கே பாதுகாத்து வைத்திருந்த பக்தர்களுக்குப் புரிந்தது.

உடனடியாக அங்கிருந்து வெளியேறுவதாக ஒரு நாடகம் நடத்தினார்கள். எவருக்கும் தெரியாமல் ரகசியமாக அதே ஹோட்டலில் இருந்த வசதிகள் குறைவான சுமாரான அறையை எடுத்து ஓஷோவை வேறு பெயரில் தங்க வைத்தார்கள். இதனால் ஓஷோவைத் தேடிவந்த பக்தர்கள் பலரும் ஏமாந்துபோய் திரும்பி னார்கள். ஏமாந்து திரும்பிய அந்தக் கூட்டத்தில் சில அமெரிக்க உளவாளிகளும் அடக்கம்.

ஆனால் -

போதுமான வசதிகள் இல்லாத தூசி நிறைந்த அறையில் தங்கியதால் ஓஷோவுக்கு உடல்நலக்குறைவு ஏற்பட்டது. ஏற்கனவே அவரைத் துன்புறுத்தி வந்த ஆஸ்துமா பிரச்னை அதிகரித்தது.

பகவானுக்கு சிகிச்சை அளிக்க ஏதுவாக வேறொரு ரகசிய வீட்டைத் தேடினார்கள்.

லிஸ்பன் நகருக்கு வெளியே தனித்திருந்த அந்த வீடு கிடைத் தது. அங்கு வைத்து ஓஷோவுக்கு சிகிச்சை அளிக்க அவருடைய மருத்துவரான டாக்டர் அம்ருதோ திட்டமிட்டிருந்தார்.

இதற்கிடையே அமெரிக்கர்கள் சுறுசுறுப்பாகப் பணியாற்றி இருந்தனர்.

போர்ச்சுக்கல் அரசாங்கம் மூலமாக காய்களை நகர்த்தத் தொடங்கினர்.

புதிய வீட்டுக்கு பகவான் வருவதற்கு முன்பாகவே, அந்த வீட்டை காவல்துறையினர் முற்றுகையிட்டனர். ஓஷோவுக்கு இடம் தரக்கூடாது என்று வீட்டின் உரிமையாளர் மிரட்டப்பட்டார்.

உடல்நலமும் மோசமாகிக் கொண்டிருந்த நிலையில் இன் னும் பகவானை அலைக்கழித்துக் கொண்டிருக்க வேண் டாம் என்கிற முடிவுக்கு வேதனையோடு பக்தர்கள் வந்த னர். எனவே அவரை இந்தியாவுக்கே அனுப்புவதற்கு முடிவெடுத்தனர்.

தான், தங்குவதற்கு உலகின் பல்வேறு நாடுகளின் கதவுகளைத் தட்டி, தோல்வியோடு தாய்நாட்டுக்கே திரும்பினார் பகவான்.

இருபத்தியோரு நாடுகள், அவரை தங்கள் நாட்டில் தங்க விடாமல் துரத்தி அடித்தன. தங்க வைக்க முன்வந்த நாடுகளும் பல்வேறு காரணங்களால் கையை விரித்து விட்டன.

1986, ஜூலை 28ம் தேதி மீண்டும் இந்தியாவுக்கு கிளம்பினார். மறுநாள் மும்பை வந்து சேர்ந்தார். அவர் தங்குவதற்கு சன்னியாசி ஒருவர் இடம் அளித்தார்.

இடைப்பட்ட இந்தக் காலத்தில் ஆசிரமத்தின் பெரும்

பணம் வெவ்வேறு நாடுகளில் செலவாயிருந்தது. புதிதாக நிதி திரட்டக்கூடிய நிலையிலும் நிர்வாகிகள் இல்லை. பகவான் திட்ட மிட்டிருந்த புதிய திட்டங்கள் எல்லாமே தொடங்கிய நிலையிலேயே கைவிடப்பட்டன.

ஓஷோவோடு மதரீதியாகப் பல்வேறு கருத்து மாறுபாடுகள் கொண்டிருந்தாலும், இந்திய சன்னியாசிகள் தங்கள் மத்தியில் அவரை ஒரு சூப்பர் ஸ்டாராகவே மதித்தனர். எனவே, அவர் பக்கம் நின்றனர்.

மும்பையில் மக்களை மீண்டும் சந்தித்து உரையாற்ற ஆரம்பித்தார் பகவான். நாளுக்கு நாள் அவரைக் காண கூட்டம் கூடிக்கொண்டேயிருந்தது. சாதி, மதங்களையெல்லாம் கடந்து முக்கியஸ்தர்கள் அவரை தரிசித்து வாழ்த்து பெறுவதை பாக்கியமாகக் கருதினார்கள்.

கூட்டம் அதிகரித்துக்கொண்டே சென்றதால் சன்னியாசியின் சிறிய வீடு சந்திப்புகளுக்கு போதுமானதாக இல்லை.

மும்பையில் வேறு பெரிய வீடு பார்க்கலாம் என்றால், அதற்குரிய நிதிவசதி இல்லை.

ஆம், கிட்டத்தட்ட நூறு ரோல்ஸ்ராய்ஸ் கார் வைத்திருந்த உலகின் மிகப்பெரிய பணக்கார சாமியாருக்கும் அப்போது கொஞ்சம் பணநெருக்கடி இருக்கத்தான் செய்தது. போதாக்குறைக்கு ஓஷோவுக்கு இடம் அளிக்க முன்வருபவர்களை காவல்துறை வேறு அச்சுறுத்திக் கொண்டிருந்தது.

ஓஷோ, இந்தியாவுக்கே திரும்பிவிட்டதால் அமெரிக்கா கொஞ்சம் நிம்மதி அடைந்தது. என்றாலும், இந்தியாவிலும் அவருக்கு நெருக்கடி கொடுக்கும் வேலைகளை அவ்வப்போது மறைமுகமாகச் செய்து வந்தது.

பகவானின் சாம்ராஜ்யம் எங்கு ஆரம்பித்ததோ, அதே பூனா நகருக்கே மீண்டும் சென்று ஆரம்பத்திலிருந்து அனைத்தையும் தொடங்கலாம் என்று ஆலோசகர்கள் கூறினர்.

காவல்துறையின் கண்ணில் மண்ணைத் தூவிவிட்டு ஒரு சனிக்கிழமை இரவு சப்தமில்லாமல் பூனாவுக்குக் கிளம்பினார் பகவான்.

1987, ஜனவரி 4-ஆம் நாள் அதிகாலையில் பூனாவில் இருந்தார்.

இது அறியாத காவல்துறை மும்பையில் இருந்த சன்னியாசியின் வீட்டுக்கு வழக்கம்போல உளவு பார்க்கப் போனது. அங்கே பகவான் இல்லையென்றதுமே பதற்றப்பட்டு விட்டனர். அவர் பூனா சென்று சேர்ந்த சேதி வெகுதாமதமாகவே காவல்துறைக்குக் கிடைத்தது.

அவரை மும்பையிலேயே 'லாக்' செய்து வைத்துவிட வேண்டுமென்ற மேலிட உத்தரவை நிறைவேற்ற முடியாததால் மும்பை கமிஷனருக்கு ஏகத்துக்கும் 'டோஸ்' விழுந்தது.

இதனால் கடுப்பாகிப் போன கமிஷனர், பூனாவுக்கு ஒரு காவல்படையை அனுப்பி பகவானைக் கைது செய்யச் சொன்னார். கையில் எந்த வாரண்ட்டும் இல்லாமல் போய் பூனாவில் அந்தப் படை மூக்குடைபட்டுக்கொண்டு திரும்பியது.

பூனாவுக்கு வந்தபிறகே பகவான், மீண்டும் பழைய உற்சாகத் தோடு செயல்படத் தொடங்கினார்.

புதியதாக ஒரு புத்தா ஹாலை நிர்மாணித்தார். அங்கு அனைவ ரும் அமர்ந்து அமைதியாக தியானம் செய்ய போதுமான வசதிகளை ஏற்படுத்தினார்.

பகவான், மீண்டும் தன்னுடைய கோட்டையில் குடியமர்ந்து விட்டார் என்பதை அறிந்து வெளிநாட்டு பக்தர்கள் ஏராளமாக படையெடுக்கத் தொடங்கினர்.

ரஜனீஷைக் காண வரும் பக்தர்களுக்கு விசா மறுப்பது இந்திய வெளியுறவு அமைச்சகத்தின் வாடிக்கையாக இருந்தது. பக்தர்கள், பல்வேறு காரணங்களைச் சொல்லி விசா வாங்கி, இந்தியாவுக்குள் நுழைந்ததுமே பகவான் இருக்கும் பூனாவுக்கு படையெடுத்தார்கள்.

மீண்டும் ஓஷோவின் இயக்கம் பழைய மாதிரியாக களைகட்டத் தொடங்கியது. கொஞ்சம் கொஞ்சமாக நிதிவரத்தும் அதிகரித்தது. பழைய அனுபவங்களில் சூடுபட்டிருந்த பகவான், இம்முறை மிகவும் கவனமாக பொறுப்பாளர்களை நியமித்து நிர்வாகத்தைத் திறம்பட நடத்தத் தொடங்கினார்.

'தியானத்தின் மூலமாக மட்டுமே ஒரு மனிதன், தான் யார் என்பதை உணரமுடியும்' என்பதில் உறுதியாக இருந்த ஓஷோ, ரஜனீஷ் உலக தியானப் பல்கலைக் கழகத்தை பல்வேறு பிரிவுகள் அமைத்து, பத்துவிதமான பயிற்சிக்கூடங்களோடு செயல்பட வைத்தார்!

42

பகவானின் செகண்ட் இன்னிங்ஸ்!

University என்கிற ஆங்கில வார்த்தையை பல்கலைக்கழகம் என்று மொழிபெயர்த்திருக்கிறோம். ரஜனீஷ், தன்னுடைய தியானப் பல்கலைக் கழகத்தை *Osho multiversity* என்று அழைத்தார்.

இந்த மல்டிவெர்ஸிட்டியில் கீழ்க்கண்ட அமைப்புகள் இருந்தன.

Centre for Transformation
School for Centering and Zen Martial Arts
International Academy of Healing Arts

Institute for Love and Consciousness
Meditation Academy
School of Mysticism
Institute of Tibetian Pulsing Healing
Club Meditation
Creative Leisure
The Institute for Consciousness

அதாவது காலம் காலமாக ஆன்மிகக் குருக்களிடம் மட்டுமே கற்றுக்கொள்ளக்கூடிய வாழ்வியல் பாடங்களை, நவீன கல்விமுறை சார்ந்த முறையில் சொல்லிக் கொடுக்கக்கூடிய கட்டமைப்புகளை ஏற்படுத்தினார்.

ஆன்மிகத்தை அறிவியல் பூர்வமாக அணுகியவர் என்பதே மற்ற சாமியார்களிடமிருந்து ஓஷோவை முற்றிலுமாக தனித்துக் காட்டுகிறது. எனவேதான், கடவுள் நம்பிக்கை இல்லாத நாத்திகர்களும் கூட அறிவுத்தாகத்தோடு அவரைத் தேடி வந்தார்கள்.

புனரமைக்கப்பட்ட பூனா புத்தா ஹாலில் பல்லாயிரக்கணக்கில் மக்கள் தினமும் கூடத் தொடங்கினர். ஓஷோவின் உரைகள் மட்டுமின்றி பல்வேறு கலைஞர்களும் தங்கள் கலைத்திறனை வெளிக்காட்டுவதற்கான இடமாக புத்தா ஹால் உருவெடுத்தது.

பெரும் ஓவியர்கள், நடனக் கலைஞர்கள், எழுத்தாளர்கள் என்று சர்வதேச அளவில் புகழ் பெற்றவர்கள் புத்தா ஹாலை பயன்படுத்தத் தொடங்கினர்.

தியானத்துக்கு பகவான் எவ்வளவு முக்கியத்துவம் கொடுத்தாரோ, அதே அளவுக்கு கலைகளை ஆராதிக்கும் தாராளமும் அவருக்கு இருந்தது. ஏனெனில் ஒரு கலைஞன், தன்னுடைய பணியில் ஈடுபடும்போது மற்ற எல்லாவற்றையும் மறந்துவிட்டு அதில் மட்டுமே முழுமையான ஆற்றலைச் செலவிடுகிறான். தியானத்துக்கு ஒப்பான செயல்பாடாக இதை அவர் கருதினார்.

ரஜனீஷ்புரம் அமைக்கும்போது ஏற்பட்ட தவறுகள் எதுவும் மீண்டும் ஏற்பட்டுவிடக் கூடாது என்பதில் இம்முறை மிகவும் கவனமாக இருந்தார். குறிப்பாக ஊழல் குற்றச்சாட்டு எதுவும் வந்துவிடக்கூடாது என்று கண்டிப்பு காட்டினார்.

பூனா ஆசிரமத்தில் அதிரடியான மாற்றங்களைச் செயல்படுத்தினார். அங்கிருந்த கட்டடங்களுக்கு கருப்பு நிறமும், ஜன்னல் மற்றும் கதவுகளுக்கு நீல நிறமும் பூசப்பட்டன. கட்டடங்கள் பெரும்பாலும் பிரமிட் வடிவில் அமைக்கப்பட்டன.

ஆரஞ்சுக்கு விடை கொடுத்து அங்கிருந்த எல்லோரும் காலையில் கருஞ்சிவப்பு நிற உடையணிந்தார்கள். மாலையில் வெள்ளை உடை என்று சீருடை தீர்மானிக்கப்பட்டது. ஆசிரமத்தில் இருக்கும்போது மட்டும் இந்த உடை, வெளியே எப்படி

வேண்டுமானாலும் அவரவர் விருப்பப்பட்டபடி அணிந்துகொள்ள லாம் என்று சுதந்திரம் அளித்தார்.

பூனா ஆசிரமத்தில் இயற்கைமுறை உணவகங்கள் அமைக் கப்பட்டன. நீச்சல் குளம், டென்னிஸ் கோர்ட் மற்றும் பல்வேறு விளையாட்டுகள் விளையாட வசதிகள் செய்து தரப்பட்டன.

மிகப்பெரிய புத்தகக்கடை ஒன்று திறக்கப்பட்டது. அந்தக் கடையில் ஓஷோவுக்கென்றே பல்வேறு நாடுகளில் நடத்தப்பட்ட பத்திரிகைகள் கிடைத்தன. ஓஷோவின் உரைகள் முறையாகத் தொகுக்கப்பட்டு புத்தகங்களாக விற்பனைக்கு வைக்கப்பட்டன. ஓஷோவின் பழைய உரைகள் ஆடியோ மற்றும் வீடியோ கேசட் டுகளாக விற்பனைக்கு வந்தன.

பூனா ஆசிரமத்தில் உலகத்தரத்தில் ஒரு ‘ஜென் தோட்டம்’ அமைக்கப்பட்டது. தியானம் செய்பவர்கள் இந்தத் தோட்டத்தில் வனச்சூழலில் நீண்ட நேரம் தியானிக்க முடிந்தது.

இவ்வாறாக பூனாவில் ஓஷோவின் செகண்ட் இன்னிங்ஸ் மிகச் சிறப்பாகத் தொடங்கியது.

அதற்குள்ளாக இந்தியாவில் அரசியல் சூழல் முற்றிலுமாக மாறி இருந்தது. ஓஷோவை எதிரியாகக் கருதி அவருக்கு தொந்தரவுகள் கொடுக்கக்கூடிய சூழலில் ஆட்சியில் இருந்தவர்கள் இல்லை. அவர்களில் அரசியல் இடத்தை தக்கவைக்கவே எதிர்க்கட்சிகளோடு போராடிக்கொண்டிருந்தார்கள்.

தன் கனவான புதிய சமுதாயத் திட்டத்தை கைவிட்டிருந் தார் அல்லது தள்ளி வைத்திருந்தார் என்கிற நிலையில் புதிய அணுகுமுறைகளை மேற்கொண்டு பல லட்சம் பேரின் அன்புக்கு பாத்திரமானார் பகவான்.

அவர் வாழ்வில் மிகவும் மகிழ்ச்சியாக இருந்த காலக்கட்டமாக இதைக் குறிப்பிடலாம்.

தினமும் மாலை புத்தா ஹாலில் நடைபெறும் கலைநிகழ்வுக ளுக்கு அவரும் வருவார். சீடர்கள் மத்தியில் கம்பீரமாக அமர்ந்து நிகழ்வை கவனிப்பார். நடனம், இசை என்று அமர்க்களப்படும்.

நிகழ்ச்சி முடிந்ததுமே பார்வையாளர்கள் யாரும் கிளம்பிவிடக் கூடாது என்பது பகவானின் உத்தரவு. எல்லோரும் அப்படியே மணிக்கணக்கில் அமைதியாக இருக்க வேண்டும். நடனம், இசை போன்ற கலைகளை ரசித்து முடித்தபின் அமைதியாக இருக் கும்போது, மனம் சலனங்கள் எதுவுமின்றி பிரபஞ்ச சக்தியோடு தன்னை பிணைத்துக் கொள்ளும். அத்தகைய அமைதியே தியான நுணுக்கங்களை எளிமையாக்கும் என்பது அவரது கண்டுபிடிப்பு.

அதற்கு நல்ல பலன் இருந்தது. முன்பைக் காட்டிலும் குண்டலினி, டைனமிக் போன்ற தியானங்களை கற்றுக்கொண்டு மேற்கொள்ப வர்கள் அதிகரித்தார்கள். போதிப்பதில் தினம் தினம் புதிய நுணுக்

கங்களை உணர்ந்து, அதையெல்லாம் செயல்படுத்தினார் பகவான்.

புத்தா ஹாலில் எப்போதும் ஓஷோவின் உரைகள் ஒலி பரப்பப்படும். அல்லது வீடியோ போட்டு காட்டப்படும். இதைத் தொடர்ந்து பயன்படுத்தி வந்தவர்களுக்கு, அவர் நேரடியாகக் கொடுக்கும் பயிற்சிகள் எளிமையாக இருந்தன.

தியானங்களைச் சொல்லிக் கொடுப்பதோடு மட்டுமின்றி தெரப்பி முறைகளையும் பகவான் பயன்படுத்தி வந்தார். இந்த காலக்கட்டத்தில்தான் பகவானின் மிகவும் பிரபலமான *'The mystic Rose'* என்கிற தியான முறை நடைமுறைக்கு வந்தது. இந்திய தியான முறைகளை ஜென் குருக்களின் நுட்பத்தோடு புதிது புதிதாக பகவான் பரிசோதித்துப் பார்த்து வெற்றிகள் அடைந்தார். விபாசனா என்கிற தியானமுறைக்கு இணையாக மிஸ்டிக் ரோஸ் முறையும் சிறந்த பலனைத் தருவதாகக் கூறினார். அதே நேரம் டைனமிக் தியான முறைக்கும் தொடர்ந்து முக்கியத்துவம் அளித்து வந்தார்.

பகவானின் *Mystic rose, No Mind, Who is in* ஆகிய மூன்று புதிய தியான முறைகளுக்கு மக்களிடம் பெரும் வரவேற்பு இருந்தது. அவற்றைப் புரிந்து செய்வது எளிமையாக இருந்தது என்பதே பிரதான காரணமாகும்.

உதாரணத்துக்கு மிஸ்டிக் ரோஸ் தியானம் என்பது நான்கு கட்டங்களைக் கொண்டது.

முதல் கட்டம் சிரிப்பு. ஒரு மனிதன் தினமும் இருபது நிமிடங்களாவது சிரித்தால் போதும். அவனுக்கு எவ்விதக் கவலையும் இருக்காது. சிரிப்பதற்குக் காரணமே தேவையில்லை. மனம் விட்டு சிரித்துக்கொண்டே இருக்க வேண்டும். சிரித்துக் களைக்கும்போது மனசு அமைதியாகி விடும்.

அடுத்த கட்டம் அழுகை. அழுவதால் மனசுக்குள் இருக்கும் புழுக்கம் முற்றிலுமாக கண்ணீராக வெளியேறி விடுகிறது.

மூன்றாவதாக அமைதி. அமைதியாக இருக்கும் ஒருவன் தன்னைச் சுற்றி நடக்கும் அத்தனை விஷயங்கள் மீதும் விழிப்புணர்வோடு இருப்பான்.

நான்காவது 'என்னதான் நடக்கும் நடக்கட்டுமே' என்று சும்மா இருப்பது. கடந்த காலத்தைப் பற்றியோ, எதிர்காலத்தைப் பற்றியோ கவலைப்படாமல் நிகழ்காலத்தை மகிழ்ச்சியோடு கொண்டாடுவது.

இதை மிகவும் சாத்தியமான எளிய பயிற்சிகள் மூலம் வடிவமைத்தார் பகவான். மிஸ்டிக் ரோஸ் தியானமுறை சாதாரணர்களைத் தாண்டி பெரும் தொழிலதிபர்களையும், கலைஞர்களையும், அரசியல்வாதிகளையும் கூட கவர்ந்தது. இப்போதும் கூட நீங்கள் பூங்காக்களிலும், கடற்கரையிலும் ஒரு இருபது பேர் சத்தமாக சிரித்து பயிற்சி மேற்கொள்வதை கவனிக்கலாம். ஓஷோ தொடங்கிய மிஸ்டிக் ரோஸ் தியானமுறையின் ஓர் அங்கம்தான்

இந்த சிரிப்புப் பயிற்சி.

புதிய தியானமுறைகள், ஆன்மீக கல்விக் கட்டமைப்பு என்று தன்னை முழுக்க ஈடுபடுத்திக்கொண்டிருந்தார். மீண்டும் நிறைய நூல்கள் வாசிக்கத் தொடங்கியிருந்தார். தான் வாசித்த நூல்களில் இருந்த கருத்துகளைச் சொல்லி, சிஷ்யர்களோடு விவாதிப்பார்.

இப்படியாக மீண்டு வந்திருந்த நிலையில் மீண்டும் பகவானின் உடல்நிலை மோசமானது.

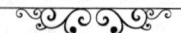

43

தாலியம் என்னும் விஷம்!

தாலியத்துக்கு *(thallium)* சுவையில்லை. மணமில்லை. சந்தேகமே வராத அளவுக்கு கொலை செய்வதற்கு, கொலையாளிகள் தாலியம் பயன்படுத்துவார்கள்.

போஸ்ட்மார்ட்டத்தில் கூட அவ்வளவு சுலபமாக கண்டுபிடித்து விட முடியாது. விஷங்களுக்கெல்லாம் விஷம் என்று சொல்லக் கூடிய அளவுக்கு மோசமான விஷம் இது.

நிறமோ, மணமோ காட்டாமல் தண்ணீரோடு

தண்ணீராக சுலபமாக கரைந்துவிடக் கூடியது. ஒரு மனிதனுக்கு தினமும் உணவில் 20 கிராம் அளவுக்கு கலந்து வழங்கப்படுமேயானால், வெகுவிரைவிலேயே அவனது ஜீரண உறுப்புகளை படிப்படியாக செயலிழக்கச் செய்யும்.

இரத்தத்தில் தாலியம் கலந்திருக்கிறது என்று தெரியவந்தால், டயாலிசிஸ் போன்ற மருத்துவ முறைகளின் மூலம் காப்பாற்ற வழியுண்டு. ஆனால், இது கலந்திருக்கிறது என்பதை சந்தேகித்து கண்டுபிடிப்பதுதான் கடினம்.

இரண்டாம் உலகப் போருக்குப் பின்னான காலக்கட்டத்தில் தாலியம், ஒரு நம்பகமான கொலைக்கருவியாகயிருந்து வந்திருக்கிறது.

எழுத்தாளர் அகதா கிறிஸ்டி, இந்த விஷத்தை வைத்து எழுதிய டிடெக்டிவ் நாவலான 'The pale horse' மிகவும் பிரபலமானது (தமிழில் 'வெளிறிய குதிரை' என்கிற பெயரில் கண்ணதாசன் பதிப்பகம் வெளியிட்டிருக்கிறது). ஜேம்ஸ்பாண்ட் திரைப்படமான 'ஸ்பெக்டரி'ல் கூட தாலியம் வருகிறது.

இணையத்தில் தேடிப் பாருங்கள். விஷங்களுக்கெல்லாம் விஷமான தாலியத்தால் கொல்லப்பட்டவர்கள் பட்டியல் மிகப்பெரிது.

பொதுவாக எலிகளை, எறும்புகளைக் கொல்லுவதற்கு பயன்படுத்தப்பட்ட ரசாயனம் இது. ஆனால், மனிதர்களைக் கொல்லுவதற்கும் சமூகவிரோதிகளால் பயன்படுத்தப்பட்ட நிலையில் 1970களின் வாக்கில் அமெரிக்கா உள்ளிட்ட ஏராளமான நாடுகள் இந்த இரசாயனத்தை, பொதுமக்கள் பயன்படுத்த தடை விதித்திருக்கின்றன.

பகவானின் வாழ்க்கையைச் சொல்லும் தொடரில், தாலியம் என்கிற கொடும் விஷத்தின் புராணம் பாடிக் கொண்டிருப்பதற்கு மன்னிக்கவும்.

தொடர்பு இருக்கிறது. ஏனெனில், பகவானுக்கே தாலியம் கொடுக்கப்பட்டிருக்கிறது!

1989ன் தொடக்கத்தில் ஓஷோவின் உடல்நிலை படிப்படியாக மோசமடைந்து வந்தது.

கொஞ்ச தூரம் நடந்தாலே அவருக்கு கடுமையாக வியர்த்துக் கொட்டியது. கடுமையாக மூச்சு வாங்கியது. எனவே அவர் வாக்கிங் செல்லும் புல்வெளிகளில் எல்லாம் ஏர்கூலர் வசதிகள் செய்யப்பட்டன.

சரியாக உணவருந்த முடியவில்லை. கொஞ்சமாக எடுத்துக் கொண்டாலும் ஜீரணமாகாமல் அவதிப்பட்டார். எப்போதுமே அவர் வயிற்று வலியால் துடித்துக் கொண்டிருந்தார்.

தொடர்ச்சியாக அவரது தலைமுடி கொட்டிக்கொண்டே

இருந்தது. எலும்புகளும் செயலிழக்கத் தொடங்கின. உடலின் வலது பாகம் கொஞ்சம் கொஞ்சமாக செயல் இழப்பதற்கான அறிகுறிகள் தோன்றின.

உள்ளூர் மருத்துவர்கள் எவ்வளவோ பரிசோதனைகள் செய்தும், அவரது உடலுக்கு குறிப்பாக என்ன பிரச்னை என்பதை அறிந்துகொள்ள முடியவில்லை.

எனவே, பகவானின் உடல் பரிசோதனை அறிக்கைகள் மேலதிக பரிசோதனைகளுக்காக இலண்டனுக்கு அனுப்பப்பட்டன.

ஓஷோவின் சிறுநீர் மற்றும் ரத்த மாதிரி பரிசோதனை அறிக்கைகளை தீவிரமாக வாசித்த இலண்டன் மருத்துவர்கள், அவருக்குக் கொடிய விஷமான தாலியம் வழங்கப்பட்டிருப்பதை உறுதி செய்தார்கள்.

அமெரிக்காவில் சிறையில் இருந்தபோது அவருக்கு தாலியம் வழங்கப்பட்டிருக்கலாம் என்று அவருக்கு நெருக்கமானவர்கள் சொன்னார்கள். எனினும், யார் கொடுத்தார்களோ எதற்குக் கொடுத்தார்களோ என்பது இதுநாள் வரையிலும் சந்தேகத்துக் கிடமின்றி நிரூபிக்கப்படவில்லை.

உடல்நிலை மோசமாகிக் கொண்டிருந்த காலக்கட்டத்தில் பகவானுக்கு மாரடைப்பும் வந்தது.

நெருங்கிய சீடர்கள் சிலரிடம், 'என்னுடைய நாட்களை எண்ணுங்கள்...' என்று பூடகமாக புன்னகையோடு சொல்லிக் கொண்டிருந்தார்.

அவசர அவசரமாகத்தான் சொல்ல இன்னும் மிச்சமிருக்கும் என்று அவர் கருதிய கருத்துகளைத் தைரியமாக வெளிப்படுத்த ஆரம்பித்தார்.

உலகமயமாக்கல் வருவதற்கான அறிகுறிகள் அப்போதே தோன்ற ஆரம்பித்து விட்டன. பல்வேறு நாடுகளும், மக்களும் தங்கள் தனித்தன்மையை இழக்கக்கூடிய காலம் வரப்போகிறது என்பதை பகவானுமே உணர்ந்திருந்தார்.

இந்தியாவில் ஊழல் பெரும் பிரச்னையாகப் பேசப்பட்டுக் கொண்டிருந்தது. குறிப்பாக கட்டுப்பாடுக்கு பேர் போன இராணுவத்திலேயே நடந்த போபர்ஸ் பீரங்கி ஊழல், நாட்டையே உலுக்கியிருந்தது. அது தவிர்த்து கல்வித்துறையில் புதிய மாற்றங்கள் ஏற்பட்டுக் கொண்டிருந்தன. ராமஜென்மபூமி பிரச்னை விஸ்வரூபம் எடுத்து, எப்போது வேண்டுமானாலும் இருதரப்பு மதத்தினரும் மோதி பல்லாயிரம் உயிர்கள் பலி வாங்கப்படும் சூழல் ஏற்பட்டிருந்தது.

இவை அனைத்தையும் விட தனிமனித முன்னேற்றமே மிகவும் முக்கியமானது என்பதை ஓஷோ திரும்பத் திரும்ப வலியுறுத்தினார். மக்களில் ஒவ்வொருவரும் தம்மை முன்னேற்றிக் கொள்வதின் மூலமாகவே நாட்டின், உலகின் மற்ற பிரச்சினைகளை எதிர்கொள்ள

முடியுமென யதார்த்தமாக அவர் நம்பினார்.

சோஷலிஸ ரஷ்யா துண்டு துண்டாக சிதறக்கூடிய சூழலை அவர் கவலையுடன் கண்டார். ரஷ்ய அதிபர் கோர்பச்சேவ், அமெரிக்காவின் சதிக்கு, தான் அறியாமலேயே பலியாகி விட்டதாக கருத்து தெரிவித்தார்.

உலக அரசியல் எக்கேடாவது கெட்டுப்போகட்டும், மக்கள் கவனமாகயிருந்து தங்களைத் தாங்களே காத்துக்கொள்வதற்கு தயாராக இருங்கள் என்று எச்சரித்தார்.

சுமார் முப்பது ஆண்டுகளுக்கு முந்தைய அவரது கூற்று, எவ்வளவு துல்லியமானது என்பதை இப்போது நம்மால் உணரமுடியும். அன்று விழித்துக் கொண்டோர் எல்லாம் பிழைத்துக் கொண்டார். சித்தம் போக்கு சிவன் போக்கு என்று இருந்தவர்கள் எல்லாம் அரசாங்கங்கள் செயற்கையாக உருவாக்கிய பிரச்னைகளுக்கு பலியாகினர்.

'இல்லஸ்ட்ரேட்டட் வீக்லி' பத்திரிகை, ஓஷோவின் முக்கியத்துவத்தை உணர்ந்து அவருக்காக ஒரு சிறப்பிதழைக் கொண்டு வந்தது. *'I ran india'* என்கிற தலைப்பில் அவ்விதழில் அட்டைப்படக் கட்டுரை எழுதினார் பகவான். இந்தியா எதிர்கொள்ள இருக்கக் கூடிய பிரச்னைகளை தன்னுடைய கூர்மையான அறிவுத்திறனால் முன்கூட்டியே உணர்ந்து, அக்கட்டுரையில் மக்களை எச்சரித்தார் ஓஷோ.

அக்கட்டுரையிலேயே தன்னுடைய இடம் வரலாற்றில் என்னவாக இருக்கும் என்பதையும் அவர் கோடிட்டுக் காட்டியிருந்தார். "என்னை சிந்தனையாளன் என்று சிலர் நினைக்கின்றனர். சிலரோ ஆன்மிகத்தோடு தொடர்புபடுத்திப் பார்க்கின்றனர். இந்த இருதரப்புமே எனக்கு ஏதோ சக்தி இருப்பதாக ஒப்புக் கொள்கின்றனர்.

என் கொள்கைகள்தான் மக்களை ஈர்க்கக்கூடிய எனது சக்தி. வாழ்க்கையை புதிய கோணத்தில் என்னால் பார்க்க முடிகிறது. முக்கியமல்லாதது என்று மற்றவர்கள் கருதி தவிர்க்கும் விஷயங்களைப் பேசுபவனாக நான் இருக்கிறேன்..." என்று 'இல்லஸ்ட்ரேட்டட் வீக்லி'யில் தன்னைப் பற்றிய அறிமுகத்தை அவர் தந்தார்.

அதுநாள் வரை ஓஷோவைப் புரிந்துகொள்ள முடியாமல் இருந்தவர்கள் பலரும், இக்கட்டுரைக்குப் பின்னால் அவரது தேவையை உணர்ந்தார்கள்.

ஆனாலும், என்ன செய்ய?

Too late!

44

புத்தன் ஆவது சுலபம்!

Yes. It was too late.

1989 ஏப்ரல் *10*ம் தேதி.

புத்தா ஹாலில் பகவான் உரையாற்றிக் கொண்டிருந்தார்.

பேசிக்கொண்டிருந்தபோதே அவருக்கு வியர்த்துக் கொட்டியது. இடை இடையே சில்லென்று தண்ணீர் குடித்துவிட்டு உரையைத் தொடர்ந்தார்.

அவரது கைகள் நடுங்குவதை அருகில் இருந்தோர் கவனித்தனர்.

உதவியாளர்கள் சிலர் அருகில் வந்து,

“முடியாவிட்டால் ஓய்வெடுங்கள் பகவான்...” என்றனர்.

அவர்களை பார்வையாலேயே விலகச் சொல்லிவிட்டு ஓஷோ உறுதியான குரலில் முழங்கினார்.

“புத்தன் ஆவது சுலபம். நீங்கள் நினைத்தால் ஒவ்வொருவருமே புத்தனாகலாம். ஞானி ஆகலாம்!”

சொன்னவர் அப்படியே தடுமாறினார். எழுந்து நிற்க முயற்சித்து கீழே விழுந்தார்.

கூடியிருந்த பக்தர்கள் பதற்றமடைந்தனர். கைத்தாங்கலாக ஓஷோவை அவரது உதவியாளர்கள் தாங்கிக்கொண்டு, அங்கிருந்து வெளியேறினார்கள்.

ஹாலை விட்டு வெளியேறும்போது மக்களை நோக்கி கைகூப்பியபடியே அவர் வெளியேறினார்.

பகவான், பக்தர்களுக்குக் கொடுத்த கடைசி பொது தரிசனம் அதுதான்.

அதன் பிறகு அவரை சில விஐபிகள் மட்டுமே காணமுடிந்தது.

பகவானுக்கு மருத்துவப் பரிசோதனைகள் செய்யவும், சிகிச்சைகள் செய்யவும் ஏதுவாக அவருக்கு நவீனமான படுக்கையறை ஒன்றை உருவாக்கி இருந்தனர்.

ஏனோ அவருக்கு அந்த படுக்கையறை பிடிக்கவில்லை. தன்னை பழைய அறைக்கே மாற்றிவிடுமாறு கேட்டுக் கொண்டார்.

எனினும் புதிய படுக்கையறையை வீணாக்காமல் மிஸ்டிக்ரோஸ் தியான வகுப்பு நடத்தும் அறையாக மாற்றச் சொல்லி யோசனையும் சொன்னார். அங்கே ஒருமுறை பகவான் உடல் நலிவுற்ற நிலையிலும் தியானத்தில் இருந்தார்.

அப்போது நண்பரான ஒரு பத்திரிகையாளர், பகவானைச் சந்தித்துப் பேசிக்கொண்டிருந்தார்.

”ஓஷோ, இந்த அறை ரொம்ப வசதியாக இருக்கிறது. இதையே நீங்கள் பயன்படுத்திக் கொண்டிருக்கலாம். தேவையே இல்லாமல் தியானக்கூடமாக மாற்றி விட்டீர்கள்...” என்று கேஷுவலாகத்தான் அந்தப் பேச்சில் குறிப்பிட்டார்.

புன்னகையோடு, “ஆறு மாதத்துக்குப் பின் நிரந்தரமாக நான் இங்கேதான் இருக்கப் போகிறேன்!” என்றார்.

அந்தப் பத்திரிகையாளருக்கு அப்போது புரியவில்லை.

பின்னாளில் அங்குதான் பகவானுக்கு சமாதி எடுக்கப்பட்டது.

ஓஷோவின் உரைகளை பெருமளவில் நூல்களாக ஆக்கிய டாக்டர் வசந்த் ஜோஷியை அவர் சந்திக்க விரும்பினார்.

ஓஷோவின் வரலாற்றை எழுதிய ஜோஷி, இந்தியிலிருந்த நிறைய நூல்களை ஆங்கிலத்துக்கும் மொழிமாற்றி உலகெங்கும் கொண்டு சென்றவர். ஓஷோவின் காலத்துக்குப் பிறகு அர்ஜெண்டினாவின் ரியோடிஜெனிரோ நகரில் நடந்த சர்வதேச சுற்றுச்சூழல் மாநாட்டில், ‘குப்பையிலிருந்து ஜென் தோட்டத்துக்கு’ என்கிற

புகழ்பெற்ற ஓஷோ நிறுவன திட்டத்தை முன்வைத்துப் பேசியவரும் இதே வசந்த் ஜோஷிதான்.

1989, ஜுன் மாதம் 25ஆம் தேதி. பகவானை சந்தித்தார் ஜோஷி.

படுக்கையில் படுத்திருந்த நிலையிலேயே பேசினார் பகவான்.

அவரது உடல் மெலிந்திருந்தது. கண்களில் மட்டும் ஒளி கூடியிருந்தது.

"புதிய மனிதன், புதிய உலகம் என்று கனவு கண்டிருந்தேன். 'அவர்கள்' எனது கனவை முற்றிலுமாக ஒழித்துவிட்டார்கள் ஜோஷி. இனி அது நனவாக வாய்ப்பில்லை என்று நினைக்கிறேன்..."

"அவர்கள் என்றால் அமெரிக்கர்களா?"

"அமெரிக்கர்களும்தான். ஆனால், அவர்கள் மட்டுமல்ல..."

"நீங்கள் விரைவில் உடல்நலம் பெறுவீர்கள். உங்கள் கனவு நிறைவேறும்..." தழுதழுத்த குரலில் ஜோஷி சொன்னார்.

"நான் நலம் பெறுவேன் என்கிற நம்பிக்கையை இழந்துவிட்டேன். வலியை உணர்கிறேன். என் எலும்புகள் நொறுங்குவதைப்போன்ற வலி. இப்போதும் கூட நெருப்புக் குண்டத்தில் போட்டு என்னை வாட்டுவதைப் போல எரிச்சல்..."

தன் உடல் உபாதைகளை மெல்லிய குரலில் பகவான் விவரித்துக் கொண்டிருந்தார்.

ஜோஷியின் கண்களிலிருந்து நீர் அருவியாகக் கொட்டிக் கொண்டிருந்தது.

"நீங்கள் சில மாதங்கள் இங்கே இருக்க வேண்டும். உங்களுக்கு சில கடமைகள் இருக்கின்றன..." என்று வேண்டுகோள் விடுத்தார் பகவான்.

ஜோஷியின் சந்நியாசப் பெயர் ஸ்வாமி சத்ய வேதாந்தா. ஓஷோ சர்வதேச தியானப் பல்கலைக்கழகத்தின் வேந்தர் அவர்தான். அமெரிக்கப் பல்கலைக்கழகங்களில் விசிட்டிங் புரொபஸராக அப்போதே லட்சங்களில் சம்பாதித்துக் கொண்டிருந்தார்.

பகவானின் வேண்டுகோளுக்கு ஏற்ப புனா ஆசிரமத்திலேயே தங்க முடிவெடுத்தார்.

இந்த காலக்கட்டத்தில்தான் தன்னை இனி 'ஓஷோ' என்று மட்டுமே அழைக்க வேண்டும் என்று கட்டளை இட்டார் பகவான். அதற்கு முன்பாக அவரை 'பகவான்' என்றுதான் பெரும்பாலானோர் அழைப்பார்கள். 'ஸ்ரீ ரஜனீஷ்' என்று தன்னை இனி யாரும் குறிப்பிடக்கூடாது என்றும் கேட்டுக்கொண்டார். *Oceanic* என்கிற ஆங்கிலச் சொல்லுக்கு வரையறையற்ற தன்மை என்கிற அர்த்தம் உண்டு. *Ocean* (பெருங்கடல்) என்கிற சொல்லிலிருந்து உருவான சொல் இது. தன்னை வரம்புகளற்றவராகக் கருதிய பகவான், 'ஓஷோ' என்கிற பெயரை மிகவும் விரும்பியதில் ஆச்சரியம் ஏதுமில்லை. ஆசீர்வதிக்கப்பட்டவர் என்கிற பொருளும் இப்பெயருக்கு உண்டாம்.

இந்தக் காலக்கட்டத்தில் வெள்ளை நிற ஆடைகளைத் தவிர்த்து வேறெந்த ஆடையையும் அணிய ஓஷோ மறுத்தார்.

ஆசிரமத்தின் செயல்பாடுகளில் தன்னால் உடல்நலிவு காரணமாகக் கலந்துகொள்ள முடியாவிட்டாலும், எவ்விதத் தடையுமின்றி தொடர்ந்து நடைபெற வேண்டும் என்று அவர் வற்புறுத்திக் கொண்டிருந்தார். குறிப்பாக கொண்டாட்டங்கள் கோலாகலமாக நடைபெற வேண்டும் என்று விரும்பினார்.

1989, அக்டோபர் மாதம். தன்னுடைய சீடர்களை அழைத்து, இசையை அலறவிட்டு நடனமாடுங்கள் என்று கேட்டுக் கொண்டார். அவர்கள் நடனமாடுவதை வீல்சேரில் அமர்ந்து ரசித்துக் கொண்டிருந்தார். கைதட்டி உற்சாகப்படுத்தினார். உற்சாகத்தின் உச்சகட்டத்தில் சீடர்கள் 'ஓஷோ, ஓஷோ' என்று கோஷமிட்டுக்கொண்டே ஆடிக்கொண்டிருந்தார்கள். 'ஓஷோ' என்பது பெயரல்ல. பிரச்சினைகளைத் தீர்க்கும் ஒலியென்று அவர்கள் நம்பினார்கள்.

அந்த ஆண்டு இறுதியில் ஓஷோவின் நடமாட்டம் குறைந்து கொண்டே வந்தது.

1990 ஜனவரியில் புத்தா ஹால் தியான வகுப்புகளுக்கு அவர் தினமும் வரமாட்டார் என்கிற அறிவிப்பு வெளியிடப்பட்டது.

ஓஷோவுக்கு ஏதோ ஆகிவிட்டது என்று இந்த அறிவிப்பைக் கேட்டு சீடர்கள் அழுதனர். தகவல் ஓஷோவுக்குக் கிடைத்தவுடன் அவரே நேரில் வந்து சீடர்களை சமாதானப்படுத்தினார்.

"தியானத்தை நான் எந்த அளவுக்கு மதிக்கிறேன் என்று உங்களுக்கே தெரியும். தியான வகுப்புக்கு வரமுடியாத அளவுக்கு உடல் உபாதைகளால் அவதியுறுகிறேன். என் அவலத்தைக் கண்டு உங்களாலும் தியானத்தில் முழுமையாக ஈடுபட முடியாதோ என்கிற எண்ணத்தில்தான் இம்முடிவை எடுத்திருக்கிறேன்..."

"ஆனால் ஓஷோ, உங்களைக் காணாமல் எங்களால் எப்படி இருக்க முடியும்?" என்று சீடர்கள் ஒருசேர கேட்டார்கள்.

அவர்களது அன்பில் கரைந்து உருகினார் ஓஷோ.

மறுநாள் புத்தா ஹாலில் நடந்த தியான வகுப்புக்கு வழக்கம் போல வந்து அவர் அமர்ந்தார். ஆனாலும், அவரால் அங்கே கால்மணி நேரம் கூட அமரமுடியவில்லை.

"எல்லோரும் தியானத்தைத் தொடருங்கள். இசை ஒலிக்கட்டும்..." என்று கூறி கைகூப்பிவிட்டு அவர் அறைக்குச் சென்று விட்டார்.

அன்று மாலை நடந்த கூட்டத்துக்கும் அவர் வரவில்லை.

"பகவான், தான் இருக்கும் அறையிலேயே தியானம் செய்கிறார்..." என்று சீடர்களுக்கு அறிவிக்கப்பட்டது. கனவிலும் நினைத்திராத மிகப்பெரிய துயரம் ஒன்றை எதிர்கொள்ளப் போகிறோம் என்று உணர்ந்து சீடர்கள் கலங்கிப் போய் நின்றார்கள்.

45

உடலை விட்டு விலகினார்!

அதுதான் கடைசி நாள்.

1989, ஜனவரி 19.

பூனே ஆசிரமம் காலையிலிருந்தே பரபரப்பாக இயங்கிக் கொண்டிருந்தது. ஓஷோவுக்கு மிகவும் நெருக்கமான மருத்துவர் கோகுல் கோகனி. அவரது குடும்பமே பகவானின் சிஷ்யர்களாகத் தங்களை மாற்றிக்கொண்டு ஆசிரமத்துக்கு சேவை செய்து கொண்டிருந்தார்கள்.

அன்று இந்த கோகனியைத்தான் ஆசிரமத்தை நிர்வகித்துக் கொண்டிருந்த சுவாமி ஜெயேஷ் வலை வீசி தேடிக்கொண்டிருந்தார்.

ஒரு வழியாக காலை பத்து மணி வாக்கில் டாக்டர் கோகனிக்கு செய்தி வந்தது.

"ஜெயேஷ் உங்களை காண விரும்புகிறார்..."

இது அபூர்வமானது.

சுவாமி ஜெயேஷ், அப்போது ஆசிரமத்தில் ஓஷோவுக்கு அடுத்தபடியாக அதிகாரம் மிக்கவராக இருந்தார். மற்றவர்கள்தான் அவரைக் காண விரும்புவார்கள். அவர் யாரையும் பார்க்க மாட்டார்.

ஆசிரமத்துக்கு விரைந்தார் கோகனி.

ஜெயேஷின் அறைக்கு வெளியே அவர் சுமார் 45 நிமிடங்கள் காத்திருக்க வேண்டியிருந்தது.

வரவேற்பறையில் நிறைய பேர் காத்துக் கொண்டிருந்தனர். எவர் முகத்திலும் புன்னகை கொஞ்சம் கூட இல்லை. இறுக்கமான சூழல் அங்கே நிலவியது. ஊசியைக் கீழே போட்டாலும் சப்தம் எழக்கூடிய அளவில் மயான அமைதி.

ஆம், மயான அமைதியேதான்.

பிற்பகல் 12.30 மணி வாக்கில் ஜெயேஷ், அவரது அறைக்கு அழைப்பதாக டாக்டர் கோகனியின் காதில் மெதுவாக சொல்லி விட்டுப் போனார் ஆசிரமப் பணியாளர் ஒருவர்.

எப்போதுமே அமைதியாக இருக்கும் சுவாமி ஜெயேஷின் அறை, அன்று போர்ப்பாசறை மாதிரி பரபரவென்று இருந்தது. ஆசிரமத்தின் முக்கியத் தலைகள் அங்கே குழுமியிருந்தார்கள்.

"சுவாமி...என்னை ஏன் திடீரென்று அழைத்தீர்கள்?" சஸ்பென்ஸ் தாங்க முடியாமல் டாக்டர் கோகனி கேட்டார்.

"சிறிது நேரத்தில் டாக்டர் அம்ரிதோ நம்முடன் வந்து சேர்ந்துகொள்வார். அவரே விளக்கமாக சொல்வார்..." என்று சொல்லிவிட்டு ஜெயேஷ் சோகம் கப்பிய முகத்தோடு கண்களை மூடி தியானம் செய்ய ஆரம்பித்தார்.

அவருடைய திடீர் அமைதி இருளென அந்த அறையைச் சூழ்ந்தது. ஒருவருக்கு ஒருவர் பேசிக்கொள்ளாமல் மெதுவாக நிமிடங்கள் நகர்ந்தன. சுவரில் மாட்டியிருந்த மிகப்பெரிய கடிகாரத்தின் நொடிமுள் நகரும் 'டிக் டிக்' ஒலி மட்டுமே அங்கே தொடர்ந்து கேட்டுக் கொண்டிருந்தது.

பத்து நிமிடங்களுக்குப் பிறகு கதவு தட்டப்படும் சப்தமும், அதைத் தொடர்ந்து கதவைத் திறந்துகொண்டு யாரோ ஒருவர் வரும் சலசலப்பும் எழுந்தது.

அவ்வளவுதான். அறையில் இருந்த அத்தனை பேரும் புதியதாக வந்தவரை கூர்ந்து நோக்கினார்கள்.

வந்தவர் டாக்டர் அம்ரிதோதான்.

கடைசிக் காலத்தில் பகவானுடனேயே 24 மணி நேரமும் இருந்து

கவனித்துக்கொண்ட மருத்துவர்.

அம்ரிதோ மெதுவான குரலில் சொன்னார். "அவர் உடலை விட்டு விலகிக் கொண்டிருக்கிறார்..."

சிலர் எதுவும் பேசாமல் விம்மத் தொடங்கினர்.

ஜெயேஷ் விட்டத்தை வெறித்துப் பார்த்துக் கொண்டிருந்தார். கோகனிதான் பதற்றமாகக் கேட்டார்.

"யார்?"

"வேறு யார்? நம்முடைய பகவான்தான்!" சொல்லும்போதே அம்ரிதோவின் கண்களில் தாரைதாரையாக கண்ணீர்.

டாக்டர் கோகனி உடைந்து போய் அழத் தொடங்கினார். அனைவரையும் மீண்டும் சமாதானப்படுத்தியது அம்ரிதோவின் குரல்.

"இப்படி ஒப்பாரி வைப்பது நம்முடைய பகவானை வழியனுப்பும் முறையல்ல. அழுகையையும், சோகத்தையும் ஒருநாளும் அவர் அனுமதித்தவர் அல்ல. எல்லோரும் கூடி என்னென்ன செய்ய வேண்டுமோ, அதைச் செய்வோம்..."

இதைத் தொடர்ந்து ஜெயேஷ் பேசினார். "நம்முடைய வழக்கமான ஆசிரமப் பணிகளை அவரவர் செய்வோம். தாங்க வொண்ணா இந்தத்துயரச் செய்தியை யாரும் யாரிடமும் இப்போது பகிர்ந்துகொள்ள வேண்டாம். பகவான், அவருடைய மனதில் என்ன நினைத்திருக்கிறாரோ, அதைச் செய்யட்டும். அவர் நம்மை விட்டு விலகக்கூடாது என்பது நம் விருப்பம். எனினும் அவருக்கும் தனிப்பட்ட விருப்பம் என்று ஒன்று இருக்குமில்லையா?"

அனைவரும் மவுனமாக ஒருவருக்கு ஒருவர் பேசிக்கொள்ளாமல் கலைந்தார்கள்.

டாக்டர் கோகனி தன்னுடைய இருப்பிடத்துக்கு வந்தார். எப்போதுமே மதிய உணவுக்குப் பிறகு குட்டித் தூக்கம் போடுவது அவரது வழக்கம். அன்று உணவும் இல்லை, உறக்கமும் இல்லை.

சுமார் நாலு மணி அளவில் அவருக்கு மீண்டும் அழைப்பு வந்தது.

இம்முறை அவரை அழைத்துச் சென்ற கார், பகவான் தங்கியிருந்த லாவோட்ஸூ என்று பெயரிடப்பட்ட வீட்டுக்கு நேரடியாகச் சென்றது.

அங்கே டாக்டர் அம்ரிதோ, மற்றவர்களோடு இருளடைந்த முகத்தோடு பேசிக்கொண்டிருந்தார்.

டாக்டர் கோகனியின் வருகையை கவனித்த அவர், விரைந்து வந்து இவரது தோளில் கைபோட்டார்.

"வாருங்கள்..." அழைத்தவாறே, பகவானின் படுக்கையறைக்கு அழைத்துச் சென்றார்.

"சற்று முன்பாகத்தான் பகவான் நம்மை விட்டுச் சென்று விட்டார்..."

பகவான், உடலை விட்டு விலகி விட்டார் என்று சான்றிதழ் கொடுக்கும் கடமை டாக்டர் கோகனிக்கு ஒப்படைக்கப்பட்டது.

இத்தகவலை வெளியுலகுக்குத் தெரிவிக்கும் கடமை, பகவானுடைய கடைசிக் காலத்தில் அவருடனேயே இருந்து சேவை புரிந்த டாக்டர் அம்ரிதோவுக்கு தரப்பட்டது.

ஆசிரமத்தில் அவசர அவசரமாக பத்திரிகையாளர் சந்திப்பு நடந்தது. பத்திரிகையாளர்களோடு ஏராளமான பக்தர்களும் அமர்ந்திருந்தார்கள்.

சுவாமி அம்ரிதோ, துயரம் கப்பிய குரலில் தன் உரையைத் தொடங்கினார். இடையில் கேள்விகள் எதுவும் கேட்க வேண்டாம் என்று கோரிக்கையும் விடுத்தார்.

“உங்கள் எல்லோருக்குமே தெரிந்ததுதான். இதில் ரகசியம் எதுவுமில்லை. கடந்த சில காலமாகவே பகவானின் உடல்நிலை நாளுக்கு நாள் மோசமாகிக் கொண்டிருந்தது. தாங்கவொண்ணா வலியையும், துயரையும் பகவான் அனுபவித்தார்.

நேற்று இரவு அவரது கால்களில் மிகவும் மோசமான வலி. அவரால் கால்களை அசைக்கக்கூட முடியாத அளவுக்கு நிலைமை இருந்தது. கால்களில் ஏற்பட்ட வலி கொஞ்சம் கொஞ்சமாக மேலேறி அவரது உடல் முழுக்க அதேமாதிரியான வலியை உணர்ந்தார். அவருடைய நாடித்துடிப்பும் சீராக இல்லை.

நான் உடனே சிறப்பு மருத்துவர்களை அழைப்பதற்கு ஏற்பாடு களைச் செய்தேன். அதைக் கவனித்த பகவான் மறுத்தார்.

‘என்னைப் போகவிடு. என் உடல்ரீதியான இருப்பு போதுமென்று காலம் முடிவெடுத்துவிட்டது’ என்றார்.

என்னால் அவருடைய பேச்சை மீற முடியாது. கையாலாகாத நிலையில் நின்றேன்.

அவருடைய பார்வை, அந்த அறையில் இருந்த டேப்ரெக் கார்டரின் மீது விழுந்தது. அவர் மிகவும் விரும்பிய சாதனம் அது. படுக்கையறையில் இருக்கும்போது நூல்களை வாசித்துக் கொண்டே, அந்த டேப்ரெக்கார்டரில்தான் இசையை ஒலிக்க விடுவார்.

‘இதை நிருபாவிடம் கொடுத்துவிடு. அவளுக்கு இது மிகவும் பிடிக்கும்’ என்றார். நிருபாதான் நீண்டகாலமாக அவரது அறையை சுத்தம் செய்யும் தொண்டர்.

அடுத்து அறையில் இருந்த ஒவ்வொரு பொருளையும் சுட்டிக் காட்டி யார், யாருக்கு கொடுக்க வேண்டும் என்று தெளிவாகச் சொன்னார்.

எனக்கு ஆச்சரியமாகவும், அதிர்ச்சியாகவும் இருந்தது. ஒரு மருத் துவராக அவரது கடைசி நிமிடங்கள் இவை என்பதை உணர்ந்தே இருந்தேன். அதே உணர்வு அவருக்கும் இருந்தது.

ஆனாலும் வார இறுதி பிக்னிக்குக்கு செல்வதைப் போல அவர்

குதூகலமாக என்னிடம் பேசிக்கொண்டிருந்தார்.

தான், உடலைவிட்டு விலகியபிறகு என்னென்ன ஏற்பாடுகள் செய்ய வேண்டுமென்று அவர் உற்சாகமாக சொல்லத் தொடங்கினார்.

'எனக்காக புதியதாக அழகான ஒரு படுக்கையறையை கட்டித் தந்தீர்கள். என்னவோ அது எனக்குப் பிடிக்கவில்லை. அவ்வளவு ஆடம்பரம் எனக்கு ஒத்துக் கொள்ளவில்லை. எனினும் நீங்களெல்லாம் ஆசைப்பட்டு அமைத்தது. என்னுடைய சாம்பலை அந்த அறையில் படுக்கையின் கீழ் வையுங்கள். மக்கள் அங்கே வந்து தியானித்து விட்டுச் செல்லட்டும்...'

'அப்படியெனில் இந்த அறை?' என்று கேட்டேன்.

'இது என்னுடைய சமாதிக்கு தகுந்தது என்று நினைக்கிறாயா?' என்று பதிலுக்குக் கேட்டார்.

'இல்லை...' என்றேன்.

'அப்படியெனில் ஏற்கனவே நான் சொன்ன மாதிரி சுவாங்ட்ஸுவிலேயே எனக்கு சமாதி அமையுங்கள்!'

'வேறு என்னென்ன ஏற்பாடுகள் செய்ய வேண்டும் பகவான்?'

'என் தலையில் தலைப்பாகை இருக்க வேண்டும். கால்களில் சாக்ஸ் இருக்க வேண்டும். பத்து நிமிடங்கள் என் உடலை புத்தாஹாலில் காட்சிக்கு வையுங்கள்!'

46

பிறக்கவுமில்லை இறக்கவுமில்லை!

தான், உடலை விட்டு விலகிய பிறகு செய்ய வேண்டிய ஏற்பாடுகளை சுவாமி அம்ரிதோவிடம் விளக்கிக் கொண்டிருந்தார் பகவான்.

தன் உடல் எப்படி அலங்கரிக்கப்பட வேண்டும், எந்த மாதிரியான உடை அணிவிக்கப்பட வேண்டும் என்பதைப் பற்றியெல்லாம் நிறம் உட்பட நுணுக்கமாக விவரித்துக் கொண்டிருந்தார்.

அவருடைய கண்களைக் காண்கையில் அவரது இறுதி ஊர்வலத்தை கனவில்

காண்பவரைப் போல அம்ரிதோவுக்கு தோன்றியது.

சோர்வான குரலில், "வேறு என்ன ஏற்பாடுகளைச் செய்ய வேண்டும்?" என்று கேட்டார் அம்ரிதோ.

"அவ்வளவுதான். அருகிலிருக்கும் இடுகாட்டுக்குக் கொண்டு சென்று எரித்து விடுங்கள்!"

மரித்துப்போன மனித உடல் எரிக்கப்பட வேண்டும் என்பதில் ஓஷோ உறுதியாக இருப்பார். அவருக்கு இதில் சுற்றுச்சூழல் தொடர்பான அக்கறையும் இருந்தது.

"மற்றவர்களிடம் நான் என்ன சொல்ல வேண்டும் பகவான்?"

சற்றே நெற்றியைத் தேய்த்தவாறே யோசித்தார் பகவான். மெதுவாகச் சொல்ல ஆரம்பித்தார்.

"இன்று எதற்குமே பயனற்றுப் போகப்போகும் என்னுடைய இந்த உடல்தான் மத அடிப்படைவாதம் என்ன செய்யும் என்பதற் கான அடையாளம். இவ்வளவு நாட்களாக இந்த உடல் கொடுத்து வந்த வலிகளை என் உள்ளம் தாங்கிவந்தது. இந்த உடலுக்குள் நான் வசிக்கும் ஒவ்வொரு நொடியும் நரகத்தில் இருப்பதைப் போலத் தோன்றுகிறது.

அமெரிக்காவில் என்னைச் சிறையில் அடைத்து அவமானப் படுத்தினார்களே, அப்போதே என் உடலின் ஒத்துழைப்புத் தன்மை கொஞ்சம் கொஞ்சமாகக் குறையத் தொடங்கி விட்டது.

சிறையில் எனக்கு கொடுக்கப்பட்ட உணவில் ஏதோ கலந்திருக்கு மென்று நினைக்கிறேன். மேலும் கதிர்வீச்சு மூலமாகவும் அவர்கள் என் உடலைச் சிதைத்தார்கள்.

உங்களைப் போன்ற மருத்துவ நண்பர்கள் என்னை பரிசோதித்து வெளிப்படுத்திய உண்மைகள் அவை. எனினும் அவை எதையும் நான் ஆதாரபூர்வமாக வெளிப்படுத்த முடியாது..."

சொல்லி விட்டு கண்களை மூடினார் ஓஷோ.

ஒரு மருத்துவராக இருந்தாலும் அம்ரிதோவும் மனிதர்தானே? அப்படியே கதறிவிட்டார்.

உடனே ஓடிப்போய் சுவாமி ஜெயேஷைப் பார்த்தார்.

"அனேகமாக பகவான் உடலைவிட்டு கிட்டத்தட்ட வெளியேறி விட்டார்..."

அம்ரிதோவும், ஜெயேஷும் ஓஷோ அருகில் வந்து நின்றனர்.

ஓஷோ மெதுவாகக் கண்களைத் திறந்தார்.

மீண்டும் பேசத் தொடங்கினார்.

"இருந்தார், மறைந்தார் என்றெல்லாம் என்னைப் பற்றி *past tense*ல் எப்போதுமே பேசாதீர்கள். நான் உடலைவிட்டுத்தான் விலகுகிறேனே தவிர, உலகை விட்டு, உங்களைவிட்டு விலக மாட்டேன். முன்னிலும் அதிகமாக என் இருப்பை நீங்கள் அனைவரும் உணர்வீர்கள்!"

ஓஷோ, இதைச் சொன்னதுமே ஜெயேஷும், அம்ரிதோவும் தங்களைக் கட்டுப்படுத்திக் கொள்ள முடியாமல் குலுங்கிக், குலுங்கி அழத் தொடங்கினர்.

"நோ... நோ... என்னை வழியனுப்பும் முறை இதுவல்ல..." என்று சொல்லிய ஓஷோ, அவர்களை நோக்கிப் புன்னகைத்தார்.

உயிர் பிரியும் நிலையில் புன்னகைத்தவர்களை அதுவரை அம்ரிதோ கண்டதில்லை.

ஜெயேஷை நோக்கிச் சொன்னார்.

"நான் உடலைவிட்டு விலகியபிறகு நம் தரப்பு கருத்துகளைக் கேட்கவும், அதன் வழியில் நடக்கவும் லட்சக்கணக்கானோர் வருவார்கள். நாம் திட்டமிட்டதைவிட மிக அதிகமான அளவில் என்னுடைய சிந்தனைகள் பரவும். உண்மையைச் சொல்ல வேண்டுமானால் என்னுடைய எண்ணங்களை மற்றவர்கள் ஏற்றுக் கொள்ள இந்த உடல்தான் இதுநாள்வரை தடையாக இருந்தது. இந்த உடலுக்குரிய அடையாளங்கள்தான் முட்டுக்கட்டையாக இருந்தது. அது அகலப்போகிறது. எனவே, என்னுடைய எண்ணங்களுக்கு விடுதலை கிடைக்கிறது. அவை மலர்ந்து இனி உலகமெல்லாம் மணம் வீசும். ஒளி வீசும்..."

சொல்லிவிட்டு ஜெயேஷின் கண்களை உற்றுநோக்கினார்.

"அருகில் வா..."

ஜெயேஷ், பகவானுக்கு அருகில் சென்றார்.

அவரது காதருகில் ஓஷோ சொன்னார்.

"ஆனந்தோ என்னுடைய தூதராக இருப்பாள்!"

ஷீலா விலகிய பிறகு மாதேவா ஆனந்தோ என்பவர்தான் ஓஷோவின் தனிச்செயலாளராகப் பணிபுரிந்தார். ஆஸ்திரேலியாவில் பிறந்த இவர், 1975ல் சன்னியாசம் பெற்று ஓஷோவின் பிரதான சீடர்களில் ஒருவராகக் கடைசிவரை இருந்தார்.

சொல்லிவிட்டு என்ன நினைத்தாரோ தெரியவில்லை.

"நோ... நோ... ஆனந்தோ என் தூதர் அல்ல. தொடர்பாளர். யெஸ்.. ஆனந்தோ வில் பீ மை மீடியம்..." என்றார்.

அதாவது உடலைவிட்டு விலகிய பகவான், சூட்சுமமான நிலையில் தன்னுடைய செய்திகளை ஆனந்தோ மூலமாக உலகுக்குத் தெரிவிப்பார் என்பதாக இதைப் புரிந்துக்கொள்ள வேண்டும். ஆனால், ஓஷோவின் மறைவுக்குப் பிறகு உலகமெங்கும் ஏராளமானோர் அவரது குரல் தங்கள் காதில் ஒலிப்பதாகக் கூறினார்கள்.

ஓஷோவால் அங்கீகரிக்கப்பட்ட மீடியமான ஆனந்தோவோ, "அமைதிதான் அவரது செய்தி..." என்று ஆழமான பார்வையில் சொல்கிறார். ஒருவேளை அவருக்கு பகவானின் குரல் கேட்கவில்லையோ என்னவோ?

என்றும் மணக்கும் பூவாசம்!

தன்னுடைய உடல் விலகலைக் குறித்து சில வாரங்களுக்கு முன்பே பக்தர்களிடம் பேசியிருந்தார் பகவான்.

"இருத்தல் மீதான என்னுடைய நம்பிக்கை அளவற்றது. நான் சொல்லியவற்றில் உண்மை இருந்தால், அவை வாழும். என் கருத்துகள் மீது நம்பிக்கை கொண்டவர்கள், அவற்றை மற்றவர்களுக்கு பரப்புவார்கள். அக்கருத்துகளில் இருக்கும் நியாயத்தைப் புரிந்துகொள்பவர்கள் ஏற்றுக் கொள்வார்கள். என் கருத்துகள் எக்காலத்திலும் யார் மீதும் திணிக்கப்படாது.

என் மீது அன்பு கொண்டவர்களுக்கு நான் எப்போதும் உந்து சக்தியாக இருந்துகொண்டேதான் இருப்பேன். என்னுடைய அன்பர்கள் அன்பு மிகுந்தவர்களாகவும், விழிப்புணர்வுகொண்டவர்களாகவும், கொண்டாட்டமானவர்களாகவும், குழந்தைத்தனமான குதூகலத் தோடும் இருக்க வேண்டும் என்று விரும்புகிறேன்.

உங்கள் கரங்களில் நீங்கள் ஒரு பூவை ஏந்த முடியும். அதன் வாசத்தை ஏந்தமுடியுமா? வாசத்தை உணர்வதற்கு உங்கள் கரங்கள் தேவையில்லையே. பூ, என் உடல். வாசம், நான். நீங்கள் எந்தள வுக்கு என்னை நெருங்குகிறீர்களோ, அந்தளவுக்கு என்னுடைய அருகாமையை உணர்வீர்கள்..!"

ஆனந்தோவைப் பற்றி ஜெயேஷிடம் சொல்லிவிட்டு மீண்டும் கண்களை மூடினார் பகவான்.

அவரது கைகளைப் பற்றி நாடித்துடிப்பை பரிசோதித்தார் அம்ரிதோ.

ஜெயேஷைப் பார்த்து, "பகவான் விலகிவிட்டார்..." என்றார்.

அப்போது மணி மாலை 5.00. ஜனவரி 19, 1990.

உடனடியாக டாக்டர் கோகுல் கோகனி, பகவானின் உடலைப் பரிசோதித்தார். அவர் உடலைவிட்டு விலகியதை உலகுக்கு அறிவிக்கும் மருத்துவச் சான்றிதழைத் தயார் செய்தார்.

இரவு ஏழு மணி அளவில் கூடியிருந்த கூட்டத்தினர் மத்தியில் பகவானின் கடைசி நிமிடங்களைப் பற்றி உணர்ச்சி பூர்வமாக மேற்கண்டவாறு விவரித்தார் அம்ரிதோ.

அதன்பிறகு பகவானின் உடல் அவர் கேட்டுக் கொண்டதற்கு ஏற்ப அலங்கரிக்கப்பட்டு, புத்தா ஹாலில் பத்து நிமிட அஞ்சலிக் காக வைக்கப்பட்டது. அவர் விரும்பியவாறே அவருக்கு கறுப்பு நிற உடை, தொப்பியெல்லாம் அணிவிக்கப்பட்டிருந்தன.

பின்னர் அவரது உடலை பக்தர்கள் சுமந்து சென்று இடுகாட்டில் எரித்தனர். ஓஷோவின் வார்த்தைகளிலேயே சொல்ல வேண்டு மானால், அவரை வழியனுப்பும் கொண்டாட்டம், அவர்

ஏற்கனவே குறிப்பிட்டவகையில் அன்றைய இரவு முழுக்க கொண்டாடப்பட்டது.

இரண்டு நாட்களுக்குப் பிறகு பகவானின் சாம்பல், சுவாங்ட்ஸூ அரங்கத்துக்குக் கொண்டுவரப்பட்டது. அவர் ஏற்கனவே சொன்ன மாதிரி அங்கிருந்த படுக்கைக்குக் கீழ் அவரது சாம்பல் வைக்கப் பட்டது.

தன்னுடைய சமாதியில் சலவைக்கல்லில் பொறிக்கப்பட வேண்டிய வாசகங்கள் என்னவென்று ஏற்கனவே பல மாதங்களுக்கு முன்பாக பகவான் சொல்லியிருந்தார். அதன்படியே அந்த வாசகங்கள் பொறிக்கப்பட்ட சலவைக்கல்லும் ஏற்பாடு செய்யப்பட்டிருந்தது.

வாழ்க்கை அவனது பரிசு
மரணமும் அவனது பரிசு
உடல் அவனது பரிசு
உள்ளமும் அவனது பரிசு
நாம் எல்லாவற்றையும் கொண்டாடுவோம்!
பிறக்கவுமில்லை இறக்கவுமில்லை
இந்த உலகுக்கு
1931க்கும் 1990க்கும் இடையில்
இவர் வந்து சென்றார்...

47

ஓஷோவின் புதிய மனிதன் யார்?

இந்த உலகுக்கு ஓஷோ விட்டுச் சென்றிருக்கும் முக்கியமான செய்தி என்பது, 'புதிய சமுதாயம் உருவாக வேண்டும். அதில் புதிய மனிதன் வாழ வேண்டும்' என்பதுதான்.

இதற்கான அவரது ஆராய்ச்சிகள் மிகவும் நெடியது. அவரது மறைவுக்குப் பிறகு அவரது புத்தக அறையை ஆராய்ந்தவர்கள் அதிசயித்துப் போனார்கள். அவர் குறிப்புகள் எடுத்து, தன் கையொப்பமிட்டிருந்த நூல்கள் மட்டுமே சுமார்

> **தியானம் என்பது என்ன?**
>
> ஓஷோ விளக்குகிறார் :
> இருக்கும் இடத்தில் இருப்பது
> நாம் நாமாகவே இருப்பது
> முழுமையாக இருப்பது.
> மனம் கடந்து செல்வது
> மனவோட்டங்களை கவனிப்பது
> உணர்ச்சிகளை கவனிப்பது
> ஒவ்வொரு கணமும் பிரக்ஞையாக இருப்பது
> ஒன்றைக் குறித்து கவனிப்பதோ, சிந்திப்பதோ, ஆராய்வதோ தியானம் அல்ல!

ஒரு லட்சம் எண்ணிக்கையில் இருந்தன!

அவரை குருவென்று மற்றவர்கள் மதிப்பிட்டனர். அவரோ தன்னை *seeker* (தேடுபவர்) என்றே அழைத்துக் கொண்டார். தான், பெற்ற ஞானம் போதாமல் மேலும் மேலும் ஞானத்தை தேடிக்கொண்டேயிருந்தார். தான், அறிந்தவற்றை முன்வைத்து மனிதனின் சிக்கல்களை உணர்ந்துகொள்ள முயற்சித்தார். அதற்காக மதவாதிகள், அரசியல்வாதிகள், தத்துவமேதைகள் என்று அனைத்துத் தரப்போடும் விவாதங்கள் நடத்தினார். ஏராளமான கூட்டங்களில் பங்கேற்றார். உலகில் இருக்கும் அத்தனை ஆன்மிக நெறிமுறைகளையும் கற்றார். அவற்றின் நன்மை, தீமைகளை எடைபோட்டார்.

ஓஷோவை சாமியார் என்றே ஊடகங்கள் குறிப்பிட்டிருந்தாலும் அவர் தன்னை எந்த மதத்தோடும் அடையாளப்படுத்திக் கொள்ள விரும்பவில்லை. நாத்திகர்களைக் காட்டிலும் கூர்மையான விமர்சனங்களை மதங்களின் மீது வைத்தார். இல்லையெனில் கடவுள் வழிபாட்டை 'வியாபாரம்' என்று ஒரு கடுமையான வார்த்தையில் அவரால் மறுதலித்திருக்க முடியுமா என்ன?

வழிபாட்டுக்கு நேரெதிரான பரிமாணமாகத் தியானத்தை அவர் முன்வைக்கிறார்.

"நீ எந்தவொரு கடவுளையும் மனசுக்குள் எண்ண வேண்டாம். எந்தக் கடவுளையும் நம்பக்கூட அவசியமில்லை. ஒரு சிறு வார்த்தையைக் கூட பிரார்த்தனை செய்ய வேண்டியதில்லை. நீ உனக்குள் செல்ல வேண்டும்..." என்று ஆலோசனை சொல்கிறார்.

அப்படிப்பட்டவரே ஒரு கடவுளைக் கொண்டாடினார்.

எனினும் -

அவர் கடவுள் என்பதால் அல்ல. தான், காண விரும்பிய புதிய மனிதன் என்பதால்.

அவர் வேறு யாருமல்ல.

கிருஷ்ணர்தான்!

குருக்ஷேத்திரப் போர்முனையில் அர்ஜுனனுக்கு தேர் ஓட்டினாரே அதே கிருஷ்ணன்தான்.

கிருஷ்ணனை முழுமையானவன், தனித்துவமானவன் என்று போற்றுகிறார் ஓஷோ.

ஒவ்வொரு மனிதனும் கிருஷ்ணனாக உருமாறுவதே அம்மனிதனின் அதிகபட்ச உயர்வாக இருக்கும் என்கிறார்.

ஏன் கிருஷ்ணனை அவர் புதிய மனிதனாகப் பார்க்கிறார்?

ஓஷோவின் குரலிலேயே கேட்போம்.

"கிருஷ்ணன், நம் புரிதலுக்கு அப்பால் இருக்கிறான். அவன் ஒரு புதிர். புராதன காலத்தவன் என்றாலும், அவனே எதிர்கால மனிதன். ஒருவேளை எதிர்காலத்தில் மனமுதிர்ச்சியின் காரணமாக நாம் கிருஷ்ணனைப் புரிந்துகொள்ளலாம். அவ்வாறு புரிந்துகொள்ள வேண்டியதற்கான தேவைகள் நிறைய இருக்கின்றன.

பொதுவாக மதம் ஒருவரின் பிம்பத்தை தூக்கிப் பிடித்து நிறுத்துகிறது என்றால், அவர் சுவாரஸ்யமற்ற சிடுமூஞ்சியாக இருப்பார். கிருஷ்ணனைப் பாருங்கள். நடனமாடுகிறான், பாடுகிறான், மகிழ்ச்சியாக சிரிக்கிறான். வருத்தமோ, கண்ணீரோ மட்டுமே

செக்ஸ் பற்றி ஓஷோ!

அது அடிப்படைத் தேவை. தப்பியோட முயற்சிக்காதே. முடியாது. இயற்கையைப் பயன்படுத்தி அதைக் கடந்து செல். பிரம்மச்சாரியாக இருக்கவேண்டுமானால் அதைப் பற்றி பேசக்கூடாது, ஈடுபடக்கூடாது என்று நினைக்கிறோம். காமத்தை விட்டு விலகி ஓடினால் பொய்யான பிரம்மச்சரியமே பிறக்கும். நீ எவ்வளவு தூரம் அதை விட்டு விலகி ஓடுகிறாயோ, அந்தளவுக்கு அதைப்பற்றியே சிந்திப்பாய்.

செக்ஸை எப்படி எதிர்கொள்வது?

ஒன்று, அதை இயல்பாக அனுபவிப்பது. பெரும்பாலானோர் இதையே கடைப்பிடிக்கிறார்கள்.

இரண்டு, அந்த உணர்வைக் கட்டுப்படுத்தி அடக்குதல். நீங்கள் ஞானிகளாக நம்பும் அசாதாரணமான மனிதர்கள் இதைத்தான் செய்கிறார்கள். இது இயற்கைக்கு எதிரானது.

மூன்று, இவ்வுணர்வு கிளம்பும்போது கண்களை மூடிக்கொள்ளுங்கள். மதிப்புமிக்க இப்பொழுதை தியானத்துக்கு பயன்படுத்துங்கள். உங்களுக்கு கிளர்ச்சியைத் தூண்டுகிற பகுதியை உற்றுக் கவனியுங்கள். அதை உதாசீனப்படுத்தாதீர்கள். இதை முயன்றால் அங்கே ஒரு சக்தி உருவாகும். அது இதயம் நோக்கி எழும். அழகும், அன்பும், ஆசீர்வாதமும் உங்களைச் சூழும்!

ஓஷோ எங்கு இருக்கிறார்?

இந்த உலகைவிட்டு நான் செல்வேன் என்றால், எங்கு செல்வேன்?

என்னை நீங்கள் அன்புடன் நேசிக்கும் பட்சத்தில் நீங்கள் சுவாசிக்கும் காற்றிலும் இருப்பேன். காணும் கடலின் அலையிலும் இருப்பேன்.

என்னை நீங்கள் மனப்பூர்வமாக நம்பினால், என்னை உணருவதற்கு உங்களுக்கு ஆயிரம் வாசல்கள் திறக்கும்.

உங்களைச் சூழும் அமைதியில் நீங்கள் என்னை உணரலாம்.

இந்தப் பிரபஞ்சம் முழுக்க நான் வியாபித்திருப்பேன்.

எனவே, என்னை யாரும் தேடவேண்டாம்.

உங்கள் இதயத்தில், இதயத்தின் ஒவ்வொரு துடிப்பிலும் நான் இருப்பேன்.

– பகவான் ரஜனீஷ்

வாழ்க்கை அல்ல. மகிழ்ச்சிதான் வாழ்க்கையின் குறிக்கோளாக இருக்க முடியும். கிருஷ்ணன், நமக்கு மகிழ்ச்சியைத்தான் கடத்துகிறான்.

பொதுவாகவே மதங்கள் பலவும் வருத்தங்களையும், தியாகங்களையும் கொண்டாடுகின்றன. மனிதனுக்கு லவுகீக வாழ்க்கைக்கு நேரெதிரான இன்னொரு புனித வாழ்க்கையை வலியுறுத்துகின்றன. இயேசு சிரித்ததே இல்லை என்பார்கள். அவரை வைத்து வரையப்பட்ட படங்களில் கூட அவரது முகத்தில் சோகத்தைத்தான் காண முடிகிறது. மகாவீரரும், புத்தரும்கூட மனிதர்களின் தற்போதைய வாழ்க்கையிலிருந்து விடுதலைக்கான பாதையைத்தான் தேடியிருக்கிறார்கள்.

எல்லா மதங்களுமே வாழ்க்கையை இரண்டாகத்தான் பிரிக்கின்றன. நல்லது, கெட்டது என்று ஒரு மனிதனின் செயல்பாடுகளை தரம் பிரித்து பொருள் கொள்கின்றன. கிருஷ்ணன் ஒருவன்தான் வாழ்க்கையை அதன் போக்கிலேயே ஏற்றுக்கொள்ளும் ஒரே கடவுள். இவ்வகையில் அரசனாக இருந்த ராமனைக்கூட நாம் சொல்ல முடியாது.

'நான்' என்கிற வார்த்தையை நாம் பயன்படுத்துவதற்கும், கீதையில் கிருஷ்ணன் பயன்படுத்துவதற்குமான வேறுபாடுகளைப் புரிந்துகொள்வதின் மூலமே கிருஷ்ணனை புரிந்து கொள்வது எளிதாகும்.

நாம், 'நான்' என்று உச்சரிக்கும்போது நம் உடலுக்குள் சிறைப்பட்டிருக்கிறது 'நான்' என்கிற அர்த்தத்தில் வருகிறது. கிருஷ்ணனோ, 'நான்' எனும்போது, அந்த 'நான்' ஒட்டுமொத்த பிரபஞ்சத்தையே குறிக்கிறது. அதனால்தான் 'என்னிடம் சரணடை' என்று அர்ஜுனனிடம் சொல்லும்போது, மாவீரனான அர்ஜுனன் அவரது கால்களில் வீழ்கிறான்.

'அஹம் பிரம்மாஸ்மி' என்கிற மகாவார்த்தைக்கான பொருளை, கிருஷ்ணன் உச்சரிக்கும் 'நான்'-ல் இருந்து நாம் புரிந்துகொள்ளலாம்.

மகாபாரதப் போருக்கே கூட கிருஷ்ணன்தான் காரணம் என்பார்கள். வாழ்க்கையின் ஒரு பகுதியாகத்தான் போரை அவன் பார்த்தான். குருக்ஷேத்திரப் போரை அவன் தவிர்க்கவே நினைத்தான். ஆனால், போர் வந்துவிட்டால் ஓடி ஒளிய அவன் கோழை அல்ல. அதை மகிழ்ச்சியோடு எதிர்கொண்டான்.

யாரையும் எதையும் கிருஷ்ணன் துறக்கச் சொல்லவில்லை. இன்பம், துன்பம் இரண்டையுமே வாழ்க்கையின் பரிமாணங்களாக உணர்ந்து அனைத்தையும் ஏற்றுக்கொண்டு, எதிர்கொள்ளும் விவேகத்தை அவன் நமக்கு போதிக்கிறான்..."

ஓஷோ, ஏன் கிருஷ்ணனை தன் இலட்சிய புருஷனாக கருதினார் என்பதை பல்வேறு கூட்டங்களில் பேசியிருக்கிறார். அவையெல்லாம் தொகுக்கப்பட்டு '*Krishna: The Man and His Philosophy*' என்று தொகுப்பு நூலாகவே வெளிவந்திருக்கிறது.

இன்ப, துன்பங்களுக்கு இடையே எப்படி வாழ்வது என்கிற பாதையைக் காட்டுவதாலேயே கிருஷ்ணனை புதிய மனிதனாக ஓஷோ அடையாளம் காட்டுகிறார். மதம் சார்ந்த ஞானங்கள் பலவும் பற்றற்ற துறவுநிலையைப் போதிக்கும்போது, அதற்கு நேரெதிரான மகிழ்ச்சியையும், கொண்டாட்டத்தையும் முன்வைக்கும் ஓஷோவுக்கு கிருஷ்ணனைப் பிடிக்காமல் போயிருந்தால்தானே ஆச்சரியம்?

48

மர்மம் தொடர்கிறது!

"மரணம் கொண்டாடப்பட வேண்டும். மரணத்தைக் கண்டு அச்சப்படக் கூடாது..." என்றார் ஓஷோ.

அவர் காலமாகி முப்பது ஆண்டுகள் ஆகிவிட்டாலும், அவரது மரணம் இன்னும் சர்ச்சைகளை கிளப்பிக்கொண்டுதான்னிருக்கிறது.

அவருடைய மரணம் இயற்கையானதல்ல. அவரால் திரட்டப்பட்ட பல்லாயிரக்கணக்கான கோடிகளைக் குறிவைத்து நிகழ்ந்தது என்று சொல்லக்கூடிய பக்தர்கள் இன்னும் இருக்கிறார்கள்.

அதற்கேற்ப பகவான் உடலை விட்டு விலகியதுமே, பூனே ஆசிரமத்தில் பங்கு பிரிக்கப்படுவதில் மோதல் தொடங்கியது.

ஹாலிவுட் பக்தர்கள் என்று சொல்லப்படக்கூடிய மேற்கத்திய சீடர்களும், ஓஷோவின் இந்திய சீடர்களும் இரு குழுக்களாகப் பிரிந்து 'யாருக்கு ஓஷோ சொந்தம்?' என்று மோதிக்கொள்ளத் தொடங்கினார்கள்.

ஹாலிவுட் பக்தர்களின் கை சற்று ஓங்கியது என்பதே உண்மை. காரணம், யாருக்கு எது சேர வேண்டும் என்று ஓஷோ எழுதி வைத்த உயில்.

ஆனால் -

பூனேவைச் சேர்ந்த யோகேஷ் தாக்கர் என்கிற ஓஷோவின் சீடர் (அவருடைய துறவறப் பெயர் சுவாமி பிரேம்கீத்), இத்தனை ஆண்டுகளாக ஓஷோ இண்டர்நேஷனல் ஃபவுண்டேஷனுக்கு சிம்மசொப்பனமாக விளங்கி வருகிறார்.

ஓஷோவின் உயில் என்று உலக சமூகத்துக்கு முன்பாகக் காட்டப்படுவது பொய் என்பது அவரது வாதம்.

"இந்தியாவின் ஆன்மிகப் புதையல், வெளிநாட்டுக்காரரர்களால் கடத்தப்பட்டு விட்டது..." என்பது அவர் வாதம்.

பம்பாய் உயர்நீதிமன்றத்தில் அவர் வழக்கு தொடுத்து, பகவானின் மரணம் குறித்து பல்வேறு சந்தேகங்களை எழுப்பினார். தன் சந்தேகங்களுக்கு ஆதாரமாக ஓஷோவின் மரணத்துக்கு சான்றிதழ் வழங்கிய டாக்டர் கோகுல் கோகனியின் கருத்துகளை மேற்கோள் இட்டார்.

அன்று மதியம் ஒரு மணிக்கு என்ன நடந்தது?

19 ஜனவரி 1990 மதியம் ஒரு மணிக்கு தன் வீட்டில் ஓய்வெடுத்துக் கொண்டிருந்த கோகுல் கோகனி அவசர அவசரமாக பூனே ஆசிரமத்துக்கு அழைத்து வரப்பட்டார். கையோடு அவரது மருத்துவ உபகரணங்களையும், லேட்டர்பேடையும் எடுத்துவரச் சொல்லி இருந்தார்கள். ஆசிரமத்தில் இருந்தவர்களிடம், 'யாருக்காவது உடல்நலக் குறைவா?' என்று கேட்டார். யாரும் அவருக்குப் பதில் சொல்லவில்லை.

சில நிமிடங்களுக்குப் பிறகு சுவாமி அம்ரிதோ (இயற்பெயர் ஜான் ஆண்ட்ரூ) வந்தார். அவர் கோகனியை அணைத்துக் கொண்டு, 'பகவான் அவரது உடலை விட்டு விலகுகிறார்' என்றார். கண்ணீர் விட்ட கோகனிக்கு ஆறுதல் சொல்லும் வகையில், 'பகவானை நாம் வழியனுப்பும் முறை இதுவல்ல' என்றார்.

இதுதான் கோகனி சொல்லியிருந்தது.

பகவான் உடலை விட்டு விலகிக் கொண்டிருக்கிறார் என்று அம்ரிதோ சொன்னாரேயானால், அவர் ஏன் கோகனியை விட்டு பகவானைக் காப்பாற்ற முயற்சிக்கவில்லை என்பது

யோகேஷ் தாக்கரின் வாதம்.

கோகனியை விடுங்கள். ஆசிரமத்தில் அப்போது ஏராளமான மருத்துவர்கள் இருந்தார்கள். அவர்கள் யாரும் பகவானின் உடலை பரிசோதித்ததாக தகவல்கள் இல்லை. மேலும், ஓஷோவை மருத்துவமனையில் சேர்த்து காப்பாற்றும் முயற்சிகளும் நடக்கவில்லை.

ஐந்து மணிக்குத்தான் ஓஷோ காலமானாரா?

பகவானின் மரணத்துக்குப் பிறகு எழுப்பப்பட்ட இந்த கேள்விகளுக்கு ஓஷோ ஃபவுண்டேஷன் சார்பாக தர்க்கரீதியாக ஏற்றுக் கொள்ளும்படியான பதில்கள் தாக்கருக்கு கிடைக்கவில்லை.

மாலை ஐந்து மணிக்கு ஓஷோவின் அறைக்குள் அனுமதிக்கப் பட்டார் டாக்டர் கோகனி. அப்போது ஓஷோவின் உடல் அருகே அம்ரிதோவும், ஜெயேஷூம் (இயற்பெயர் மைக்கேல் ஓ பிரையன்) இருந்ததாக அவர் சொல்கிறார்.

'இப்போதுதான் பகவான் உடலை விட்டு விலகினார். நீங்கள் தான் அதற்கு சான்று கொடுக்க வேண்டும்' என்று அம்ரிதோ, கோகனியைக் கேட்டுக் கொண்டிருக்கிறார். பகவானின் பாஸ்போர்ட் வேண்டும், அவருடைய உண்மையான பெயரை இறப்புச் சான்றிதழில் குறிப்பதற்காகவும், உடலில் இருக்கும் மச்சம் உள்ளிட்ட அடையாளங்களைக் குறிப்பிடவும் அது தேவை என்று கோகனி கேட்டிருக்கிறார்.

ஓஷோவின் கையைப் பிடித்து சோதித்திருக்கிறார் கோகனி. உடல் சூடாகவும், மிருதுவாகவும் இருந்திருக்கிறது. எனவே, ஒரு மணி நேரத்துக்குள்ளாகத்தான் அவர் காலமாகி இருக்க வேண்டும் என்கிற முடிவுக்கு வருகிறார் கோகனி.

பகவான் மூச்சை விடும் வரை அந்த அறையிலேயே அம்ரிதோவும், ஜெயேஷூம் ஏன் காத்திருக்க வேண்டும்? அங்கேயே அத்தனை மருத்துவர்கள் இருக்க டாக்டர் கோகனியை ஏன் குறிப்பாக இறப்புச் சான்றிதழுக்கு அழைத்தார்கள் என்பதற்கான விளக்கத்தை நிர்வாகிகள் சரியாகத் தரவில்லை என்பது தாக்கரின் குற்றச்சாட்டு.

இறப்புக்கான நிஜமான காரணம் என்ன?

டாக்டர் கோகனி உடலைப் பரிசோதித்தபோது சிறு துளி உணவு அல்லது வாந்தி பகவானின் உடையில் சிந்தியிருந்ததாகக் குறிப்பிடுகிறார். ஓஷோ உணவைச் சிந்தியோ, வாந்தியெடுத்தோ யாரும் அதுவரை கண்டதில்லை என்பதால் அது தனக்கு ஆச்சரியமாக இருந்ததாகவும் அவர் சொன்னார்.

ஓஷோ, மாரடைப்பால் மரணமடைந்ததாக சான்றிதழ் கொடுக்கும்படி அம்ரிதோவும், ஜெயேஷூம் வற்புறுத்தி எழுதி வாங்கிக் கொண்டதாக டாக்டர் கோகனி, பத்திரிகைப் பேட்டிகளிலும் சொல்லியிருக்கிறார்.

ஓஷோவைக் கொன்றது யார்..?

அபய் வைத்யா என்கிற பத்திரிகையாளர் 80களின் இறுதியிலும், 90களின் தொடக்கத்திலும் பூனே ஆசிரமத்தில் செய்தி சேகரித்துக் கொண்டிருந்தார். ஓஷோவின் மரணம் குறித்த சந்தேகங்களை எழுப்பி, 'Who killed Osho?' என்கிற நூலை இவர் எழுதி 2017ம் ஆண்டு வெளியிட்டார்.

பகவானின் மரணத்துக்குப் பிறகு 27 ஆண்டுகள் கழித்து வெளியிடப்பட்ட இந்நூல், பல்வேறு சர்ச்சைகளைக் கிளப்பி வருகிறது. ஓஷோ, காலமானபோதும் பூனே ஆசிரமம் தொடர்பான செய்தி சேகரிப்புகளில்தான் ஈடுபட்டிருந்தார் நூலாசிரியர் அபய்வைத்யா.

இப்படியொரு நூலை எழுதி, சந்தேகங்களைக் கிளப்புவதற்கு என்ன காரணமென அவர் சில விஷயங்களைப் பட்டியலிடுகிறார்.

ஓஷோவின் முதல் செயலரான மா யோக லட்சுமி வெளிப்படையாகவே, 'பகவான் கொலை செய்யப்பட்டிருக்கலாம்' என்று சந்தேகத்தைக் கிளப்பினார். ஓஷோவுக்கு அவர் இறுதி மரியாதை செலுத்துவதற்கு முன்பாகவே தகனம் செய்யப்பட்டு விட்டார். லட்சுமி மட்டுமல்ல, ஓஷோவுக்கு நெருக்கமாக இருந்த பலர் அப்போது மும்பையில்தான் இருந்தனர். அவர்கள் மரியாதை செலுத்துவதற்கு வாய்ப்பளிக்கப்படவில்லை.

ஓஷோவின் குடும்பத்தினர் பூனே ஆசிரமத்தில்தான் தங்கியிருந்தனர். அவர்கள் நீண்டகாலமாக ஓஷோவை சந்திக்கவே இல்லை. கடைசி நாட்களிலும்கூட அவர்கள் ஓஷோவை நெருங்க முடியவில்லை.

ஓஷோவின் உற்ற நண்பராகவும், அவரை கவனித்துக் கொள்பவராகவும் நீண்டகாலம் பணியாற்றியவர் மா பிரேம் நிர்வாணோ. மிகச்சரியாக ஓஷோ காலமாவதற்கு 41 நாட்களுக்கு முன்பாக மர்மமான முறையில் நிர்வாணோவும் காலமானார்.

ஓஷோவின் மரணத்துக்குப் பிறகு அவருடைய ஆசிரமம், இரும்புக் கோட்டையாக மாறிவிட்டது.

ஊடகங்களால் அணுகமுடியாத இடமாக ஆகிவிட்டது.

ஓஷோ, வாந்தி எடுத்தாரா என்பதை கோகனி ஏன் அவர்களிடம் கேட்கவில்லை என்று தெரியவில்லை. உடற்பரிசோதனை நடப்பதைத் தவிர்க்கவே மாரடைப்பு என்று இறப்புச் சான்றிதழில் காரணம் எழுதச்சொன்னார்களா என்கிற கேள்விக்கும் விடையில்லை.

ஏன் அவசர அவசரமாக தகனம்?

ஓஷோவின் உள்வட்டத்தைச் சேர்ந்த 21 சீடர்களிடம், தன்னுடைய உடலை உடனடியாக எரித்துவிடும்படி அவரே சொன்னதாக அம்ரிதோவும், ஜெயேஷும் சொன்னார்கள்.

புத்தா ஹாலில் பார்வைக்கு வைக்கப்பட்ட பகவானை, குறிப்பிட்ட தூரத்திலிருந்து தரிசிக்க மட்டுமே சீடர்கள் அனுமதிக்கப்பட்டார்கள். ஓஷோவின் மரணம் குறித்து யாரும், யாரிடமும் விவாதிக்க வேண்டாம் என்று உள்வட்ட சீடர்களுக்கு ஆலோசனை சொல்லப்பட்டது.

பகவான் மறைந்துவிட்டார் என்று வெளியுலகுக்கு சம்பிரதாயமான தகவல் தெரிவிக்கப்பட்டு, அதற்கு ஒரு மணி நேரத்துக் குள்ளாகவே அவரது உடல் எரிக்கப்பட்டது.

உலகம் முழுக்க பல்லாயிரக்கணக்கான பக்தர்களைக் கொண்டிருந்த ஓஷோவின் உடல் அவசர அவசரமாக தகனம் செய்யப்பட்டது பல்வேறு சந்தேகங்களைக் கிளப்பியது.

ஓஷோவின் அம்மா என்ன சொன்னார்?

பகவான் உடலை விட்டு விலகியபிறகு, அவரது அம்மாவிடம் தகவலைச் சொல்லும் பொறுப்பு, ஓஷோவின் செயலரான நீலத்திடம் ஒப்படைக்கப்பட்டது. அப்போது அம்மாவும் ஆசிரமத்தில்தான் இருந்தார்.

தகவலைச் சொன்னதுமே, 'கொன்று விட்டார்கள்' என்று நீலத்திடம் ஒரே வார்த்தையில் குமுறியிருக்கிறார் ஓஷோவின் அம்மா. எனினும், 'இத்தகையசூழலில் இப்படியெல்லாம் குற்றம் சாட்டக்கூடாது' என்று அவரை சமாதானப்படுத்தியதாக பின்னர் நீலம், ஒரு பத்திரிகைப் பேட்டியில் குறிப்பிட்டார்.

ஓஷோவின் உயில் ரகசியம்?

16 ஜூன் 1989ல், அதாவது பகவான் உடலை விட்டு விலகுவதற்கு ஆறு மாதங்கள் முன்பாக உயில் எழுதி வைத்ததாக சொல்கிறார்கள்.

ஆனால் -

பகவான், இப்படியொரு உயில் எழுதி வைத்ததாக இத்தனை ஆண்டுகளாக ஆசிரமத்தில் யாரும் சொல்லவில்லை.

அமெரிக்காவில் நடந்த ஓஷோ ஃபவுண்டேஷன் தொடர்பான வழக்கின் போதும் கூட இப்படியொரு உயில் இருப்பதாக தகவல் தெரிவிக்கப்படவில்லை. திடீரென 2013ல் ஐரோப்பிய கோர்ட் ஒன்றில் இந்த உயில் தாக்கல் செய்யப்பட்டது.

ஓஷோவின் பூனே ஆசிரமம் மட்டுமே ஆயிரம் கோடி ரூபாய்க்கு மேலே மதிப்புள்ளது. மேலும், ஓஷோவின் சிந்தனைகளுக்கான காப்பிரைட் தொகையே சராசரியாக வருடத்துக்கு 100 கோடி ரூபாய்க்கும் மேலே இத்தனை ஆண்டுகளாக கொட்டித் தந்துகொண்டிருக்கிறது. தவிர்த்து ஐரோப்பாவில் 20க்கும் மேற்பட்ட நிறுவனங்களையும் நடத்தி வருகிறார்கள்.

புதிய சன்னியாசிகள் இயக்கம் (சுவிட்சர்லாந்தில் பதிவு செய்யப்பட்டு இயங்குகிறது) மட்டுமே ஓஷோவின் சொத்து மற்றும் சிந்தனைகளுக்கு உரிமை கொண்டாடும் வகையில் அந்த உயில்

அமைந்திருக்கிறது. அந்த இயக்கத்தின் செயல் தலைவர் சுவாமி ஆனந்த் ஜெயேஷ் என்கிற மைக்கேல் ஓ பிரையன் என்பது குறிப்பிடத்தக்கது.

இந்த உயில் ஓஷோவின் மரணத்துக்குப் பிறகு தயாரிக்கப்பட்டது என்பதுதான் யோகேஷ் தாக்கரின் உறுதியான நம்பிக்கை. இதுகுறித்த கேள்விகளை அவர் எழுப்பியதிலிருந்து பூனே ஆசிரமத்துக்குள் நுழைய தடை விதிக்கப்பட்டார்.

இப்போது வரை பம்பாய் உயர் நீதிமன்றத்தில் வழக்கு நடந்துகொண்டுதான் இருக்கிறது. வழக்கு, கோர்ட்டில் இருப்பதால் இந்த சந்தேகங்கள் குறித்து யார் கேட்டாலும் ஆசிரம நிர்வாகிகள் பதிலளிப்பதில்லை.

உண்மை எதுவோ?

பகவானுக்குத்தான் எல்லாம் தெரியும்!

49

பகவான் இன்று தேவையா?

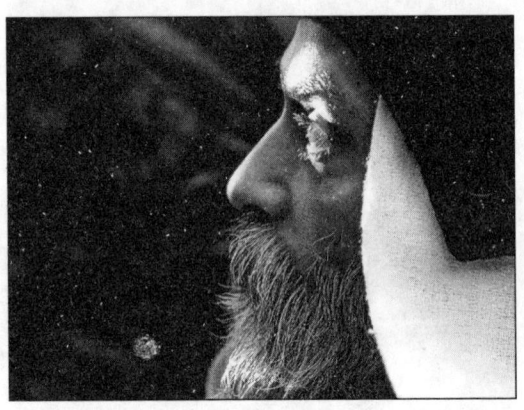

கடந்த நூற்றாண்டின் முற்பகுதியில் பிறந்து, இறுதிக்குள்ளாக மறைந்தவர் ஓஷோ. அவருடைய கருத்துகள் இன்றும் அர்த்தமுள்ளவையா என்கிற சந்தேகம் பலராலும் அவ்வப்போது எழுப்பப் படுவதுண்டு.

பகவான் என்று அவரது பக்தர்களால் போற் றப்பட்டாலும் ஓஷோ, நம்மைப் போலவே ரத்தமும், சதையுமான மனிதர்தான். தன்னை

இறைவனாகவோ, இறைத்தூதராகவோ என்றுமே அவர் சொல்லிக்கொண்டதில்லை.

சமூகத்தில் நிலவி வந்த சம்பிரதாயங்களை கேள்வி கேட்ப வராகவே அவர் வாழ்ந்து வந்தார். எந்தவொரு மரபையும், அதன் அவசியமோ அர்த்தமோ அறியாமல் தொடர்வது முட்டாள் தனம் என்கிற எண்ணம் கொண்டவராக இருந்திருக்கிறார்.

அவ்வகையில் பார்க்கப்போனால் ஓஷோ, தலைசிறந்த பகுத்தறிவாளராகவே வாழ்ந்தவர்.

கடவுள், உண்டா இல்லையா என்பது மனிதன் பகுத்தறிவு பெற்றதில் தொடங்கி, இன்றுவரை நீளும் கேள்வி.

இந்தக் கேள்விக்கு ஆம், இல்லை என்று ஒற்றை வரியில் யார் வேண்டுமானாலும் பதில் சொல்லிவிட்டுச் செல்ல முடியாது.

ஓஷோ, இந்தக் கேள்வியை தன்னைத்தானே கேட்டுக் கொண்டு தாமாகவே இதற்கு விடைபெறக் கடுமையாக உழைத்தார்.

உலகில் தோன்றிய மதங்கள், அவற்றின் கருத்துகள், மாற்றுக் கருத்துகள், விவாதங்கள் அத்தனையையும் வாசிக்க பல்லாண்டு உழைப்பைச் செலுத்தினார்.

தான், வாசித்த எதையுமே அவர் உடனடியாக ஒப்புக் கொண்ட தில்லை. தனக்கு உவப்பான விஷயங்களை தன்மீதே பரிசோதித்துப் பார்த்துதான், மற்றவர்களுக்கு தான் பெற்ற ஞானத்தைப் பகிர்ந்தார்.

ஓஷோ, வெறும் சாமியார் அல்ல. அவர் உளவியல் பேராசிரியர். கல்லூரியில் மாணவர்களுக்குப் பாடம் எடுத்த ஆசிரியர். மனித இனம், தன்னைக் குறித்த விழிப்புணர்வோடு இருக்க வேண்டும் என்பதே அவரது கனவு.

சிலருக்கு அவர் குரு. சிலருக்கு அவர் சிந்தனையாளர். சிலருக்கு அவர் நல்ல பேச்சாளர். சிலர் அவரை மாயாஜாலம் புரிபவராகக் கருதினார்கள். ஒவ்வொரு தனி மனிதனின் பார்வையிலும் ஓஷோ, வேறு வேறு மனிதராகக்காட்சியளித்தார்.

ஓஷோ, நமக்கு போதித்தவை இன்றும் அர்த்தமுள்ளவையா?

அவர் எதிர்கால சமுதாயத்தை உத்தேசித்தே தன் கருத்துகளைக் கட்டமைத்துக் கொண்டவர் என்பதால், அவர் வாழ்ந்த காலத்தில் மட்டுமின்றி, இப்போதும், வருங்காலங்களிலும் கூட ஓஷோவின் ஞானம், ஏதோ ஒரு மனிதனுக்கு உதவிக் கொண்டேதானிருக்கும்.

நம் வாழ்க்கையை திறந்த மனதோடு எவ்வித மனச்சாய்வுகளும் இன்றி எப்படி பார்ப்பது என்பதைத்தான் நமக்கு புரியவைக்க அவர் மெனக்கெட்டார். தகவல் தொழில்நுட்பம் பரவலாகியிருக் கும் இந்தக் காலக்கட்டத்தில் முன்பைவிட ஓஷோவின் கருத்துகள் பன்மடங்கு அதிகமானவர்களால் வாசிக்கப்படுகிறது, கேட்கப்படுகிறது.

பல்லாயிரம் பக்கங்களில் மனிதகுலத்துக்கு ஓஷோ போதித்த

வற்றின் சாரத்தை மட்டும் ஒருசில பக்கங்களில் பார்க்கலாம்.

செயலே தீர்வு:

ஏதேனும் பிரச்னைகளைப் பற்றி நாம் அதீதமாக சிந்திப்பதின் மூலமாகவே, அந்தப் பிரச்னையின் தன்மையைக் காட்டிலும் அதை நாம் மேலும் மோசமாக்கிக் கொள்வோம் என்கிறார் ஓஷோ. ஏதேனும் பிரச்னை வருமோ என்று எப்போதும் சிந்தித்துக் கொண்டே தம்மை வருத்திக் கொள்ளும் 'முன் ஜாக்கிரதை முத்தண்ணா'க்கள் குறித்தே அவரது இந்தக் கவலை. வருமுன் காப்போம் என்கிற எச்சரிக்கை உணர்வு, மனிதர்களுக்கு மட்டுமல்ல. எல்லாவிதமான உயிரினங்களுக்குமே உரித்தானதுதான்.

ஆனால் -

அதற்காக ஏதோ ஒன்று வரப்போகிறது என்று எதிர்காலத்தைக் கண்டு நடுங்கி, நிகழ்காலத்தை வருத்தத்துக்கு உள்ளாக்கிக் கொள்ளக்கூடாது. நீங்கள் அச்சப்படக்கூடிய அப்படியொரு சூழல் வருமேயானால், வரும்போது அதை எதிர்கொள்ளக் கூடிய செயலாற்றல் உங்களுக்கு இருக்குமேயானால், எதைக் கண்டும் பயப்பட வேண்டாம் என்கிறார்.

இந்தக் கருத்தை ஓர் அழகிய உதாரணத்தோடு ஓஷோ விளக்குகிறார்.

ஒரு மனிதன், குளியலறையில் குளித்துக் கொண்டிருக்கிறான். அப்போது அவனது வீடு தீப்பற்றி எரிகிறது. 'அய்யோ, வீடு தீப்பற்றி விட்டதே. என்னுடைய உடை என்னாகும், உடைமைகள் என்னாகும்' என்று அங்கேயே முடங்கிக் கிடந்தான் என்றால், உடை, உடைமைகளோடு அவனும் போய்ச் சேர வேண்டியதுதான். உயிர் பிழைத்தால் உடைமைகளைச் சேகரித்துக் கொள்ளலாம் என்கிற உணர்வும், உடனடியாகத் தன்னைக் காத்துக்கொள்ளும் செயலாற்றலும் இருந்தால் மட்டுமே அவனது இருத்தல் இன்னும் சில ஆண்டுகளுக்கு இந்த உலகில் நீடிக்கும். அப்போதைக்கு அப்போதான சூழலில், எதிர்காலத்தைக் குறித்த பிரக்ஞை கொள்ளாமல், நிகழ்காலத்தில் புத்திசாலித்தனமான முடிவினை எடுப்பதே விவேகம்.

அன்பு என்பது என்ன?

நம்மைச் சார்ந்தவர்கள் மீது மட்டுமே நாம் பொதுவாக அன்பு காட்டுகிறோம். இதை அன்பு என்று கூறுவதே தவறு என்று குறிப்பிடுகிறார் ஓஷோ. அன்பில் திளைத்திருக்கும் இருவர், ஏதேனும் பிரச்னையில் மாறுபட்டு பிரிந்த பின்னர் ஒருவரை ஒருவர் வெறுக்கத் தொடங்குகிறார்கள். அப்படியெனில் அவர்களிடம் அன்பே இருந்ததில்லை என்று பொருள்.

மிகக்குறைந்த காலமே இருவர், ஒருவர் மீது ஒருவர் அன்பு செலுத்தியிருந்தாலும், அவர்கள் பிரிந்த பின்னரும் அதே அன்பு நீடிக்க வேண்டும். உறவு என்பது மலர் மாதிரி. அன்பு என்பது

அந்த மலரின் மணம். மலர் உதிர்ந்தாலும், மணம் மட்டும் வீசிக் கொண்டிருக்க வேண்டும் என்று போதிக்கிறார் ஓஷோ.

மகிழ்ச்சிக்குத் திரும்புங்கள்:

வருத்தமாக இருக்கிறீர்களா? சரி, அழுது விடுங்கள். கோபம், பொறாமை மாதிரியான உணர்வுகள் தோன்றும்போது, அந்த உணர்வுகளுக்கு என்னென்ன விளைவுகளோ அதை அவ்வப்போதே நிகழ்த்தி விடுங்கள்.

ஆனால் -

உங்களுடைய அந்த சமயத்து உணர்வு எதுவென்கிற விழிப் புணர்வு எப்போதுமே உங்களுக்கு இருக்க வேண்டும் என்று வலியுறுத்துகிறார் ஓஷோ. அந்த உணர்வுகளுக்குள் தீவிரமாக உங்களைச் செலுத்திக் கொள்ளாமல், எவ்வளவு விரைவாக மகிழ்ச் சிக்கும், அமைதிக்கும் திரும்ப முடியுமோ அவ்வளவு சீக்கிரம் திரும்பி விடுங்கள் என்றும் கேட்டுக்கொள்கிறார். ஏனெனில் அமைதிதான் நம்முடைய இருப்பு என்கிறார்.

நீங்கள் செய்த தவறுகளை, அவை தவறு என்று தெரிந்ததுமே ஒப்புக் கொள்ளுங்கள். மற்றவர்கள் மன்னிப்பதை விடுங்கள். உங்களை நீங்களே மன்னித்துக் கொள்ளுங்கள். அச்சூழலிலிருந்து வெளியேறுங்கள். உலகம் உங்களோடும், நீங்கள் செய்த தவறு களோடும் மட்டும் முடிந்து விடுவதில்லை என்று சுட்டிக் காட்டி, மகிழ்ச்சிக்கான பாதையை மக்களுக்குக் காட்டுகிறார் பகவான்.

அமைதியும் சுதந்திரமும்:

பரஸ்பரம் அன்பு செலுத்தும் இரு உள்ளங்கள், ஒன்றையொன்று கட்டுப்படுத்தி ஆள விரும்புகின்றன. கணவன்- மனைவி, பெற்றோர் - பிள்ளையென்று நம் குடும்பத்திலிருந்தே இத்தகைய ஆதிக்கம் தொடங்குகிறது. இம்மாதிரி கட்டுப்பாடுகளும், மேலாதிக்கமும் சூழ்ந்திருக்கும் இடத்தில் மகிழ்ச்சியும், சுதந்திரமும் இருக்காது. நம்முடைய ரிமோட் கண்ட்ரோல் வேறொருவரின் கையில் இல்லையென்றால் மட்டுமே நம்மால் அமைதியை அனுபவிக்க முடியும்; சுதந்திரத்தை உணரமுடியும் என்பது ஓஷோவின் உறுதியான எண்ணம்.

வாழ்க்கையை எவ்வாறு எதிர்கொள்வது?

ஆதி மனிதன் கேட்ட கேள்வி. அன்று முதல் இன்று வரை கேட்டுக் கொண்டேதான் இருக்கிறோம். எதிர்காலத்திலும் கேட்கத்தான் போகிறார்கள்.

ஓஷோ, இதற்கு கொடுக்கும் எளிய தீர்வு, 'சரணடைதல்'. ஆம், அவரவர் வாழ்வை அதனதன் போக்கில் ஒப்புக்கொடுக்கச் சொல்கி றார். நன்மை, தீமைஎன்று வாழ்வு நமக்குக் கொடுக்கக் கூடியவற்றை ஏற்றுக் கொள்ளுமாறும் கூறுகிறார்.

நாம் அனைவருமே நம்முடைய வாழ்க்கையை மிகவும்

தீவிரமாகத்தான் அணுகுகிறோம். ஓஷோ, இதற்கு நேர்மாறான தீர்வைத்தான் வழங்குகிறார்.

நாம் ஒரு நாடகத்தின் அங்கம் என்கிறார். இந்த நாடகத்தில் எது எதுவோ நடக்கும். யார் யாரோ வருவார்கள், போவார்கள். காட்சிகள் மாறிக்கொண்டே இருக்கும். அமைதியாக அத்தனையையும் நம்மை கவனிக்கச் சொல்கிறார்.

அவர் கொடுக்கும் அறிவுரைகளிலேயே மிகவும் கடினமானது இதுதான். நாம் எவருமே நம்முடைய வாழ்க்கையை, நம் போக்கிலிருந்து விடுவித்துவிட முடியாது. நம் வாழ்க்கைக்கு நாம்தான் உரிமையாளர்கள் என்கிற எண்ணம் கொண்டிருப்பவர்கள்.

அதே நேரம் எதையுமே கேள்விகேட்காமல், நீ ஒப்புக் கொள்ளும் பதில் கிடைக்காமல் ஏற்றுக் கொள்ளாதே என்கிறார்.

பகவான் வாழ்ந்தார், வாழ்கிறார், வாழ்வார்.

50

என்றும் வாழ்வார் ஓஷோ!

பிறப்பும், இறப்பும் என்றுமே மனிதகுலம் அறிய விரும்பும் ஆதி ரகசியங்கள். அது குறித்த விழிப் புணர்வை ஏற்படுத்துவதையே பகவான், தன் வாழ்நாள் குறிக்கோளாகக்கொண்டு வாழ்ந்து மறைந்தார். தான் உணர்ந்ததை மற்றவர்களுக்கும் எடுத்துக் கூறினார்.

- மத்தியப் பிரதேசத்தில் தலைநகர் போபா லி லிருந்து 160 கி.மீ. தூரத்தில் ராய்சென் மாவட்டத்தில் அமைந்திருக்கும் குச்வாடா என்கிற குக்கிராமத்தில் டிசம்பர் 11, 1931ல் ஓஷோ

பிறந்தார். அவரது இயற்பெயர் சந்திரமோகன் ஜெயின்.

- 1955ல் ஜபல்பூர் பல்கலைக்கழகத்தில் தத்துவத் துறையில் இளங்கலை பட்டம் பெற்றார். சாகர் பல்கலைக் கழகத்தில் முதுகலை முடித்து ஆசிரியராக தன் வாழ்க்கையைத் துவக்கினார்.
- 1960களின் தொடக்கத்தில் நாடெங்கும் ஆன்மிகப் பிரசாரத்தை மேற்கொண்டு ஆச்சார்யா ரஜனீஷ் என்று அறியப்பட்டார்.
- சமூகம், மதம் குறித்த தன்னுடைய விமர்சனங்களை காரசாரமாக முன்வைத்தார். எனினும் மனிதனின் உடலியல் தேவை குறித்த அவரது கருத்துகளே ஊடகங்களால் அதிகமாக பேசப்பட்டு, மக்கள் மத்தியில் அவருக்கு 'செக்ஸ் சாமியார்' என்கிற இமேஜ் ஏற்பட்டது.
- 1966ல் பல்கலைக்கழகத்தில் தன்னுடைய ஆசிரியப் பணியை முடித்துக்கொண்டு, முழுமையாக ஆன்மிகத் துறைக்கு அர்ப்பணித்துக் கொண்டார்.
- 1970ல் மும்பை மாநகரில் ஆன்மிகக் குருவாக தன் பணியைத் துவக்கினார். அவருக்கு ஏராளமான சீடர்கள் உருவானார்கள். அவரை 'பகவான்' என்று சீடர்களும், பக்தர்களும் அழைக்கத் தொடங்கினர். பகவானிடம் தீட்சை பெற்றவர்கள் புதிய சன்னியாசிகள் இயக்கமாக தங்களை கட்டமைத்துக்கொண்டனர்.
- 1974ல் பூனே நகரில் ஆசிரமம் அமைத்து நிலைகொண்டார். மேற்கத்திய நாடுகளிலிருந்து ஏராளமானோர் ஆசிரமத்துக்கு வந்து பகவானின் சீடர்களாக இணைந்தனர்.
- இந்தியாவில் பொதுசமூகத்தின் மரபான நம்பிக்கைகளை கேள்வி கேட்டதால் அவருக்கு அரசியல் அழுத்தம் ஏற்பட்டது. இதைத் தொடர்ந்து 1981ல் அமெரிக்காவுக்கு இடம் பெயர்ந்தார். அங்கே சர்வதேச சமூகம் ஒன்றை உருவாக்கும் பணிகளில் ஈடுபட்டார். ஒரேகான் மாநிலத்தில் தனக்கும், தன்னுடைய இயக்கத்தாருக்குமாக 'ரஜனீஷ்புரம்' என்கிற சர்வதேச நகரத்தை நிர்மாணித்தார்.
- 1985ல் ஒரேகானில் உள்ளூர்வாசிகள் எதிர்ப்பு மற்றும் ரஜனீஷ்புரத்தில் நிலவிய அதிகாரப் போட்டியின் காரணமாக அமெரிக்க அரசின் நேரடித் தலையீட்டை ஓஷோ எதிர்கொள்ள வேண்டியிருந்தது. ரஜனீஷ்புரத்தின் மீது கொலை மற்றும் போதைக் கடத்தல் குற்றச்சாட்டுகளை முன்வைத்தார்கள். ஓஷோ கைது செய்யப்பட்டார். நாடு கடத்தப்பட்டார்.
- மீண்டும் புதிய சமுதாயத்தை உருவாக்கும் அவரது முயற்சிகளுக்காக பல்வேறு நாடுகளுக்கு பயணித்தார். அமெரிக்க அழுத்தம் காரணமாக அவர் எங்குமே நிலைகொள்ள முடியவில்லை. இருபத்தியோரு நாடுகளில் அவர் இத்தகைய முயற்சிகளை மேற்கொண்டார். 1986ல் மீண்டும் இந்தியாவுக்கே வந்தார்.
- 1989ல் இருந்து தன்னை ஓஷோ என்று அழைக்க வேண்டும் என்று

பகவானின் ஓன்லைன் வொண்டர்ஸ்!

- இருங்கள்; இருக்க முயற்சிக்காதீர்கள்.
- உனக்குள்ளிருந்து பிறக்கவில்லையெனில் எவருடைய கட்டளையையும் ஏற்காதே.
- உண்மை உனக்குள் இருக்கிறது. அதை வெளியே தேடாதே.
- அன்பு என்பது பிரார்த்தனை.
- வாழ்க்கை என்பது இப்போது, இந்த நொடியில் உங்கள் உள்ளங்கைகளுக்குள் இருக்கிறது.
- நீந்தாதீர்கள். மிதக்க முயற்சியுங்கள்.
- ஒவ்வொரு நொடியும் இறக்க முயற்சியுங்கள். அப்போதுதான் அடுத்த நொடியில் நீங்கள் புதிதாகப் பிறக்க முடியும்.
- யாரென்றே தெரியாத ஒருவரிடம் உங்களால் காட்டமுடியும் அன்புதான் அன்பின் உச்சம்.
- வலியைத் தவிர்க்க விரும்பினால், மகிழ்ச்சியையும் தவிருங்கள். இறப்பைத் தவிர்க்க விரும்புபவர்கள், வாழ்க்கையையும் தவிர்க்க வேண்டும்.
- யாருடனும் போட்டியிட்டு வெல்லவேண்டிய அவசியமில்லை. நீங்கள் உங்களை நீங்களாகவே ஏற்றுக்கொள்ளுங்கள்.
- வாழ்வு கொடுக்கக்கூடிய எல்லாவற்றையும் அவற்றின் தன்மைகளோடு அப்படியே ஏற்றுக்கொள்ளும் எவரும் புத்தனாகலாம்.
- ஒரு பொருளின்மீது ஆசைப்படுவதற்குமுன்பு ஒன்றுக்கு பத்துமுறை யோசியுங்கள். உங்கள் ஆசை நிறைவேறியபிறகும் திருப்தி மட்டும் கிடைக்காது.
- உள்ளம் நல்ல வேலையாள்; மோசமான எஜமான்.
- வாழ்க்கை இயல்பில் அர்த்தமற்றது. அர்த்தத்தை உருவாக்கும் வாய்ப்பை தருவதுதான் வாழ்க்கை.
- கூட்டத்தில் ஒருவனாய் நிற்காதே. உனக்கு திணிக்கப்படும் நாட்டையோ, மதத்தையோ, இனத்தையோ ஏற்காதே. உலகம் மொத்தமும் உன்னுடையது. நீயே ஏன் உன்னை சிறு சிமிழுக்குள் அடைத்துக் கொள்கிறாய்?
- எதையாவது தேடி ஓடிக்கொண்டே இருக்காதே. நில், கவனி. தேட விரும்புவது கிடைக்கும்.

கேட்டுக் கொண்டார். 1990ல் தன் உடலை விட்டு விலகினார்.

ஓஷோவின் வாழ்க்கை வரலாற்றுச் சுருக்கம் இதுதான்.

ஓஷோ அரசாண்ட ரஜனீஷ்புரம், இப்போது ஒரு கிறிஸ்தவ இளைஞர் அமைப்பின் கோடைமுகாமாக செயல்பட்டு வருகிறது. பகவானின் பூனே ஆசிரமம், அவர் மறைவதற்கு முன்பு வழிகாட்டிச் சென்றதின் அடிப்படையில் இன்னமும் செயல்பட்டு வருகிறது.

ஓஷோ, உலகில் இருந்தபோது இருந்ததைவிட இப்போது அவரைப் பின்தொடர்பவர்கள் பன்மடங்கு அதிகரித்திருக்கிறார் கள். அவர் உபதேசித்த கருத்துகள் உலகின் பல்வேறு மொழிக ளில் மொழிபெயர்க்கப்பட்டு, பல லட்சக்கணக்கானோரால் வாசிக்கப்படுகிறது.

அவர் நமக்கு போதித்தவற்றில் ஒன்பது பாடங்கள் அடிப்படை யானவை. ஓஷோவின் கருத்துகளாக இன்று விளங்கும் பல்லாயிரம் பக்கங்களின் சாரம் இவை.

1. நல்லது - கெட்டது, இனிப்பு - கசப்பு, இருள் - ஒளி, கோடை - குளிர்... இப்படி வாழ்வின் எல்லாப் பக்கங்களையும் எதிரெதிர் தன்மையோடு அனுபவியுங்கள். எவ்வளவுக்கு எவ்வளவு நீங்கள் அனுபவங்களைப் பெறுகிறீர்களோ, அவ்வளவுக்கு அவ்வளவு நீங்கள் முதிர்ச்சியடைந்து வருகிறீர்கள்.
2. யாரோ ஒருவராக நீங்கள் மாறாதீர்கள். ஏற்கனவே நீங்கள் தனித்துவமான சிறந்த படைப்புதான். நீங்கள் உங்களை மேலும் சற்று சரிசெய்துகொண்டால் போதும்.
3. உலகில் ஏற்கனவே நிலைத்திருக்கும் மகிழ்ச்சியை உற்று நோக்குங்கள். மரம், பறவை, ஆறு, காடு, கடல் என்று உலகில் இருப்பவை எல்லாமே மகிழ்ச்சியின் வெளிப்பாடுகள். அவற்றின் ஓர் அங்கமாக உங்களையும் இணைத்துக் கொள்ளுங்கள்.
4. உங்கள் தோட்டத்தில் ஒரு மலர் பூத்தால், அதைப் பறிக்காதீர் கள். நீங்கள் அந்த மலரை நேசித்தால், அதை அப்படியே விட்டு விடுங்கள். அதைப் பறிப்பது உங்கள் மகிழ்ச்சியைப் பறிப்பதற்கு ஒப்பானது.
5. முதிர்ச்சி என்பது பொறுப்பை உணர்வது. உங்களை நீங்களே மற்றவராக இருந்து கவனித்தால், உங்கள் பலம், பலவீனங்களை உணர முடியும். உங்களை நீங்களே கவனிக்க சிறு அமைதி போதும்.
6. உங்களுடைய நல்லது, கெட்டதுக்கு உங்களைத் தவிர வேறு எவரும் பொறுப்பல்ல. உங்களைத் தவிர வேறு எவராலும் உங்களை கோபப்படுத்தவோ, மகிழ்ச்சிப்படுத்தவோ முடியாது.
7. அன்பில் விழும்போது குழந்தையாகவும், அந்த அன்பை வளர்த்தெடுக்கும்போது பெரியவராகவும் இருக்க வேண்டும். அன்பு என்பது ஓர் உறவல்ல. ஒரு நிலை. நீங்களே அன்பாக மாறுகிறீர்கள்.
8. உங்களுக்கு மேலானவரோ, கீழானவரோ உலகில் இல்லை. அதே நேரம் உங்களுக்கு இணையானவரும் எவரும் இல்லை. ஒவ்வொரு மனிதனுமே ஒவ்வொரு விதத்தில் தனித்துவமான வன். நீங்கள் நீங்கள்தான். நான் நான்தான். என்னை நானும்,

உங்களை நீங்களும் அவரவர் வாழ்வியல் அனுபவங்களின் அடிப்படையில் யாரென்று கண்டுபிடித்துக் கொள்ள முடியும்.

9. நீங்கள் எதையெல்லாம் பெற்றீர்களோ, அவற்றிலிருந்துதான் வாழ்க்கைக்கான சூத்திரத்தைக் கண்டுபிடிக்கிறீர்கள்.

மேற்கண்ட ஒன்பது வாக்கியங்களையும் திரும்பத் திரும்ப வாசித்துப் பாருங்கள். ஏதோ ஒரு கதவு திறக்கும். இருளில் வெளிச்சம் ஏற்றப்படும்.

சுருக்கமாகச் சொன்னால், உங்களுடைய எல்லா கேள்விகளுக்குமான விடை, உங்களுக்குள்ளேயே இருக்கிறது. சிறு தூண்டுதல் கிடைத்தால் உங்கள் பிறப்புக்கான ரகசியத்தை உணர்ந்துவிடுவீர்கள். இறப்புக்கான நியாயத்தை ஏற்றுக்கொள்வீர்கள். உங்களை நீங்களே அறிய அமைதிதான் உங்களிடம் இருக்கும் கருவி.

பகவான், அமைதியில்தான் வாழ்கிறார். அந்த அமைதி நமக்கும் உள்ளத்தில் வாய்த்தால், உடலை நீங்கியபிறகும் நாமும் வாழ்வோம்.